பதிப்புரை

படைப்புரிமை vs காப்புரிமை!

படைப்புத் தொழில் மட்டும் இல்லாவிட்டால் மனிதன் மிருக குணத்தால் எப்போதோ அழிந்திருப்பான். மகத்தான படைப்புகள்தான் இந்த உலகை கணம் தோறும் வழி நடத்தி வருகின்றன. ஆனால் அந்த படைப்பினால். படைப்பாளி அடையும் பலனை விடவும் பன் மடங்கு லாபத்தை மக்களிடம் கொண்டு செல்லும் வியாபாரி எடுத்துக்கொள்கிறான். பல சமயங்களில் அவனது படைப்பு உரிமையே பிடுங்கப்பட்டு அவன் அனாதையாக்கப் பட்டு விடுகிறான். மக்களுக்கும் இது குறித்த விழிப்புணர்வு இல்லை

உலகில் காப்புரிமை சட்டங்கள் முன்னெப்போதும் விட இன்று மிகுந்த முக்கியத்துவம் பெற்று வருகிறது. குறிப்பாக இரண்டாயிரத்துக்குப் பின் இணையப் புழக்கம் அதிகமாகத் துவங்கியதில் இருந்தே இந்த பிரச்னை மெல்ல பூதகராமாகி விட்டது.

அக்காலத்தில் ஒரு பாடலை நமதாக்கி விருப்பம் போல கேட்கவேண்டுமானல் காசு கொடுத்து இசைத்தட்டுக்கள் அல்லது ஒலி நாடாக்கள் வழிதான் கேட்க முடியும். ஆனால் இன்று யார் வேண்டுமானாலும் எதை வேண்டுமானாலும் ஒரு க்ளீக்கில் பதிவிறக்கம் செய்து பயன்படுத்திக்கொள்ள முடியும். இதுதான் இன்றைய மிக முக்கியமான பிரச்னை.

குறிப்பாக கலை மற்றும் படைப்புத்துறையில் பணிசெய்பவர்களுக்கு இது பெரும் சவால். இந்த சவாலில் இருந்து பாதிக்கப்படுபவர்களை காப்பற்ற மேற்கத்திய நாடுகள் கடுமையான சட்டங்களை புதிதாக் கொண்டு வந்துள்ளன. இன்னொரு படைப்பை சுரண்டுபவர்களுக்கு கடுமையான தண்டனைகள் உருவாகப்பட்டு கடைபிடிக்கப்பட்டு வருகின்றன.

ஆனால் இந்தியாவில் இது தலைகீழாக இருக்கிறது. இந்நிலையில் பொதுமக்கள் பலர் இன்னும் இருட்டில் குருடன் தடவிய யானை போல பொத்தாம் பொதுவாக இந்த சட்டங்கள் பற்றிய அறியாமையில் இருக்கின்றனர்.

காப்புரிமை, படைப்புரிமை, விற்பனை உரிமை இவை மூன்றும் வேறு வேறு ஆனால் பலரும் இதை ஒன்றாக போட்டுக் குழப்பிக் கொள்வதில்தான் பல பிர்ச்னைகள். இதுதான் இன்று இளையராஜா எதிர்கொள்ளும் தலையாய பிரச்னை.

உண்மையில் வெளிநாட்டில் இப்படியெல்லாம் ஒரு இசைப்படைப்பை ஒரு இசையமைப்பாளரின் அனுமதி இல்லாமல் இன்னொரு படைப்புக்கு பயன்படுத்த முடியாது. காப்பிரைட சட்டப்படி ஒருவரது இசையை விற்பனை உரிமை அல்லது பதிவிட்டு விற்கும் உரிமைகள் மட்டுமே அது வழங்குகிறது .இன்னொரு படைப்புக்கு பயன்படுத்தப்படும் போது அவை இன்னொரு படைப்பாகிறது. அப்படி இன்னொரு படைப்பில் பயன்படுத்த காப்பிரைட் வைத்திருப்பவர்களுக்கு முழுமையான அனுமதி கிடையாது . அதற்கு அந்த படைப்பாளனின் அனுமதி நிச்சயம் வேண்டும். பொருட்களை தயாரித்து விற்பது வேறு படைப்பை இன்னொரு படைப்புக்கு பயன்படுத்துவது வேறு.

இது குறித்த விழிப்புணர்வை அனைவருக்கும் உருவாக்கும் பொருட்டு ஒரு நூலைக்கொண்டு வர நாதன் பதிப்பகம் முடிவு செய்தது. இதுகுறித்து தெளிவான ஞானமும், அனுபவமும் கொண்ட கோகுல் சால்வாடி அவர்கள் இந்த நூலை தன் கடுமையான உழைப்பின் பேரில் உருவாக்கியிருக்கிறார் இந்த நூலை வாசிப்பவர்கள் வெறும் படைப்புரிமையின் உலக வரலாற்றை தெரிந்து கொள்வது மட்டுமல்லாமல் இசைத்துறையில் உண்டான முக்கியமான திருப்பங்களையும் அதன் வரலாற்றையும் அறிந்துகொள்ள முடியும்.

அவ்வகைய்ல் சிறந்த முறையில் நூலை எழுதிய எழுத்தாளர் இசை வல்லுனர் கோகுல் சால்வாடி அவர்களுக்கும், தக்க முறையில் பிழைதிருத்தம் செய்த அவர் துணைவியார் தேவி அவர்களுக்கும் வடிவமைப்பாளர் மா.ஜெகதீஷ்குமார் மற்றும் அட்டைப்படம் வடிவமைப்பு செய்த மணிவண்ணன் அவர்களுக்கும் நாதன் பதிப்பகம் தன் நெஞ்சார்ந்த நன்றிகளை தெரிவித்துக்கொள்கிறது.

நாதன் பதிப்பகம்
nathanbooks03@gmail.com

என்னுரை

கல்லூரி நாட்களில் குழந்தைகளுக்கான சில அறிவியில் கட்டுரைகள் எழுதி இருக்கிறேன். ஆனால் இதுவே முதல் புத்தகம் எழுதிய அனுபவம்.

பதினான்கு வயது: வயலின் கற்றுக்கொள்ளத் தொடங்கினேன். பள்ளிக் காலத்தில் தொடங்கி பத்து வருடங்களுக்கு மேல் புகைப்படக் கலைஞனாகப் பணி செய்தேன் (திருமணம், இதர விழாக்கள்) கல்லூரி காலத்தில் இயற்பியல் கற்கும்போது கர்நாடக இசையை கற்றுக்கொள்ளத் தொடங்கினேன். பின்னர் சிறுசிறு கச்சேரிகள் செய்துவந்தேன். கணினியியல் கற்கும்போது, இசையமைப்பதில் ஆர்வம் திரும்பியது.

தொழில் அனுபவங்கள் : ஐந்து ஆண்டுகள் பங்குச் சந்தை சார்ந்த தொழில் (Stock Broker) செய்து வந்தேன். குறிப்பிட்ட காலத்திற்குப் பின் அதில் பெரிதளவு ஈடுபாடு ஏற்படாத காரணத்தாலும், பொழுது போக்காக இருந்து வந்த இசையமைக்கும் பணியில் சிறிது சிறிதாக முன்னேற்றம் ஏற்பட்டதாலும், பங்குச்சந்தையில் இருந்து மீண்டு, இசையமைப்பதில் கவனம் செலுத்தத் தொடங்கினேன்.

கணினி கற்பிக்கும் ஆசிரியராகப் பணியாற்றி இருக்கிறேன் (கல்லூரிகளில் "Guest Lecture" கொடுப்பது உட்பட) இப்போது Rammed Earth என்ற தொழில்நுட்பத்தில் மண்ணால் கட்டுமானங்கள் செய்வது குறித்து பயிற்சிப் பட்டறைகள் நடத்தி வருகிறேன். சில நேரங்களில், கட்டிடக் கலைஞர்களுக்கு ஆலோசகராக செயல்படுகிறேன்.

வலைத்தளங்களில் எழுதியிருக்கிறேன். கல்லூரி நாட்களில் குழந்தைகளுக்கான சில அறிவியில் கட்டுரைகள் எழுதி இருக்கிறேன். ("துளிர்"). ஆனால் இதுவே முதல் புத்தகம் எழுதிய அனுபவம்.

கோகுல் சால்வாடி
பழனி

Johann Sebastian Bach
1685 - 1750
Alemanha

Wolfgang Amadeus Mozart
1756 - 1971
Austria

Ludwig van Beethoven
1770 - 1827
Austria

Franz Schubert
1797 - 1828
Austria

Frédéric Chopin
1810 - 1849
França

Franz Liszt
1811 - 1886
Alemanha

Johannes Brahms
1833 - 1897
Alemanha

Georges Bizet
1838 - 1875
França

Piotr Illich Tchaikovsky
1840 - 1893
Rússia

Antonín Dvorák
1841 - 1904
República Tcheca

Edvard Grieg
1843 - 1907
Noruega

Claude Debussy
1862 - 1918
França

Joseph Maurice Ravel
1875 - 1937
França

Sergei Rachmaninoff
1873 - 1943
Rússia

Igor Fiódorovitch Stravinsky
1882 - 1971
Alemanha

Serguei Prokofiev
1891 - 1953
Rússia

உள்ளடக்கம்

1.	இளையராஜா ராயல்டி கேட்பது சரியா?	09
2.	காப்பிரைட் சட்டம் பிறந்த கதை	16
3.	இசைப் புரவலர்கள் வரமா? சாபமா?	25
4.	இசைக் குறிப்பு யாருக்கு உடைமை?	38
5.	பைரஸி: 19ம் நூற்றாண்டின் புதிய கடற்கொள்ளை	45
6.	டின் பான் ஆலியின் தங்க வேட்டை	54
7.	ராயல்டி பிறந்த கதை	64
8.	சட்டத்திற்குச் சவால்	69
9.	விக்டரோலா	74
10.	ராயல்டி புறக்கணித்த ரேடியோ	80
11.	ஒரு சர்க்கஸ் சாகசம்	87
12.	கைக்கு அடக்கமான டேப் கேஸட்கள்	95
13.	சிறை பிடிக்கப்பட்ட கலைஞன்	102
.14.	புதிய பூகம்பம்	109
15.	ஸ்பாட்டிஃபையின் வெற்றிக்குக் காரணம் எது?	117
16.	கோண ஒப்பந்தம்	125
17.	பல்ப் ஃபிக்ஷனும் மஞ்சுமல் பாய்ஸும்	134
18.	IPRS தோன்றியது எப்படி?	142
19.	ஒரு பயணியின் குறிப்பு	156
20.	கோடம்பாக்கத்தின் உற்ற நண்பன் யார்? தயாரிப்பாளரின் உரிமை எது?	165
21.	இளையராஜாவின் வழக்குகள் ஏன் முக்கியமானவை?	176

IDEA
AUTHORSHIP
CREATION
NOVEL
TRADEMARKS
AUTHORS
PATENT
INTELLECTUAL
BRANDS
PROPERTY
LICENSING
PROTECTION
COPYRIGHT

01

இளையராஜா ராயல்டி கேட்பது சரியா?

ஒரு நாள் என்னிடம் ஒரு நண்பர் கேட்ட கேள்வி

இளையராஜா அவரது பாடல்களுக்கு ராயல்டி கேட்பது சரியா?”

அதற்கு நான், “அதாவது....” என்று ஆரம்பித்து ஏதோ விளக்கிச்சொன்னேன். அவரும் கேட்டுக் கொண்டு சென்று விட்டார். என்ன புரிந்து கொண்டார் என்று எனக்கு தெரியவில்லை.

“சினிமா என்பது கூட்டு முயற்சி. இளையராஜா அவர் பாடல்களுக்குத் தனிப்பட்ட உரிமை கோருவது சரியல்ல”. இது ஒரு உதவி இயக்குநரின் கருத்து. இந்த முறை நான் அதிகம் விளக்க முயற்சி செய்யவில்லை. சில எளிமையான கேள்விகளுக்கு சில நேரங்களில், போகிற போக்கில் சொல்லிவிடும் எளிமையான பதில்கள் இருப்பதில்லை என்று நினைத்ததால்.

9 மார்ச் 2025, லண்டனின் “எவென்டிம் அபோலோ தியேட்டர்” அரங்கில் இளையராஜாவின், மேற்கத்தியப் பாரம்பரிய பாணி சிம்ஃபனி, “வேலியன்ட்” அரங்கேறியது. இந்த சிம்ஃபனி மீதான இளையராஜாவின் உரிமைகள், அவரது திரைப்படப் பாடல் உரிமைகளை விட வலுவானவையாகவும், அதிக சட்டப்பிடிமானம் கொண்டவையாகவும் இருக்கும் என்று நிச்சயாகச் சொல்ல முடியும். ஏன்?

இளையராஜா தன் படைப்பின் எல்லைகளை சர்வதேச அளவில் விரிவுபடுத்தத் தொடங்கி இருக்கும்போது, இன்னமும் இந்திய நீதிமன்றங்களில்

அவரது பாடல்களின் உரிமை குறித்த விவாதங்கள் இருந்து வருகின்றன. இந்த முரண்பாடு ஏன்?

இந்தக் கேள்விகளுக்கான விடைகளைத் தேடுவதே இந்தப் புத்தகத்தின் நோக்கம்.

இளையராஜா பாடல்களைப் பயன்படுத்த அவர் அனுமதி தேவையா? என்ற கேள்வி பாடகர் எஸ்பீபி இசை நிகழ்ச்சி சர்ச்சைக்குப் பின் பொதுத்தளத்தில் கூடுதல் கவனம் பெற்றது. அப்போது "இளையராஜா ராயல்டி கேட்பது சரியா?" என்ற கேள்வி அதிகம் கேட்கப்பட்டது.

இளையராஜாவின் உரிமை குறித்த செய்திகள், ஊடக விவாதங்கள் ஆகியவற்றைப் பார்க்கும்போதும், நண்பர்கள் அவை குறித்துக் கேள்விகள் கேட்கும்போதும், அதனை விளக்க வேண்டும் என்று எண்ணம் எழும். ஆனால், ஒரு உரையாடலின் போதோ, சிறு விவாதம் ஒன்றிலோ, அதை முழுமையாகச் சொல்லிவிட முடியும் என்று எனக்குத் தோன்றவில்லை.

ஒரு நாள் நண்பர் அஜயன் பாலாவுடன் நடந்த ஒரு பத்து நிமிடத் தொலைபேசி உரையாடலின்போது இந்தப் புத்தகம் எழுதும் திட்டம் உருவானது.

இசைத்துறை அமைப்புகள் அது சார்ந்த சங்கங்கள் செயலபாடுகள் வர்த்தகங்கள் ஆகியவை நமக்கும் இதர அமெரிக்க ஐரோப்பிய நாடுகளுக்கும் முற்றிலும் வித்தியாசமானவை நமக்கெல்லாம் பாட்டு, இசை என்றால் பெரும்பாலும் சினிமாவில் இசையமைத்தால் பாடினால் மட்டுமே அங்கீகாரம். ஆனால், மேலை நாடுகளின் சூழல் முற்றிலும் வேறு. உண்மையில், திரைப்படங்கள் தோன்றுவதற்கு முன்பே பாடல் உரிமை குறித்த வியாபார ஒப்பந்தங்கள் மேலை நாடுகளில் தோன்றிவிட்டன. பேசும்படம் கண்டுபிடிக்கப்பட்டு, முதல் இந்தியத் திரைப்படப் பாடல் பதிவு செய்யப்படுவதற்கு முன்பே மேலை நாடுகளில் பாடல்கள் ஒலிப்பதிவு செய்யப்பட்டு விற்பனை செய்யப்பட்டன. அவர்களின் இத்தகைய வரலாறு, அவர்களது இசை உரிமை குறித்த சட்ட வரையறைகள், ஒப்பந்தங்கள், தொழில் அமைப்புகள் ஆகியவை அடைந்த பரிணாம வளர்ச்சிக்குக் காரணம் ஆனது. அங்கு இசைத்துறை என்பது சினிமாத்துறையை விட வியாபாரத்தின் அளவிலும், புகழிலும் பெரியது. நமக்கு இங்கு சூப்பர்ஸ்டார்கள். அவர்களுக்கு "ராக் ஸ்டார்"கள். "மைக்கேல் ஜாக்ஸன்" என்ற ஒரு பெயர் போதும் இதை தெளிவாக விளக்க. தெளிவாகப் புரிந்து கொள்ள எனக்கு நேர்ந்த அனுபவம் ஒன்றை குறிப்பிடலாம் என நினைக்கிறேன்.

ஒரு முறை ஸ்வீடன் நாட்டில் இருந்து இயங்கி வந்த ஒரு நிறுவனம், எனது இசையை விற்பனை செய்வதற்காக ஒப்பந்தம் ஒன்று அனுப்பி வைத்தனர். அத்துடன் "நீங்கள் ஒரு ராயல்டி அமைப்பின் உறுப்பினராக இருப்பது அவசியம்" என்றும் கூறினர். அவர்கள் "பெர்ஃபார்மன்ஸ் ரைட்ஸ் அசோசியேஷன்" என்று நான் கேள்விப்பட்டிருக்காத ஒன்றைச் சொன்னதால், "எங்கள் நாட்டில் அப்படி ஒன்று இல்லை" என்று பதில் அனுப்பினேன். அதற்கு அவர்கள், "எல்லா நாட்டிலும் இருக்கும். உங்கள் நாட்டில் *IPRS* என்று அதற்குப் பெயர். அவர்களை அணுகுங்கள்" என்றார்கள்.

IPRS ஒரு ராயல்டி அமைப்பு என்பதோ, ராயல்டி அமைப்பில் நான் ஏன் உறுப்பினராக வேண்டும் என்பதோ அப்போது எனக்குத் தெரியாது. ஸ்வீடன்காரர்களும் சொல்லவில்லை. அப்போது *IPRS* இணையத்தில் தொடர்பு கொள்ளும் வசதி கிடையாது. அவர்களது சென்னை அலுவலகத் தொலைபேசி எண் ஒன்று அவர்கள் இணயத்தளத்தில் கிடைத்தது. அந்த எண்ணை அழைத்து, நான் அவர்களிடம் உறுப்பினர் ஆக விரும்புவதாகச் சொன்னேன். "நீங்கள் திரைப்படத்திற்கு இசை அமைத்திருக்கிறீர்களா?" என்று கேட்டார் மறு முனையில் பேசியவர்.

"இல்லை. ஆல்பங்கள் செய்திருக்கிறேன்." என்றேன்.

"இசை வெளியீட்டு விழா புகைப்படம், பத்திரிக்கைச் செய்தி இப்படி ஏதாவது இருக்கிறதா?" என்று கேட்டார்.

"ஐ ட்யூன்ஸ் ல் இருக்கின்றன (அப்போது அதற்கு "ஆப்பிள் மியூசிக்" என்று பெயர் வந்திருக்கவில்லை)" என்றேன். "ஈமெயில் அனுப்புங்கள் பார்க்கிறேன்" என்று தொலைபேசியைத் துண்டித்து விட்டார். நானும் தகவல்களை அனுப்பிவிட்டுக் காத்திருந்தேன். இதற்குள் ஸ்வீடன்காரன் "என்னய்யா ஆச்சு?" என்று கேட்டான். "கொஞ்சம் காத்திருங்கள். திரைப்படத்தில் பணியாற்றியதில்லை என்பது ஒரு காரணமாக இருக்குமோ என்னவோ என்றேன்." அவன் "திரைப்படத்துக்கு இதுக்கும் என்னய்யா சம்பந்தம்?" என்றான். இப்படியே சில வாரங்கள் போனது. இப்போது ஸ்வீடன்காரன் அவசரப்படுத்தினான்."எங்கள் ஊர் 'பெர்ஃபார்மன்ஸ் ரைட்ஸ் அசோசியேஷன்' இல் சேர்ந்து கொள்கிறாயா?" என்று கேட்டான்.

"நான் ஒரு இந்தியன். நான் எப்படி உங்கள் நாட்டு அமைப்பில் உறுப்பினர் ஆக முடியும்?" என்று கேட்டேன். அப்போதுதான் தெரிந்தது யாரும் எந்த நாட்டிலும் உறுப்பினர் ஆகலாம், ஆனால் ஒரு நேரத்தில் ஒரு அமைப்பில் மட்டுமே உறுப்பினராக இருக்க முடியும் என்பது. ஸ்வீடன் அமைப்பின் உறுப்பினரும் ஆனேன். இணையத்தில் புதிய பாடல்களைப் பதிவு செய்து கொள்ளலாம். அப்போது IPRS ல் ஒரு பாடலைப் பதிவு செய்ய, அதை ஒரு CDயில் பதிவு செய்து, ஸ்டேட் பாங்க் சலான் மூலம் பணம் செலுத்தி, அவற்றை தபாலில் அனுப்ப வேண்டும். ஒரு அரசு வேலைக்கு விண்ணப்பம் செய்வது போன்று. முதலில் கண்ணைக் கட்டிக் காட்டில் விட்டது போல் இருந்த ராயல்டி அமைப்புகள் சிறிது சிறிதாகப் புரிய ஆரம்பித்தன. பலவகை ஒப்பந்தங்களைப் புரிந்து கொண்டேன். இணையக் குழுக்களில் பங்குபெறுவதன் மூலம் பல நிபுணர்களின் கருத்துக்களையும், ஆலோசனைகளையும் பெறமுடிந்தது. எனக்கென்னவோ மேலை நாடுகளின் இசைத்துறை அமைப்புகள், இணையக் குழுக்கள் போன்றவை நமது அமைப்புகளை விட அதிக ஜனநாயகத் தன்மை கொண்டவை என்று தோன்றுகிறது. இவ்வளவு ஏன்? ஒரு இணையக் குழுவில் அவ்வப்போது தலைகாட்டிவிட்டுப் போகும் ஹாலிவுட் இசை அமைப்பாளர் ' ஹான்ஸ் ஸிம்மர்' உடன் உரையாடலாம். அவரது இணையக் குழுப் புனைப்பெயர் தெரிந்திருந்தால் போதும். அவர் இசை அமைப்பது குறித்துக் கேள்விகள் கேட்கலாம். பதில் சொல்வார். இணையத்தைப் பொறுத்தவரை அவர் பழகுவதற்கு எளியவர். அப்படி ஓரிருமுறை உரையாடும் வாய்ப்பு பெற்றவர்களில் நானும் ஒருவன். அதற்காக, தெருவில் செல்லும் ஒருவர் அவரது ஸ்டுடியோவிற்குள் சென்று அவரைச் சந்திக்கலாம் என்பது பொருள் அல்ல. அடிப்படையில் இத்தகைய தன்மை கொண்ட குழுக்கள், அமைப்புகள் நம்மிடையே இருப்பதில்லை

என்பதே நான் கூற வருவது. சில மாதங்களுக்கு முன் ஸ்வீடன் அமைப்பில் இருந்து ஒரு மின்னஞ்சல் வந்திருந்தது. "நீங்கள் பொதுக் குழுவில் வாக்களிக்கும் தகுதி அடைந்திருக்கிறீர்கள். விருப்பம் இருந்தால் இந்த விண்ணப்பத்தை நிரப்பவும்" என்று. அப்போது எனக்கு IPRS அமைப்பின் உறுப்பினர்கள் வாக்களிக்கும் உரிமை குறித்த சில வரலாற்றுச் சம்பவங்கள் நினைவுக்கு வந்தன. இந்த வாக்களிப்பு உரிமைக்கும் "இளையராஜா ராயல்டி கேட்பது சரியா?" என்ற கேள்விக்கும் தொடர்புகள் இருக்கமுடியுமா என்பதை நாம் இந்தப் புத்தகத்தின் ஒரு அத்தியாயத்தில் பார்க்கப் போகிறோம். இந்தப் புத்தகத்தை எழுதும்போது, ஏற்கனவே தெரிந்தவற்றை உறுதிப்படுத்திக் கொள்ளவும், தெரிந்தது என்று கருதி இருந்த சில தகவல்களை மேலும் விரிவாகத் தெரிந்து கொள்ளவும், தேவை ஏற்பட்டது. சில புதிய தகவல்களும் சேகரிக்க வேண்டி இருந்தது. நமது இன்றைய திரை இசைதுறையின் தொழில்நுட்பம், சட்டம், வியாபாரம் ஆகியவை, பெரும்பாலும் பிரிட்டிஷ் அல்லது அமெரிக்கர்களிடம் இருந்து நாம் கற்றுக்கொண்டவையே. அதே நேரம், நமது திரை இசைக்கென்ற

தனித்துவத்தை நாம் சிறிதும் இழக்காமல் வைத்திருக்கிறோம். எழுத்தாளர் ஜெயகாந்தனின் "பாரீசுக்குப் போ" என்ற நாவலில் தமிழ்த் திரையுலகம் பற்றிய அனுபவம் அற்ற, "சாரங்கன்" என்ற ஒரு இசைக்கலைஞன் பாத்திரம் "...அவர்கள் படத்திற்கு நான் பின்னணி இசை அமைக்க வேண்டும்.." என்று சொல்லும்போது "அதை ஏனோ அவர்கள் 'ரீ ரிகார்டிங்' என்று அழைக்கிறார்கள்" என்று குறிப்பிட்டு இருப்பார் ஜெயகாந்தன். இது எனக்கு அவ்வப்போது நினைவுக்கு வரும் வசனம். நமது திரைத்துறையின் மொழி உட்பட ஒவ்வொன்றும் தனித்துவம் கொண்டது.

இளையராஜாவின் பாடல் உரிமைகள் குறித்த சர்ச்சைகள் இந்தப் புத்தகம் உருவாக ஒரு காரணம் என்றாலும் கூட, இது இளையராஜா குறித்த புத்தகம் அல்ல. இந்தப் புத்தகம், இசை சார்ந்த தொழில்நுட்பம், சட்டம், வியாபாரம் ஆகியவற்றின் சுமார் 600 வருட வரலாற்றின் முக்கியமான பகுதிகளைச் சொல்கிறது. நாம், உலகின் முதல் காப்பிரைட் சட்டம் பிறந்தது எப்படி என்பதில் ஆரம்பித்து, இளையராஜாவின் வழக்குகளுக்கு வந்துசேரப் போகிறோம். இளையராஜாவின் "வேலியன்ட்" சிம்ஃபனி, கோடம்பாக்கத்தில் இருந்து லண்டன் சென்று இருக்கலாம். ஆனால், நாம் லண்டனில் இருந்து கோடம்பாக்கம் வரை பயணம் செய்வதன் மூலமே, இசையின் உரிமை, தொழில்நுட்பம், சட்டம் மற்றும் வியாபாரம் இவைகள் ஒன்றோடொன்று ஊடாடும் சிம்ஃபனியைப் புரிந்து கொள்ள முடியும். எனவே இந்தப் புத்தகத்தின் முதல் அத்தியாயம் லண்டனில் இருந்து தொடங்குகிறது. இந்தப் புத்தகத்தில் உள்ள தகவல்கள், ஆய்வுகளின் அடிப்படையில் அமைந்தவை. நிபுணர்களின் கட்டுரைகள், இசைக் கலைஞர்களின் நேர்காணல், டிஜிட்டல் ஆவணங்கள், ஆய்வுக் கட்டுரைகள், ஆய்வு அறிக்கைகள், நீதிமன்றத் தீர்ப்பு ஆவணங்கள் போன்றவற்றின் அடிப்படையில் எழுதப்பட்டவை. எனினும், இதனை ஒரு சட்டக் கையேடாகக் கருத வேண்டாம்.

இந்தப் புத்தகம், இசைப் படைப்பு ஒன்றின் உரிமை, ராயல்டி மற்றும் திரையிசைப் பாடல்களின் உரிமை மீது எழும் கேள்விகள் ஆகியவை பற்றிய ஒரு அடிப்படையான தெளிவை ஏற்படுத்தும் என்பது என் நம்பிக்கை.

02

காப்பிரைட் சட்டம் பிறந்த கதை

பதினான்காம் நூற்றாண்டு இங்கிலாந்து...வூல்பிட் கிராமம். இங்கிலாந்தின் சிறு நிலப்பிரபுக்களில் ஒருவரான சர் எட்மண்டின் பண்ணை வீடு. கோட்டை போன்ற அந்த வீட்டின் சாம்பல் நிறக் கற்சுவர்களில் மாலை வெயில் படிந்திருந்தது. தொலைவில் கம்பளி மூட்டைகளை வண்டிகளில் ஏற்றும் ஓசையும், செம்மறி ஆடுகள் பட்டிக்குத் திரும்பும் ஓசையும் கேட்டது.

வீட்டின் முற்றத்தில் எட்மண்ட் பிரபு நடுநாயகமாக அமர்ந்திருந்தார். அவர் முன் இருந்த மர மேஜையின் மேல், ஒரு புத்தகம் வைக்கப்பட்டு இருந்தது. அழகிய வேலைப்பாடுகள் கொண்ட அந்தப் புத்தகத்தின் அட்டை, பசுங் கன்றின் தோல் கொண்டு செய்யப்பட்டு இருந்தது. வூல்பிட் கிராமத்தின் மத போதகர்கள் சிலர் அந்த மேஜையைச் சூழ்ந்து அமர்ந்திருந்தனர். அவர்கள் கண்களில் வியப்பு. அவர்கள் அனைவரின் பார்வையும் அந்தப் புத்தகத்தின் மீதே இருந்தது. "இது எங்கள் குடும்பத்தின் பொக்கிஷம்" என்ற எட்மண்ட், தன் விரிந்த கண்களால் அந்த பிரார்த்தனைப் புத்தகத்தைப் பார்த்தார். "என் தந்தை லண்டனில் இருந்த தேர்ந்த எழுத்தர்களிடம் சொல்லி, பெரும் பொருள் செலவு செய்து எழுதச் செய்த புத்தகம் இது. வரும் ஞாயிற்றுக் கிழமை அன்று நமது தேவாலயப் பிரார்த்தனையில் இந்தப் புத்தகத்தைப் பயன்படுத்த விரும்புகிறேன். அன்று என் தந்தையின் நினைவு நாள்."

"பிரார்த்தனை நேரத்தில் இந்தப் புத்தகத்தை நீங்கள் மிகவும் கவனமாகக் கையாள வேண்டும்" என்றார்.

அனைவரும் பயபக்தியுடன் தலையை அசைத்தனர். ஏனென்றால், அந்த சுற்றுவட்டாரத்தில் இருந்த ஒரே புத்தகம் அதுதான் என்பது அவர்களுக்கு நன்றாகத் தெரியும். அது, அச்சு இயந்திரங்கள் கண்டு பிடிக்கப்பட்டு இருக்காத காலம். ஒரு புத்தகம் உருவாவது சாதாரணமானது அல்ல. சர் எட்மண்டின் வம்சம் இங்கிலாந்தின் உச்சபட்ச அதிகாரம் கொண்ட பிரபு வம்சம் அல்ல என்றாலும் கூட, ஒரு சிறு நிலப்பிரபு வம்சமே. ஒரு புத்தகம், எட்மண்ட் போன்றவர்களுக்கே ஒரு தலைமுறைக் கனவாக இருந்து வந்த காலம். சாமானிய மக்களோ, புத்தகங்களைக் கனவிலும் நினைத்துப் பார்க்க முடியாது. தேவாலய வழிபாடுகளில் மதக் குருமார்கள், புத்தகங்களில் இருந்து வாசிப்பதைக் கேட்கலாம். அது ஒன்று மட்டுமே அவர்களுக்கு புத்தகங்களுடனான தொடர்பு. லண்டனில் "ஸ்க்ரைப்" என்று அழைக்கப்பட்ட எழுத்தர்கள், கைகளால் எழுதுவதே ஒரு புத்தகத்தை உருவாக்க,

ஜோஹன்னஸ் குட்டென்பெர்க்

அன்று இருந்துவந்த ஒரே வழி. நல்ல மொழியாளுமை உள்ள, அழகாக எழுதக்கூடிய எழுத்தர்கள் எழுதி, அட்டை அலங்காரங்கள் உடன் தயாராகும் புத்தகம் ஒன்றைப் பெற, ஒரு எளிய மனிதன் தன் வாழ்நாள் முழுவதும் உழைக்க வேண்டியிருக்கும்.

ஒரு புத்தகத்தை எழுதப் பல வாரங்கள், அல்லது மாதங்கள் ஆகலாம். சில புத்தகங்களை எழுத வருடக்கணக்கில் கூட காலம் ஆகலாம்.மிக உயர்ந்த அரச பதவியில் இருப்பவர்கள், தேவாலயங்கள் மற்றும் பல்கலைக் கழகங்கள் போன்றவை மட்டுமே நூலகங்களை அமைத்துக் கொள்ள முடியும். அரிய புத்தகங்களை வாசிப்பதென்பது, நன்கு கற்றறிந்த அறிஞர்களுக்கு மட்டுமே சாத்தியம். அதற்கு தொடர்புகள் தேவை. ஆனால் எட்மண்டும், அவரைச் சுற்றியிருந்த போதகர்களும் பார்த்திராத ஒன்று, ஜெர்மனியின் ஒரு மூலையில் உருவாகிக் கொண்டிருந்தது.

முதல் அச்சு இயந்திரம்

1453 ஆம் ஆண்டு. ஜெர்மனியின் மெய்ன்ஸ் நகரம்... ஜொஹனஸ் கூடன்பர்க் தன் நெற்றிப் புருவத்தில் இருந்த வியர்வையைத் துடைத்துக் கொண்டார். கண்களை இடுக்கி, தன் முன் இருந்த அந்த இயந்திரத்தைப் பார்த்தார். அவர் வடிவமைத்து இருந்த அச்சு இயந்திரம் அது. அவர் தன் கையில் வைத்துப் பார்த்துக் கொண்டு இருந்த ஒரு காகிதம், அச்சு மை ஒழுகி வீணாகி இருந்தது. அந்த இயந்திரத்தை செயல்படுத்த, அவர் சில மாதங்களாகவே பாடுபட்டு வருகிறார். பொற்கொல்லராக இருந்த அவரது அனுபவம், அச்சு இயந்திரத்தின் அசையும் பாகங்களுக்குச் சரியான உலோகத்தைத் தேர்ந்தெடுக்க உதவியது. தன் கையில் இருந்த கசங்கி, மை ஒழுகிக்கொண்டிருந்த காகிதத்தைத் தூர எறிந்து விட்டு, மீண்டும் அந்த இயந்திரத்தைக் கழற்றி மாட்டத் தொடங்கினார் கூடன்பர்க். கடும் முயற்சி, பெரும் பொருட் செலவு. கூட்டன்பர்க் தனது கனவிற்குக் கொடுத்திருந்த விலை அதிகம். இறுதியாக, 1454 ஆம் ஆண்டு. கூடன்பர்கின் அச்சு இயந்திரம் தயாரானது. அதுவே உலகின் முதல் அச்சு இயந்திரம். கூட்டன்பர்க் முதலில் பிரசுரம் செய்தது - பைபிள். மொத்தம் நூற்றியெண்பது பைபிள்கள். அந்த பைபிள்களில் சில காகிதங்கள் கொண்டும், சில மிருகத் தோல் கொண்டும் உருவாக்கப்பட்டன. அட்டை, அலங்காரம் என ஒவ்வொன்றையும் ஒவ்வொரு விதமாகச் செய்து பார்த்தார் கூடன்பர்க். இவற்றுள் நாற்பத்தொன்பது பைபிள்கள் இன்றும் சில அருங்காட்சியகங்களிலும், கலைப் பொருள் ஆர்வலர்களிடமும் இருக்கின்றன.

கூடன்பர்க் உருவாக்கிய இந்த முதல் “அசையும் பாகங்கள் கொண்ட” அச்சு இயந்திரம், விரைவில் பிற ஐரோப்பிய நாடுகளிலும் பரவியது. ஐரோப்பாவில் பலரும் அச்சுத் தொழிலைக்

கற்றுக் கொள்ளத் தொடங்கினார்கள். அவர்களில் முக்கியமானவர் அந்த ப்ருஜஸ் நகரின் வியாபாரி.

ஆங்கிலத்தின் முதல் அச்சுப் புத்தகம்

1446 ஆம் ஆண்டு, லண்டன்....துறைமுகத்தில் இருந்து புறப்பட்டிருந்த அந்தப் பாய்மரக் கப்பலைக் குளிர்ந்த கடற்காற்று செலுத்திக் கொண்டிருந்தது. வில்லியம் காக்ஸ்டன் அந்தக் கப்பலின் தளத்தில் நின்றபடி முன்னே பார்த்துக் கொண்டிருந்தார். அவருக்குப் பின்னால் லண்டன் நகரம், சிறிது சிறிதாகத் தொலைவில் சென்று, இறுதியில் மறைந்து போனது. கப்பல் பெல்ஜியத்தின் ப்ருஜஸ் நகரை நோக்கிப் பயணம் செய்து கொண்டிருந்தது.

லண்டனின் ஆடை வியாபாரி ராபர்ட் லார்ஜின் உதவியாளராக இருந்த காக்ஸ்டன், லார்ஜ் மறைந்த பின், புதிய வாய்ப்புகளைத் தேடி ப்ரூஜஸ் நோக்கிப் பயணம் செய்து கொண்டிருந்தார். அவர் ஆடம்பர ஆடைகள் வியாபாரம் செய்யத் திட்டமிட்டிருந்தார். விலை உயர்ந்த ஆடைகளை விற்பனை செய்ய, சிறுசிறு கம்பளி வியாபாரிகள் நிறைந்த லண்டனை விட, செல்வச் செழிப்பும், கலாச்சார வளமும் கொண்ட ப்ருஜஸ் நகரமே சரியானது என்பது காக்ஸ்டனின் எண்ணம். அதுவே உண்மையும் கூட. ப்ருஜஸ் துறைமுகத்தை அடைந்தபோது, புதியதொரு உலகம் காக்ஸ்டனை வரவேற்றது. ப்ருஜஸ் துறைமுகம் பல நாட்டுக் கொடிகள் பறக்கும் வணிகக் கப்பல்களால் நிறைந்திருந்தது. லண்டனின் சுகாதாரமற்ற, குப்பை கூளங்கள் நிறைந்த குறுகிய மண் பாதைகளை போல இல்லாமல், ப்ருஜஸ் வீதிகள் கற்கள் பதிக்கப்பட்டுத் தூய்மையாக இருந்தன. லண்டனின் அசுத்தமான கால்வாய்கள் போல இல்லாமல் இருந்த ப்ருஜஸ் நகரின் கால்வாய்களில் படகுப் போக்குவரத்து நடந்து கொண்டிருந்தது.

அடுத்த முப்பது ஆண்டுகளில் காக்ஸ்டன் ப்ரூஜஸின் முக்கியமான வணிகர்களில் ஒருவராக மாறியிருந்தார். அப்போது அவருக்கு சிறிது சிறிதாக இலக்கிய ஆர்வம் உண்டானது. குறிப்பாக மொழிபெயர்ப்பு இலக்கியத்தில். ஐரோப்பிய மொழிகளில் வெளிவந்த நூல்களை ஆங்கிலத்தில் மொழி பெயர்க்கத் தொடங்கினார். அந்தப் பணி கடினமாக இருந்தது.

"என் பேனா முனை தேய்ந்து போனது. என் கைகள் எழுதி எழுதித் தளர்ந்து போயின. என் கண்கள் ஒளி மங்கின..." என்று பின்னாட்களில் தனது அனுபவத்தைப் பற்றிக் குறிப்பிட்டார் காக்ஸ்டன். இதனால் அச்சுத் தொழிலைக் கற்றுக் கொள்ளத் தொடங்கினார்.தன் ஐம்பதாவது வயதில், காக்ஸ்டன் ஒரு துணிச்சலான முடிவெடுத்தார். ஒரு தொழில் நுட்ப நிபுணரின் உதவியோடு, அச்சுக் கூடம் ஒன்றை ப்ருஜஸ் நகரில் தொடங்கினார். அடுத்த ஆண்டே, ஆங்கிலத்தின் முதல் அச்சுப் புத்தகத்தை

வெளியிட்டார். அது, 1475 ஆம் ஆண்டில் வெளிவந்த, பிரெஞ்சில் இருந்து மொழி பெயர்க்கப்பட்ட " த ரெக்யுயெல் ஆஃப் த ஹிஸ்டரீஸ் ஆஃப் ட்ரோய்" என்ற புத்தகமே.

காக்ஸ்டனின் அச்சகம் ப்ருஜஸ் நகரில் புகழ் பெற்றது. ஆனால் காக்ஸ்டன் மனம், தான் பிறந்து வளர்ந்த லண்டனைச் சுற்றி வரத் தொடங்கி இருந்தது.அன்று ப்ருஜஸ் துறைமுகத்தில் இருந்து புறப்பட்டு, லண்டனை நெருங்கிக் கொண்டு இருந்த அந்தக் கப்பலில் காக்ஸ்டன் இருந்தார். அவர் முன்னே லண்டன் நகரம் சிறிதாகத் தோன்றிப் பெரிதாக வளர்ந்து கொண்டு வந்தது.அன்று காக்ஸ்டன் தன்னுடன் எடுத்து வந்த உலோக எழுத்துருக்கள், மைக் குப்பிகள் கொண்ட பெட்டிகள் லண்டன் துறை முகத்தில் இறக்கப்பட்ட போது, தன் இலக்கிய வரலாற்றின் புதிய அத்தியாயத்தை எழுதத் தயாரானது லண்டன்.

1476 ஆம் ஆண்டு, இங்கிலாந்தின் வெஸ்ட் மினிஸ்டர்.. காக்ஸ்டன் தனது அச்சுக் கூடத்தில் அமர்ந்திருந்தார். வெளியே வெஸ்ட் மினிஸ்டர் தேவாலயத்தின் மணி ஓசை கேட்டுக் கொண்டிருந்தது. காக்ஸ்டன் கைகளில் இருந்தது ஒரு பழைய கையெழுத்துப் பிரதி. நூறு ஆண்டுகளுக்கு முன் " ஜெஃப்ரி சாசர் " என்பவர் எழுதிய கதைகளின் தொகுப்பு.அதுவே, காக்ஸட்ன் வெஸ்ட் மினிஸ்டரில் உருவாக்கியிருந்த இங்கிலாந்தின் முதல் அச்சகத்தில் பிறந்த 'கேன்டர்பரி டேல்ஸ்'. ஆங்கில இலக்கிய வரலாற்றில் நீங்காத இடத்தைப் பிடித்தது.அப்போது, சர் எட்மண்ட் பிரபுவின் கோட்டை வீட்டில் நாம் பார்த்த, கையால் எழுதப்பட்ட அந்த புத்தகம், எட்மண்ட் பிரபுவின் வாரிசுகளின் பராமரிப்பில் இருந்தது. அது, அரிய கலைப் பொருளாக மாறி இருந்தது. ஏனென்றால், இங்கிலாந்தில் இப்போது புத்தகம் ஒரு அரிதான பொருள் அல்ல.

அச்சும், அச்சமும்! (1557–1476)

காக்ஸ்டன் உருவாக்கிய அச்சுக் கூடத்தைத் தொடர்ந்து லண்டன் முழுவதும் அச்சகங்கள் முளைத்தன. வீதிகள் ஒவ்வொன்றும் அச்சு இயந்திரங்களின் ஒலியால் நிறைந்தது. புத்தகங்கள் பெருகின. புதிய வியாபாரம் சூடுபிடித்தது. லண்டன் சந்தைகள் மலிவான, பிழையான புத்தகங்களால் நிறைந்தன. கத்தோலிக்கத் திருச்சபைக்கு எதிரான ப்ராட்டஸ்டண்ட்களின் பிரசுரங்கள் அச்சடிக்கப்பட்டு மக்களிடையே விநியோகம் செய்யப்பட்டன. அரச குடும்பத்தை விமர்சிக்கும் பிரசுரங்கள் லண்டன் நகர் முழுதும் சுற்றி வந்தன.

எழுத்தாளர்களின் அனுமதியே இல்லாமல் அவர்களது எழுத்துக்கள் பதிப்பிக்கப்பட்டன. யாரும் எதையும் அச்சிடலாம் எனும் நிலை உருவானது. ஒரு கட்டத்தில் இது குறித்துப் பலரிடமும் கவலைகள் எழுந்தன. இதற்கு ஏதேனும் ஒன்று செய்ய வேண்டும் என்று கருதினார்கள் அவர்கள். பதிப்புத்

துறையை நெறி முறைப்படுத்தக் கோரி, அப்போது அரசியாக இருந்த முதலாம் மேரிக்குக் கோரிக்கைகள் வைத்தார்கள். அப்படிக் கோரிக்கை வைத்தவர்களில் முதன்மையானவர்கள் "ஸ்டேஷனர்ஸ் கம்பனி" என்ற அமைப்பைச் சேர்ந்தவர்கள்.

கிபி 1403 ஆம் ஆண்டில் எழுத்தாளர்கள், புத்தக எழுத்தர்கள், விற்பனையாளர்கள், பைண்டிங் செய்வோர், பேப்பர் தயாரிப்போர் என, புத்தகத் தொழில் செய்பவர்கள் லண்டனில் துவங்கிய ஒரு சங்கம் ஸ்டேஷனர்ஸ் கம்பனி. அன்றைய லண்டனில் இது போன்ற சங்கங்களே ஒவ்வொரு தொழிலையும் நெறிமுறை செய்யும் பணியைச் செய்து வந்தன. ஒவ்வொரு தொழிலுக்கும் ஒவ்வொரு சங்கம். இவை 'கில்ட்' (Guild) என்று அழைக்கப்படும். இங்கிலாந்தின் அரசி ஆண்டு மே மாதம் 4ம் தேதி ஒரு புதிய சட்டத்தை உருவாக்கி, பதிப்புத் துறையை நெறி முறைப் படுத்தும் அதிகாரத்தை ஸ்டேஷனர்ஸ் கம்பனிக்குக் கொடுத்தார். ஸ்டேஷனர்ஸ் கம்பனி அச்சுத் தொழிலைக் கட்டுப்படுத்த எல்லா வழிகளையும் கையாளத் தொடங்கியது. அடுத்து வந்த நாட்களில் இங்கிலாந்தின் அச்சுத் துறை, கூடன்பர்கின் பட்டறையில் நாம் பார்த்த, கருப்பு மை ஒழுகிக் கசங்கிய காகிதம் போல ஆனது.

கசக்கிய எறியப்பட்ட காகிதங்கள்

நகர ஓசை மிகுந்த லண்டன் வீதி ஒன்றில், ஜேகப், மக்கள் கூட்டத்தை ஊடுருவிபடி நடந்து கொண்டிருந்தான். அவன் கைகளில் புதிதாக அச்சடிக்கப்பட்ட, அச்சு மணம் மாறாத துண்டுப் பிரசுரங்கள் இருந்தன. அச்சகம் ஒன்றில் வேலை செய்து வந்த ஜேகப், தான் வேலை செய்யும் அச்சுக்கூடத்தை நெருங்கியபோது அவன் கண்ட காட்சி, அவனை அதிர்ச்சி அடைய வைத்தது. சற்றுத் தொலைவிலேயே நின்று கவனிக்கத் தொடங்கினான். அச்சகத்தின் கதவுகள் உடைக்கப்பட்டு இருந்தன. அச்சகத்தின் உள்ளே காகிதங்கள் இரைந்து கிடந்தன. அலமாரிகள் கலைக்கப்பட்டும் புரட்டப்பட்டும் இருந்தன. அவனது முதலாளி, தரையில் விழுந்து கிடந்தார். அவரிடம் இருந்து வெளிவந்திருந்த ரத்தம் தரையில் பரவியிருந்தது. அவரைச் சுற்றி நின்று கொண்டிருந்தனர் ஸ்டேஷனர்ஸ் கம்பனியின் ஆட்கள்.

"நீ அச்சடித்து விநியோகித்த பிரசுரங்கள், அரசியின் ஆட்சிக்கு எதிரானவை!" என்று உரக்கக் கத்தினார் ஒரு அதிகாரி. தொலைவில் இருந்து இதைக் கேட்டுக் கொண்டிருந்த ஜேகப், தன்னிடம் இருந்த பிரசுரங்களைக் கைகளில் இருந்து நழுவவிட்டான் யாரும் அறியாதபடி. இதற்குள் அவன் கைகள் வியர்த்துப் போயிருந்தன. அதற்கு அடுத்த வாரங்களில் ஜேகப், தன் முதலாளி யாருக்கும் தெரியாமல் ப்ராட்டஸ்டண்ட் எழுத்தாளர்களின் எழுத்துக்களைப் பதிப்பித்து வந்திருக்கிறார்

லண்டன் தெரு...

என்று அறிந்து கொண்டான். இப்போது ஜேகப் வேறு ஒரு பதிப்பகத்தில் பணியாற்றி வருகிறான். இந்தப் பதிப்பகம் ஸ்டேஷனர்ஸ் கம்பனியில் பதிவு பெற்ற பதிப்பகம். ஒவ்வொரு பதிப்பின் எழுத்துப் பிரதியையும் ஸ்டேஷனர்ஸ் கம்பனிக்கு கொடுக்கப்பட்டு, அவர்கள் அனுமதி பெற வேண்டும். அவை கம்பனியால் தணிக்கை செய்யப்படும். சில அரசியல், சமூக மற்றும் மதம் சார்ந்த பதிப்புகள் சில நேரங்களில் தடை செய்யப்படும். அத்தகைய கையெழுத்துப் பிரதிகள் ஸ்டேஷனர்ஸ் கம்பனியால் அழிக்கப்படும்.

ஜேகப் அந்த அச்சகத்தில் கடுமையாக உழைத்தான். அனுமதிக்கப்பட்ட பதிப்புகளுக்கு எழுத்துக் கோர்க்கும் ஒவ்வொரு நாளும், தன் பின் இருந்து யாரோ கவனிப்பது போலவே உணர்ந்தான். அந்த நாட்களில், புத்தகம் எழுத விரும்பும் எழுத்தாளர் முதலில் ஸ்டேஷனர்ஸ் கம்பனியிடம் விண்ணப்பம் கொடுக்க வேண்டும். கையெழுத்துப் பிரதி கம்பனியால் தணிக்கை செய்யப்படும். காகிதம், அச்சு மை போன்றவை கம்பனி அனுமதிக்கும் தரத்தில் இருக்க வேண்டும். அனுமதி இல்லாமல் அச்சாகும் பதிப்புகளைப் பறிமுதல் செய்யவும், அழிக்கவும் அதிகாரம் பெற்று இருந்தது ஸ்டேஷனர்ஸ் கம்பனி. அனுமதி பெறாமல் பதிப்பிக்கும் பதிப்பாளர்கள் தண்டிக்கப்பட்டனர். உதாரணமாக, "ஜான் வூல்ப்" என்ற பதிப்பாசிரியர் இரண்டு முறை கைது செய்யப்பட்டு சிறையில் அடைக்கப்பட்டார். அவர் செய்த தவறு? கம்பனியின் கட்டுப்பாடுகளுக்கு எதிராக புத்தகங்களைப் பதிப்பித்து

வெளியிட்டதே. ஆனால், ஸ்டேஷனர்ஸ் கம்பனியே வரலாற்றின் முதல் காப்பிரைட் அமைப்பு என்று சொல்லாம்.

உலகின் முதல் காப்பிரைட் சட்டம்: ஆன் சட்டம் 1710 (Statue of Anne)

இங்கிலாந்தில் தொடர்ந்து ஏற்பட்டு வந்த அரசியல் மாற்றங்களுக்கு இடையில், ஸ்டேஷனர்ஸ் கம்பனி எப்போதும் தனது அதிகாரத்தைக் கைவிடாமல் இருந்துவந்தது. சில நேரங்களில் அதிகாரம் அதிகமாகவும், சில நேரங்களில் குறைவாகவும் இருக்கும். ஆனால் அதன் முக்கியத்துவம் தொடர்ந்தது. ஆனால், *1694* ஆம் ஆண்டு, ஸ்டேஷனர்ஸ் கம்பனிக்கு அதிகாரம் கொடுத்திருந்த சட்டம் காலாவதி ஆன போது, அந்தச் சட்டத்தைப் புதுப்பிக்க அப்போதைய பார்லிமென்ட் மறுத்துவிட்டது. ஸ்டேஷனர்ஸ் கம்பனியின் அதிகாரம் முடிவுக்கு வந்தது. ஆனால்... உடனடியாக மீண்டும் பழைய பிரச்சினைகள் தலைதூக்கத் தொடங்கின.கட்டுப்பாடுகள் இல்லாமல் புத்தகங்கள் வெளிவந்தன. எழுத்தாளர் ஒருவர் எழுதிய புத்தகத்தை பதிப்பாளர் ஒருவர் அனுமதி இன்றிப் பதிப்பு செய்து வெளியிடுவார். இத்தகைய, அனுமதி இன்று வெளிவந்த மலிவு விலைப் பதிப்புகள் பெருமளவு விற்பனை ஆகின. பதிப்பாளர்கள் செல்வத்தில் கொழித்தனர். எழுத்தாளர்கள் வறுமையில் வாடினர். இப்போது மீண்டும் பதிப்பு துறைக்கு ஒரு கட்டுப்பாடு தேவை என்ற கருத்து உருவாகி, வலுப்பெற்றது. அனுமதி பெறாமல் புத்தகங்களை பதிப்பிக்கும் செயலைத் தடை செய்ய ஒரு சட்டம் தேவைப்பட்டது. அதாவது, ஒரு காப்பிரைட் சட்டம் தேவை என்ற கருத்து பரவலாக உருவானது. இந்த வாய்ப்பைப் பயன்படுத்தி, ஸ்டேஷனர்ஸ் கம்பனியும் தான் இழந்திருந்த முக்கியத்துவத்தை மீண்டும் பெறும் தனது முயற்சியையும் தொடங்கியது. காப்பிரைட் சட்டம் கேட்டுப் பார்லிமெண்டுக்கு கோரிக்கை வைத்த எழுத்தாளர்களுடன் தானும் சேர்ந்து கொண்டது. பார்லிமென்டிடம், காலவரையறையற்ற காப்பிரைட் சட்டம் ஒன்று வேண்டும் என்று கேட்டது.

கால வரையறை அற்ற காப்பிரைட் சட்டத்திற்கான கோரிக்கையை ஏற்க மறுத்த பார்லிமென்ட், கால வரையறையுடன் கூடிய காப்பிரைட் சட்டம் ஒன்றை உருவாக்கச் சம்மதித்தது. *1710* ஆம் ஆண்டு பார்லிமென்டில் நிறைவேறிய அந்தச் சட்டம் ‘ஆன் சட்டம்’ *(Statute Anne)* என்று பெயர் பெற்றது. இதுவே உலகின் முதல் காப்பிரைட் சட்டமாகும். இந்தப் புதிய சட்டத்தின்படி, எழுத்தாளர்களின் படைப்புகள் பதிவு செய்யப்பட்டன. ஆக்ஸ்போர்ட் பல்கலைக் கழகங்கள் போன்றவை பதிவாளர்களாகச் செயல்பட்டன. ஸ்டேஷனர்ஸ் கம்பனி ஒரு முழுமையான காப்பிரைட் அமைப்பாக மாறி இருந்தது. ஒரு படைப்பிற்கு பதினான்கு ஆண்டுகள் காப்பிரைட்

வழங்கப்பட்டது. படைப்பாளி உயிருடன் இருந்தால், மேலும் ஒரு பதினான்கு ஆண்டுகள் காப்பிரைட்டைப் புதுப்பித்துக் கொள்ளலாம். அதன் பின் படைப்பு பொதுவுடைமை ஆகிவிடும். ஒருவர் தனது படைப்பின் காப்பிரைட் உரிமையை மற்றொருவருக்கு மாற்றிக் கொடுக்கவும் புதிய சட்டம் வழி செய்தது. பதிப்புத் துறையில் புதிய ஒப்பந்தங்கள், வியாபார வழிமுறைகள் போன்றவை உருவாகத் தொடங்கின. காப்பிரைட் பதிவு செய்தல், காப்பிரைட் உரிமை கொண்டவரிடம் இருந்து அனுமதி பெறுதல், ஒருவரது உரிமையை மற்றொருவருக்கு மாற்றிக் கொடுத்தல் என்று இன்றைய இலக்கிய மற்றும் இசைப் பதிப்புத் துறையின் அடிப்படைகள் அப்போதுதான் உருவாகத் தொடங்கின.

தொடர்கதை

அச்சு இயந்திரம் புத்தகங்களைப் பதிப்பித்தது போலவே இசையமைப்பாளர்களின் இசைக் குறிப்புகளையும் பதிப்பித்தது. அச்சுக் கூடங்களில் அனுமதி இன்றிப் பிழைகள் நிறைந்த புத்தகங்கள் வெளியிடப்பட்டது போலவே, இசைக் குறிப்புகளும் வெளியிடப்பட்டன. உலகின் முதல் காபிரைட் சட்டம், எழுத்தையும் புத்தகத்தையும் மட்டுமே மையமாகக் கொண்டு உருவாகி இருந்தது. எனவே இசைக் கலைஞர்கள் தங்கள் பிரச்சினைகளைத் தீர்த்துக் கொள்ள நீதிமன்றங்களை நாடினர். புத்தகங்களின் வழக்குகள் போல இல்லாமல், இசைக் குறிப்புகள் தொடர்பான வழக்குகள் நீதிமன்றங்களுக்குப் பெரும் சவாலாய் அமைந்தன. ஒரு இசைக்குறிப்பை அனுமதி இல்லாமல் பதிப்பித்தால்? அதுவும் ஒரு புத்தகமாக இல்லாமல், ஒற்றைக் காகிதமாக இருந்தால்? காப்பிரைட் சட்டம் செல்லுபடி ஆகுமா?

புதிய கேள்விகள் லண்டன் நீதிமன்றக் கதவுகளைத் தட்டின. புதிதாகக் கண்டு பிடிக்கப்பட்ட ஒரு அச்சு இயந்திரமே இத்தனை சவால்களுக்கும் காரணமானது. அதைத் தொடர்ந்து பிறந்த கண்டுபிடிப்புகள் ஒவ்வொன்றும் படைப்புத் துறையைப் புரட்டிப் போட்டு இருக்கின்றன. ஒவ்வொரு முறையும் மனிதன் அந்தச் சவால்களைச் சந்தித்தும், அவற்றில் இருந்து மீண்டு வந்தும் இருக்கிறான். மீண்டும் மீண்டும், நிகழும் இந்த வரலாற்றைப் கற்பதன் மூலம், இன்று நம் கண்முன் காணும் பிரச்சினை ஒன்றைத் தெளிவாகப் புரிந்து கொள்ள முடியுமா? பார்க்கலாம்

03

இசைப் புரவலர்கள் வரமா? சாபமா?

பதினேழாம் நூற்றாண்டில், ஒரு ஐரோப்பிய இசையமைப்பாளனின் வாழ்க்கை, இரண்டு விதமாக அமையலாம். ஒன்று, அரண்மனைகளிலும் தேவாலயங்களிலும் புரவலர்களின் ஆதரவில் கிடைக்கும் பாதுகாப்பான வாழ்க்கை. மற்றொன்று, ஒரு சுதந்திரமான இசைக் கலைஞனாக, ஆனால் பொருளாதாரப் பாதுகாப்பைத் துறந்த வாழ்க்கை. அன்று ஐரோப்பாவின் முக்கியத்துவம் வாய்ந்த இசைக் கலைஞர்கள் பெரும்பாலும் புரவலர்களின் தயவிலேயே இயங்கி வந்தனர். தேவாலயங்கள் அல்லது பிரபுக்களின் மரபு வழி வந்த குடும்பங்கள் இவற்றின் உதவியாலேயே, அவர்கள் தங்கள் இசைப் பணிகளைச் செய்து வந்தனர். இந்தக் கலைஞர்கள் படைக்கும் இசைக்கு அவரவரின் புரவலர்களே உரிமையாளர்களாக இருந்தனர்.

“ஆன் சட்டம்” *(Statute Anne)* உருவான பதினெட்டாம் நூற்றாண்டு, மேற்கத்திய இசையுலகில் “பரோக்” *(Baroque)* இசையின் காலம். இந்தக் காலகட்டத்தில், ஒரு இசையமைப்பளருக்கும் அவரது புரவலருக்கும் இடையேயான உறவே, இசைத் துறையின் அடிப்படையாக இருந்துவந்தது. பரோக் கால இசைக் கலைஞர்களுக்கு இன்றைய இசைக் கலைஞர்கள் போல, தன்னிச்சையாக இயங்கும் சூழல் இருக்கவில்லை. புரவலர்கள் கொடுக்கும் பொருள் இசையமைப்பாளர்களின் வாழ்வாதாரமாக விளங்கியது. அந்தக் கலைஞர்களின் படைப்பூக்கத்திற்கு ஆதாரமாகவும் விளங்கியது. பொருளாதாரப்

பாதுகாப்பு, சுதந்திரம். இவற்றுள் வேறுவேறு வழிகளைத் தேர்ந்தெடுத்த இரண்டு ஐரோப்பிய இசை மேதைகளின் வாழ்க்கையை நாம் காணப்போகிறோம். இவை அன்றைய நாளில் படைப்புச் சுதந்திரம், வாழ்க்கைப் பாதுகாப்பு இவற்றுக்கு இடையேயான உறவைக் காட்டுகின்றன.

யோஹான் செபஸ்டியன் பாக் (J S Bach)

பதினேழாம் மற்றும் பதினெட்டாம் நூற்றாண்டுகளில் ஐரோப்பாவில் ஒரு புதிய கலை இயக்கம் உருவானது. "பரோக்" என அழைக்கப்பட்ட இந்த இயக்கம், இசை, கட்டிடக்கலை, ஓவியம், சிற்பம், நடனம் மற்றும் இலக்கியம் உள்ளிட்ட கலையின் பல்வேறு வடிவங்களை உள்ளடக்கியது. "பரோக்" இசைப்பாணியில் கோலோச்சிய இசையமைப்பாளர்களில் முக்கியமானவர்கள் பாக், ஹாண்டல் மற்றும் விவால்டி போன்றோர். இவர்களில் “பாக்” மிகவும் முக்கியமானவர். பரோக் இசை, அதன் செறிவுக்கும் நுட்பத்துக்கு பெயர் பெற்றது. நீங்கள் அரிதாகவே மேற்கத்திய இசை கேட்பவராக இருந்தால், நீங்கள் கேட்ட ஒரு இசையின் மெலடி உங்கள் நினைவில் பசுமையாக இருந்தால், அது பரோக் இசையாக இருப்பதற்கான வாய்ப்பு அதிகம். நினைவில் நிற்கும் மெலடி, பரோக் இசையின் சிறப்பு அம்சங்களில் ஒன்று. பரோக் இசையின் நுட்பங்களில் பாக் ஒரு வல்லுநர். ஒன்றுக்கு மேற்பட்ட மெலடிகளை ஒரே நேரத்தில் இசைக்கும் போது, அவை ஒன்றோடொன்று முரண்படாமல், அழகாகப் பின்னப்பட வேண்டும். இந்த “கவுண்டர்பாயின்ட்” (*counter point*) உத்தியில் பாக் புகழ்பெற்றவர். அவர் ஒன்றோடொன்று பின்னும் மெலடிகள், ஒரு காஷ்மீரக் கம்பளம் போன்று வேலைப்பாடு கொண்டதாக இருக்கும். மொஸார்ட் உட்பட, பாக்கின் இசைக் குறிப்புகளில் இருந்து, இந்த உத்தியைக் கற்றுத் தேர்ந்த இசையமைப்பாளர்கள் பலர்.

ஜெர்மனியில் ஒரு சாதாரணமான இசைக் குடும்பத்தில் 1685 ஆம் ஆண்டில் பிறந்தார் “யோஹான் செபாஸ்டியன் பாக்”. தன் பத்தாவது வயதிலேயே தாய் தந்தையரை இழந்தார். தன் மூத்த சகோதரரிடம் இசையைக் கற்றுக்கொண்ட பாகிற்கு, இசை மட்டுமே அந்த வயதில் ஒரே துணையாக இருந்தது. வெறுமையான, பிடிப்பற்ற வாழ்க்கையில் இசை போன்ற ஒரு கலை பற்றுக்கோடாகக் கிடைப்பது ஒரு வரம். பாக் அந்த வரத்தைப் பெற்றிருந்தார். அவர், தன் வாழ்வின் ஒரே ஆறுதலாக அமைந்த இசையைப் பயில்வதில் தன்னை முழுவதுமாக ஈடுபடுத்திக் கொண்டார். அவர் பின்னாட்களில் தொட்ட சிகரங்களுக்கு இந்த அர்ப்பணிப்பே காரணமானது.

யோஹான் செபஸ்டியன் பாக்

மன்னர் லியோபோல்ட் (Prince Leopold of Anhalt–Cthen)

1716 ஆம் ஆண்டின் ஒரு ஜனவரி மாதத்துக் குளிர் நாள். அன்றுதான் செபாஸ்டியன் பாக் "அன்காட் கோட்டன்" என்ற ஜெர்மானியப் பகுதியின் மன்னர் லியபோல்டை முதன் முறையாகச் சந்தித்தார். அது மன்னரின் சகோதரியின் திருமண விழா நிகழ்ச்சி. அந்தச் சந்திப்பு தன் வாழ்நாளில் முக்கியமான மாற்றங்களுக்குக் காரணமாக அமையும் என்று பாக் அப்போது நினைக்கவில்லை. ஒரு வருடத்திற்குப் பிறகு, கோட்டன் அரசவை இசைக் கலைஞர் பதவி காலியாக ஆன போது, மன்னர் லியோபோல்ட் அந்தப் பதவியை செபாஸ்டியன் பாக்கிற்கு வழங்கினார். 1717 ஆம் ஆண்டு ஆகஸ்ட் மாதம் இந்தப் பணியை ஒப்புக் கொண்ட பாக், அந்த வருடத்தின் டிசம்பர் மாதமே பணியில் சேர முடிந்தது. இந்தத் தாமதத்திற்கு ஒரு காரணம்

இருந்தது. அப்போது பாக், பிரபு வில்லியம் எர்ன்ஸ்ட் என்பவரின் அவைக் கலைஞராகப் பணியாற்றி வந்தார். தன்னிடம் பணியாற்றி வந்த பாக் திடீரென்று லியோபோல்ட் கொடுத்த பதவியை ஏற்றுக்கொண்டது வில்லியம் பிரபுவிற்கு கோபத்தைக் ஏற்படுத்தியது. பாக் தன் பணியை விட்டு விலக்குவதற்கான முறையான வழிமுறைகளைப் பின்பற்றவில்லை என்று குற்றம் சாட்டி, பாக்கைச் சிறையில் அடைத்தார் வில்லியம் பிரபு.

ஒரு மாத காலம் சிறையில் கழித்த பின்னரே பாக் புதிய பணிக்கு விடுவிக்கப்பட்டார். சில புரவலர்களுக்கு இசைக் கலைஞர்கள் என்பவர்கள் பணியாளர்கள் மட்டுமல்ல. கவுரவமான உடைமைப் பொருளும் கூட. லியோபோல்டின் அவையில் கிடைத்த புதிய பதவி பாகிற்கு மிகவும் மகிழ்ச்சியைக் கொடுத்தது. அவரது தேவாலய இசைப்பணி எளிமையானதாக இருந்தது. இதனால் அவர் தனிப்பட்ட முறையில் புதிய இசைக் கோவைகளைப் படைக்க நேரம் கிடைத்தது. பாக்கின் படைப்புகளில் முக்கியமானவை என்று கருதப்படும் பல இசை வடிவங்கள் இந்தக் காலகட்டத்தில்தான் உருவாயின. மன்னர் லியோபோல்டுக்கும் பாக்கிற்கும் இடையேயான உறவு, ஒரு புரவலர்- இசைக் கலைஞர் என்ற உறவைக் கடந்து நெருக்கமானதாக இருந்தது. எந்த அளவிற்கு நெருக்கம் என்றால், பாக்கின் மகனுக்கு ஞானஸ்நானம் நடைபெற்ற போது, ஞானத் தந்தை (*Godfather /Godparent*) யாக இருந்தவர் லியோபோல்ட். (ஆனால், அந்தக் குழந்தை இறந்து போனது. பாக்கிற்கு 20 குழந்தைகள் பிறந்தன. அவற்றில் பல குழந்தைகள் இளம் வயதிலேயே இறந்து போயின.) லியோபோல்ட் பாக்கின் படைப்பாற்றலுக்கு உறுதுணையாக விளங்கினார். மேலும், லியோபோல்டே தன்னளவில் ஒரு இசைக் கலைஞர்தான். ஆபரா நிகழ்ச்சிகளைக் காண ஐரோப்பா முழுவதும் சுற்றுப்பயணம் செய்யக்கூடிய இசை ரசிகரும் கூட. ஆனால், காலம் மாறியது. லியோபோல்டால் இசை நிகழ்ச்சிகளுக்குச் செலவு செய்ய முடியாத சூழ்நிலை ஏற்பட்டது. காரணம், அப்போது அவர் ப்ருஷ்ய (*Prussia*) நாட்டின் ராணுவத்திற்குப் பொருளுதவி செய்து கொண்டிருந்தார். ஒரு கட்டத்தில், செபாஸ்டியன் பாக்கிற்குப் போதுமான பொருள் கொடுக்க முடியாத நிலை லியோபோல்டிற்கு ஏற்பட்டது. இதன் காரணமாக பாக் அவரது வாழ்வின் மிக்க கடினமான ஒரு முடிவை எடுக்க நேர்ந்தது. 1723 ஆம் ஆண்டு லியோபோல்ட் அவையில் இருந்து விடைபெற்றுக் கொண்டு, ஜெர்மனியின் லைப்ஸிக் (*Leipzig*) நகரின் புனித தாமஸ் தேவாலயத்தின் இசை இயக்குனராகப் பணியில் சேர்ந்தார் பாக். .இந்தப் பணி மாற்றத்திற்குப் பின்னும் அவர்கள் இருவரது நட்பு தொடர்ந்தது. லியோபோல்ட் மரணமடையும் வரை 'அரசவை இசைக் கலைஞர்' பட்டம் பாக்கிடமே இருந்தது. 1729 ஆம் ஆண்டில், பாக் கடைசியாக ஒரு முறை கோட்டனுக்குச் சென்றார். அது, லியோபோல்டின் இறுதி நிகழ்ச்சிக்கு இசை

அமைப்பதற்காக. அவர்களுக்கு இடையேயான நட்பு குறுகிய கால அளவே இருந்தாலும், பாக் புதிய உத்திகளை முயற்சி செய்து பார்க்கவும், தனது இசையின் எல்லைகளை விரிவுபடுத்தவும், மிக முக்கியமான படைப்புகள் பலவற்றை உருவாக்கவும் லியோபோல்டின் நட்பு ஊக்கமாக அமைந்தது.

இசை எப்படி இரண்டு மனங்களை இணைக்கும் என்பதற்கும், புரவலர் ஒருவர் ரசிகனாகவும், நண்பனாகவும் இருக்கமுடியும் என்பதற்கு இவர்களது நட்பு ஒரு உதாரணம். அரை நூற்றாண்டிற்குப் பின் இசைத் துறையில் கோலோச்சத் தொடங்கினான் மற்றொரு இசைக் கலைஞன். பரோக் இசையின் காலத்திற்குப் பின் வந்த "க்ளாஸிக்" காலகட்டத்தில் புகழ்பெற்று விளங்கிய இந்தக் கலைஞன், தனது இளம் வயதில் "கவுண்டர்பாயின்ட்" உத்திகளை பாக்கின் இசையில் இருந்து பயின்றவர்களில் ஒருவன். அவனே "அமாடியஸ் மொஸார்ட் "ஆனால், இசைப் புரவலர்களுடன் மொஸார்ட்டிற்கு ஏற்பட்ட அனுபவங்கள், பாக்கின் அனுபவங்கள் போன்று இருக்கவில்லை.

அமாடியஸ் மொஸார்ட் (Wolfgang Amadeus Mozart)

1781 ஆம் ஆண்டின் வசந்த காலம். வியன்னா நகரின் ஆர்ச்பிஷப்பின் மாளிகையில் வரலாறு காணாத ஒரு நாடகம் அரங்கேறிக் கொண்டிருந்தது. அவையில் நின்றிருந்த மொஸார்ட் தன் கைகளைப் பின்புறம் காட்டியவாறு, இறுகிய முகத்துடன் ஜன்னல் ஒன்றை வெறித்துப் பார்த்தபடி இருந்தான். அன்று அவன் தனது பதவியை விட்டு விலகும்படியான சூழல் அங்கு உருவாக்கிக் கொண்டு இருந்தது. அப்போது சால்ஸ்பர்கை ஆண்டு வந்த கத்தோலிக்கச் சபையின் ஆர்ச்பிஷப் கோலோரெடோவின் அவையில் இசைக் கலைஞன் ஆகப் பணிபுரிந்து வந்தான் மொஸார்ட். "என்னைக் கழுத்தைப் பிடித்து வெளியே தள்ளுவதைப் போல நடந்து கொண்டார்கள்" என்று பின்னொரு சமயத்தில் இந்த அனுபவத்தைப் பற்றிக் குறிப்பிட்டான் மொஸார்ட். இந்த நிகழ்ச்சி மொஸார்ட்டின் வாழ்க்கையையே மாற்றியது. தனது இளம் வயதில் இருந்தே அரசவைகளை அலங்கரித்து வந்தவன் மொஸார்ட் . மொஸார்ட்டின் தந்தை லியோபோல்ட் மொஸார்ட் ஒரு இசைக் கலைஞர் (பாக் இன் புரவலர் மன்னர் லியோபோல்ட் வேறு, இவர் வேறு). இளம் வயதில் தன் தந்தையுடன் பயணம் செய்த மொஸார்ட், ஐரோப்பிய அரசவைகளை நேரில் பார்த்து வியந்தான். தன் தந்தையுடன் அவன் அடைந்த அனுபவத்தின் காரணமாக, பரிசில் கொடுக்கும் வள்ளல்களைப் புகழவும், அவர்கள் குறிப்பறிந்து இசை அமைக்கவும் இளம் வயதிலேயே கற்றுக் கொண்டான். ஆனால், மொஸார்டின் இசைத் திறனும் , அறிவும் மேம்படத் தொடங்கிய போது, அரசவைக் கலைஞனாகப் பணி செய்வது தனக்கு எளிய செயல் அல்ல என்பதைப் புரிந்து கொண்டான் . அவன் பணியாற்றி வந்த சால்ஸபர்கின் பிஷப்

தன் மீதும் தனது இசைப் படைப்புகள் மீதும் செலுத்திய கட்டுப்பாடுகளை அவன் வெறுக்கத் தொடங்கினான். அவன் அரசவையில் உருவாக்கிய இசையை பிஷப்பின் அனுமதி இன்றி வேறு எங்கும் அவனால் இசைக்க முடியாது. பிஷப்பின் ரசனையை மீறிய ஒரு இசை வடிவத்தை அவனால் உருவாக்க முடியாது. மொஸார்ட் வியன்னா நகரின் இசை அரங்குகளில் இசை நிகழ்ச்சிகள் நடத்த விரும்பினான். பிஷப் அதனை அனுமதிக்கவில்லை. சால்ஸ்பர்க் அரச அவைப் பதவி மொஸார்டிற்கு ஒரு தங்கக் கூண்டு ஆனது. அவன் பிஷப்பின் இந்தக் கட்டுப்பாட்டை எதிர்க்கத் தொடங்கினான். பிரச்சினை முற்றியபோது, தனது பதவியைத் துறந்து அரசவையிலிருந்து வெளியேறும் முடிவை எடுத்தான் மொஸார்ட் . அன்றைய ஐரோப்பாவின் அரசவை இசைக் கலைஞர்கள் எடுக்கத் துணியாத முடிவு இது. மொஸார்ட் எடுத்த அந்த முடிவிற்குப் பின் அவன் வாழ்க்கை ஒரு சாகசப் பயணம் போன்று ஆனது. அவன் வியன்னா நகரின் சுயாதீன (*Independent , freelance*) இசைக் கலைஞன் ஆனான். பெரிய குடும்பங்களில் இருந்து அவனிடம் இசையைக் கற்றுக்கொள்ள மாணவர்கள் முன்வந்தனர். அவன் இசை நிகழ்ச்சிகளை நடத்தினான். புதிய இசையைப் படைத்தான். புரவலர் ஒருவரின் ஆதரவு இல்லாமலேயே ஆபரா (*Opera*) நிகழ்ச்சிகளை நடத்தினான். ஆபரா என்பது இசை நாடகம். மொஸார்ட் இசையமைத்த “இடமெனையோ” (*Idomeneo*) என்ற நாடகம், அவனது படைப்புத்திறனுக்கும், தனது இசையின் எல்லைகளை விரிவாக்குவதில் அவனுக்கு இருந்த முனைப்புக்கும் உதாரணம். இந்த ஆபரவை இன்றைய திரைப் படப் பின்னணி இசையின் (*film score*) முன்னோடி என்று கூடக் கருதலாம். அது அன்றைய நாளில் புதுமையானது. இது போன்ற, ஐரோப்பிய இசை வரலாற்றில் நிலையான இடம் பிடித்த புதிய இசை வடிவங்களைப் படைக்கும் சுதந்திரத்தை மொஸார்ட் பெற்று இருந்தான். ஆனால் அந்தச் சுதந்திரத்திற்கு அவன் ஒரு விலை கொடுக்க வேண்டியிருந்தது. மொஸார்ட் தன்னிச்சையாக இயங்கியது அவனது மேதமையை உலகம் அறிந்து கொள்ளக் காரணமான அதே நேரத்தில், சொந்த வாழ்க்கையில் அவனை அலைக்கழித்தது. நிலையான வருவாய் இல்லாமல் போனது. அடிக்கடி வீடு மாறினான். ஒவ்வொரு வீடும் முந்தைய வீட்டை விடச் சிறியதாகவே இருந்தது, ஒவ்வொரு முறையும் நண்பர்களிடம் கடன் வாங்கினான். தந்தைக்குத் தன் பணக் கஷ்டங்கள் பற்றிக் கடிதம் எழுதினான். மொஸார்டின் வாழ்க்கை முறையும் அவனது வருமானமும் சமநிலை இழந்திருந்தன. ஒரு அரசவைப் பதவி, புரவலர் ஒருவரின் ஆதரவு அல்லது ஒரு நிலையான வருவாய் கொடுக்கும் பதவி ஒன்று இல்லாமல், மொஸார்ட் துன்பப் படுவதை அவனது தந்தையால் சகிக்க முடியவில்லை. மொஸார்ட் தனது இசை அமைக்கும் பாணியை மாற்றிக் கொள்ளவேண்டும்

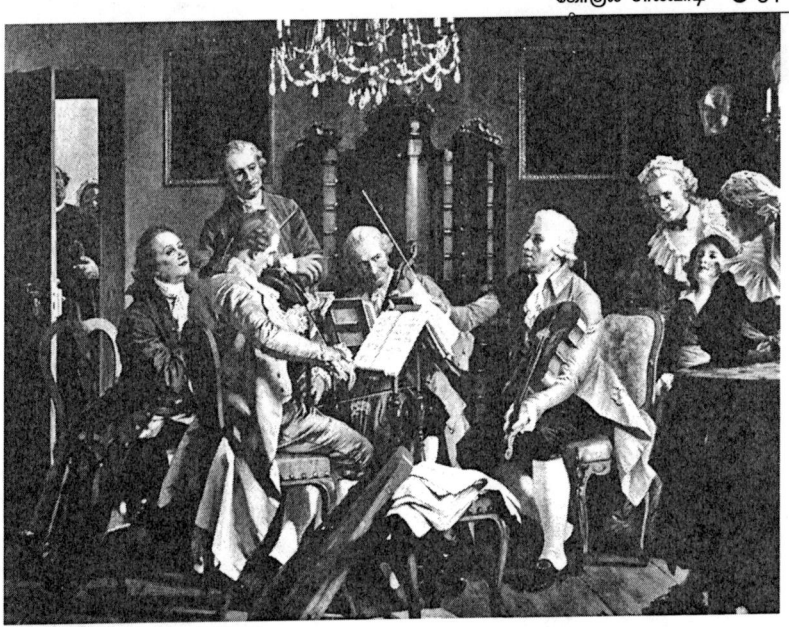

அமதியுஸ் மோட்சார்ட்டின் இசை ஒத்திகை

என்று அறிவுறுத்தப் பட்டான். அவனது இசை வெகுஜனத் தன்மை கொண்டதாக இல்லாமல் இருந்தது. ஆனால் அவன் வருவாயின் பொருட்டுத் தனது இசையை மாற்றிக் கொள்ள மறுத்தான். "ஒவ்வொருவரின் விருப்பத்தையும் நிறைவேற்றும்படி என்னால் இசை அமைக்க முடியாது" என்றான்.

மொஸார்டின் திறமை மேல் மரியாதை கொண்ட பேரரசர் இரண்டாம் ஜோசப் அவனுக்கு வழங்கிய அரசவைப் பதவியும் கூட சிறப்பான ஊதியத்தை வழங்கவில்லை. இசை வணிகப் பொருளாகவும், இசைக் கலைஞன் என்பவன் பிரபுக்கள் மற்றும் அரசர்களின் அவையை அலங்கரிக்கும் அலங்கார பொம்மையாகவும் பார்த்தது சமூகம். ஒரு புறம் சுதந்திரமான படைப்புரிமைக்கான வேட்கை, மறுபுறம் தொடர்ந்து துரத்தி வந்த பொருளாதார நிஜம், இவற்றுக்கு இடையில் வாழ்நாள் முழுவதும் போராடி வந்த மொஸார்டின் வாழ்க்கைப் போராட்டம் 1791 ல், அவனது 35 ஆவது வயதில் முடிவுக்கு வந்தது. இந்த உலகிற்கு தனது இசைப் படைப்புகளைப் பரிசாக வழங்கிய அமாடியஸ் மொஸார்ட் எனும் கலைஞன், வியென்னாவில் எளிய மக்கள் அடக்கம் செய்யப்படும் ஒரு கல்லறைத் தோட்டத்தில் அடக்கமானான்.

இரண்டு இசைக் கலைஞர்கள்

செபாஸ்டியன் பாக் இருபது குழந்தைகளைப் பெற்றவர். அவர்களில் உயிருடன் இருந்த குழந்தைகளை வளர்க்கவும், அவர்களுக்குக் கல்வி கொடுக்கவும் அவர் வகித்து வந்த இசையமைப்பாளர் பதவிகள் உதவின. ஆனால், ஆறே குழந்தைகள் கொண்ட மொஸார்டின் குடும்பம், நிலையற்ற வருமானத்தால் சிரமங்களை அனுபவித்தது. மொஸார்டின் இறுதிச் சடங்கிற்குத் தேவையான பணத்தைப் புரட்டுவதும் கூட அவனது மனைவிக்கு எளிதானதாக இருக்கவில்லை என்று அறிகிறோம். மொஸார்ட் என்ற கலைஞனின் பார்வையில், புரவலர்கள் ஆதரவும், அரசவை மற்றும் தேவாலயப் பதவிகளும், அவனைச் சிறைப்படுத்தும் தங்கக் கூண்டுகள். சுதந்திரமான சுயதொழில் மூலமே தான் விரும்பிய இசையைப் படைக்க முடியும் என்று அவன் நம்பினான். அதற்குப் பெரும் விலைகளும் கொடுத்தான். காலத்தால் அழியாத இசையை விட்டுச் சென்றான். செபாஸ்டியன் பாக்கினால் நன்றாக வளர்க்கப்பட்ட குழந்தைகளில் கடைசிக் குழந்தையாகப் பிறந்து வளர்ந்தவர் " கிறிஸ்டியன் பாக்". இசையமைப்பாளரான இவரால் புரவலர்கள் ஆதரவு இல்லாத சுதந்திரமான வாழ்க்கையை வாழ முடிந்தது. அதற்குக் காரணம் லண்டன்.

புதிய லண்டன்

1666 ஆம் ஆண்டில், லண்டனில் ஒரு சிறிய பேக்கரியில் ஒரு இரவில் அணைக்கப்படாமல் விடப்பட்ட கங்கின் தணல், பெரும் தீவிபத்திற்கு வித்திட்டது. தீ வேகமாகப் பரவி, வீசிய காற்றினால் முழு நகரையும் விழுங்கியது. ஐந்து நாட்கள் இடைவிடாமல் எரிந்த தீ அணைக்கப்பட்டபோது, லண்டன் மக்கள் தங்கள் சொந்த நகரிலேயே அகதிகளாகி இருந்தனர். "த கிரேட் ஃபயர் ஆஃப் லண்டன்" என்று வரலாறு குறிப்பிடும் இந்தப் பெருந்தீ விபத்து, புனித பால் தேவாலயம் போன்ற புகழ்பெற்ற தேவாலயங்கள் பலவற்றை எரித்தது. இசை நிகழ்சிகள் நடைபெறும் அரங்குகள், அவற்றுடன் பல இசைக்குறிப்புகள் என்று அனைத்தும் எரிந்து சாம்பல் ஆகின. இந்தப் பேரழிவிற்குப் பிறகு, கட்டிடம், தீயணைப்பு, காப்பீடு போன்ற பல்வேறு விதிமுறைகள் மறுசீரமைக்கப்பட்டன. லண்டனின் தெருக்கள், தேவாலயங்கள், முக்கிய கட்டிடங்கள் என அனைத்தும் புதிதாகக் கட்டப்பட்டன. குறிப்பாக, புனித பால் தேவாலயம் புதுப்பிக்கப்பட்டது. தீ உருவான புடிங் லேன் *(Pudding Lane)* பேக்கரியின் இடத்தில் அமைக்கப்பட்ட நினைவுத் தூண், இன்றளவும் சாம்பலில் இருந்து பீனிக்ஸ் பறவையைப் போல் மீண்டெழுந்த லண்டனின் வரலாற்றைச் நினைவூட்டிக் கொண்டு நின்று கொண்டிருக்கிறது. புனரமைப்புக் காலத்தில் கட்டப்பட்ட" பரோக்" மற்றும் "நியோ கிளாசிக்கல்" பாணி கட்டிடங்கள், பின்னாளில் ஐரோப்பா முழுவதிலிருந்தும் சுற்றுலாப் பயணிகளை லண்டனுக்கு ஈர்த்தன.

18 ஆம் நூற்றாண்டில், லண்டன் ஒரு செல்வச் செழிப்புமிக்க நகரமாக உருவெடுத்தது. அட்லாண்டிக் பெருங்கடல் வணிகம் இங்கிலாந்தின் பொருளாதார வளர்ச்சிக்கு முக்கியக் காரணமாக இருந்தது. குறிப்பாகக் காலனியாதிக்க நாடுகளிலிருந்து வந்த சர்க்கரை, புகையிலை போன்றவையும், கப்பலில் வந்து இறங்கிய அடிமைகளும் இங்கிலாந்தின் செல்வத்தை பெருக்கின.லண்டனில் உருவான புதிய செல்வந்தர்களின் வளம், கலை வளர்ச்சிக்கு பெரிதும் உதவியது. உலகெங்கிலுமிருந்து கலைஞர்கள், எழுத்தாளர்கள், இசையமைப்பாளர்கள், சிந்தனையாளர்கள் லண்டனுக்கு வந்து சேர்ந்தனர். ஆபராக்கள், இசை நிகழ்ச்சிகள், ஓவியக் கண்காட்சிகள் போன்றவை லண்டனில் அதிகம் நடந்தன. 'ஜார்ஜ் ஃப்ரெடெரிக் ஹாண்டல்" போன்ற புகழ்பெற்ற பராக் இசைக் கலைஞர்கள் தங்கள் வாழ்நாளின் பெரும்பகுதியை லண்டனில் செலவிட்டனர். வால்டேர், ருசோ போன்ற முக்கிய எழுத்தாளர்கள் லண்டனில் இருந்தே தங்கள் படைப்புகளை உருவாக்கி வந்தனர். முற்றிலும் அழிந்த நிலையில் இருந்த லண்டன், தன்முனைப்பு மற்றும் போராடும் குணத்தால் மீண்டெழுந்து, ஐரோப்பாவின் முக்கிய நகரமாக ஜொலித்தது. பொருளாதாரம், அறிவியல், கலை ஆகியவற்றில் உலகளவில் முன்னணி நகரமாக தன்னை நிலைநிறுத்திக் கொண்டது. இந்தப் புதிய லண்டன் "கிறிஸ்டியன் பாக்"கிற்காக் காத்திருந்தது.

லண்டனில் கிறிஸ்டியன் பாக்

1762 ஆம் ஆண்டின் ஒரு இலையுதிர்காலத்து மாலையில், லண்டன் நகரின் வீதியில் ஒலியெழுப்பியபடி அந்த சாரட் வண்டி போய்க்கொண்டிருந்தது. இத்தாலியில் இருந்து பயணம் செய்து வந்திருந்த 27 வயது கிறிஸ்டியன் பாக் அந்த வண்டியினுள் லண்டன் கனவுகளின் வாசத்தைக் காற்றில் சுவாசித்தபடி அமர்ந்திருந்தார். லண்டன் மாநகரின் தேவாலயங்களும்,இசை அரங்கக் கட்டிடங்களும் அந்த மாலை வெயிலில் பொன்னிறமாகத் தோன்றின. தன் வருங்கால லண்டன் வாழ்க்கை பற்றிய எண்ணங்கள் மனதில் ஏற்படுத்திய கிளர்ச்சியால் பெருமூச்சு விட்டபடி வேடிக்கை பார்த்துக் கொண்டு வந்தார் கிறிஸ்டியன் பாக். மறுநாள், இசை நிகழ்ச்சியில் மேடையில் இருந்த கிறிஸ்டியன் பாக், லண்டன் ரசிகர்களின் ரசனையின்பால் முழுவதுமாக ஈர்க்கப்பட்டிருந்தார். இந்தப் புரவலர்கள், இத்தாலியிலிருக்கும் புரவலர்கள் போன்றவர்கள் அல்லர். கலைத்தாகம் கண்களில் நிரம்பி இருந்த அந்த ரசிகர்களின் கரவொலி அடங்குவதற்கு முன்பே பாக் ஒன்றைப் புரிந்து கொண்டார். தன் இசையின் எதிர்காலம் லண்டன் நகரின் இசை அரங்குகளில் தான் இருக்கிறது என்பதே அது. இவர் லண்டனில் தொடர்ந்து நிகழ்த்திய ஆபரா நிகழ்ச்சிகள் ரசிகர்களால் விரும்பப்பட்டன . இத்தாலிய பாணி

Mozart
Gustav Mahler

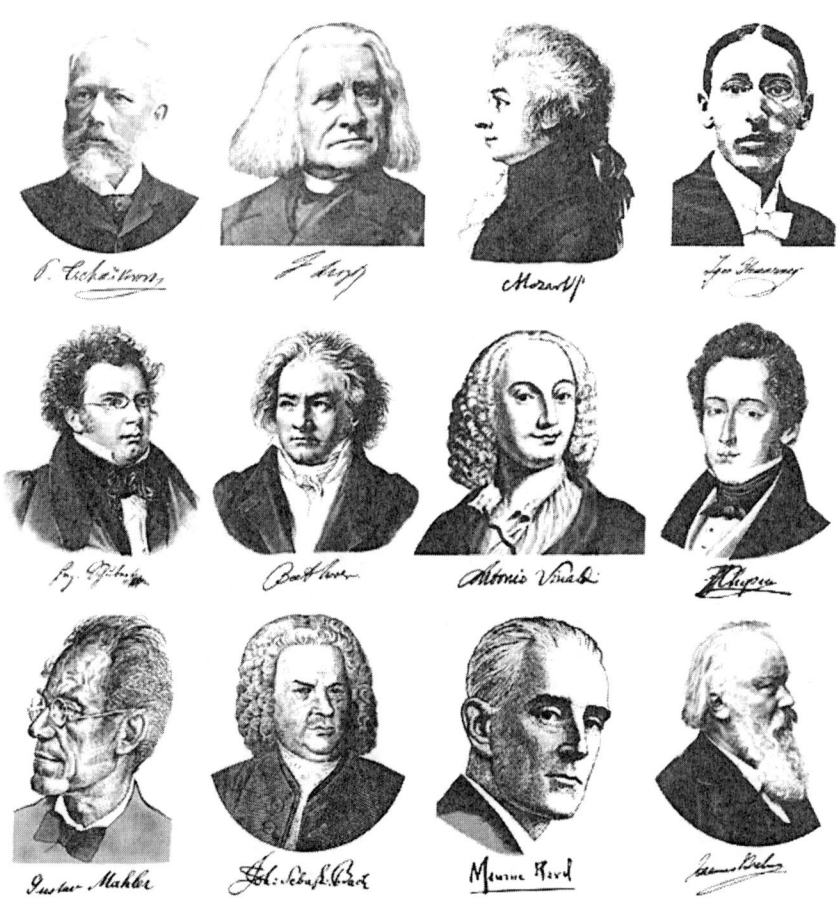

இசை நுட்பமும், இங்கிலாந்து பாணி கதையாடலும் ஒருங்கே அமைந்த அந்த ஆபராக்களை லண்டன் நகரம் கொண்டாடியது. லண்டன் ரசிகர்கள் புதிய கலை வடிவங்களுக்கான தேடல் கொண்டிருந்தனர். இது, கிறிஸ்டியன் பாக் தொடர்ந்து, புதிய இசை வடிவங்களை படைக்க உந்து விசையாக இருந்தது. இந்தக் காலகட்டத்தில், கிறிஸ்டியன் பாக்கின் இளம் வயது நண்பரான "கார்ல் ஏபல்" லண்டனில் இசையமைப்பாளராக தொழில் செய்து வந்தார். ஜெர்மனியில் இளம் வயது முதலே நண்பர்களாக இருந்த இவர்கள் இருவரும் இணைந்து இசை நிகழ்ச்சிகள் நடத்துவதென்று முடிவெடுத்தனர். இவர்கள் இருவருமே கிறிஸ்டியன் பாக்கின் தந்தை செபாஸ்டியன் பாக்கிடம் பாடம் படித்தவர்கள் என்பது குறிப்பிடத் தகுந்தது.

பெரும்புகழ் பெற்ற தந்தைக்குப் பிறந்த ஒருவன் புகழ் பெறுவது என்பது ஆலமரத்தின் அடிநிழலில் ஒரு செடி வளர்வதைப் போன்றது. இசை வரலாற்றில் "பாக்" என்றாலே அது செபாஸ்டியன் பாக் தான். ஆனால் கிறிஸ்டியன் பாக் தனது திறமையாலும், உழைப்பாலும் "லண்டன் பாக்" என்று அழைக்கப்படும் சிறப்பைப் பெற்றார். கிறிஸ்டியன் பாக்கும், கார்ல் ஏபலும் சிறந்த இசைக் கலைஞர்கள் மட்டுமல்ல. சிறந்த தொழில் முனைவோராகவும் திகழ்ந்தனர். லண்டனில் இவர்கள் சந்தா இசை நிகழ்ச்சிகளை நடத்தத் தொடங்கினர். அதாவது, ஒரு வருட சந்தா செலுத்துவதன் மூலம் ஒருவர் ஆண்டு முழுதும் கிறிஸ்டியன் பாக் நடத்தும் இசை நிகழ்ச்சிகளைக் கேட்கலாம். இத்தகைய சந்தா இசை நிகழ்ச்சியை முதன் முதலில் அறிமுகம் செய்தவர் "தாமஸ் பிரிட்டன்" என்பவர். இவர் ஒரு அடுப்புக்கரி வியாபாரி. இவருக்கு இசையில் இருந்த ஆர்வம் காரணமாக, முதலில் இலவசமாகவும், பின்னர் குறைவான ஆண்டு சந்தா பெற்றுக்கொண்டும், இசை நிகழ்ச்சிகளை லண்டனில் நடத்தினார். லண்டனில் சந்தா கச்சேரிகளை அறிமுகம் செய்தவர் இவரே. பின்னாட்களில் இந்த சந்தா முறையைப் பின்பற்றிய இசையமைப்பாளர்களுள் கிறிஸ்டியன் பாக் - ஏபல் ஜோடி குறிப்பிடத்தக்கவர்கள். கிறிஸ்டியன் பாக் போலவே, ஐரோப்பா முழுவதுமிருந்து முக்கியமான இசைக் கலைஞர்கள் பலரும் லண்டனைத் தேடி வந்தனர். அதற்குக் காரணம், பெருந்தீ விபத்திற்குப் பின் மீண்டெழுந்திருந்தது புதிய லண்டன்.

புதிய லண்டன் – மாற்றத்தை நோக்கி

பதினெட்டாம் நூற்றாண்டில் லண்டன், பல்வேறு கலாச்சாரங்கள் மற்றும் சிந்தனை மரபுகளில் இருந்து வந்த மக்கள் சங்கமிக்கும் நகரமாக விளங்கியது. இதன் விளைவாக இசையுலகில் ஏற்பட்ட மாற்றங்கள் லண்டன் நகர இசையரங்குகளில் வெளிப்பட்டன. மக்கள் நெருக்கம் கொண்ட லண்டன் நகர வீதிகள், பல்வேறு கலாச்சாரங்கள் ஒன்றுகலக்கும் சமூகத்தைக் கண்டன. வேறுபட்ட கலாச்சார, வர்க்கப் பின்புலங்களைக்

கொண்ட மனிதர்கள் தோளோடு தோள் உரசி நடமாடும் உணவகங்கள், கையில் கோப்பைகளோடு தத்துவங்கள் விவாதிக்கப்படும் மதுக்கூடங்கள், நடைபாதையில் நடந்து செல்பவர்களுக்கு அரங்குகளில் இருந்து கேட்கும் புத்தம்புதிய இசை என்று லண்டன் நகரம் ஒரு கலாச்சார மாற்றத்தைக் கருக்கொள்ளத் தொடங்கியது. இக்காலகட்டத்தில் லண்டன், உலகின் சிறந்த பொருளாதார வளம் கொண்ட நகரங்களில் ஒன்றாகத் திகழ்ந்தது. இந்தப் பொருளாதார முன்னேற்றம், ஒரு புதிய மேல்தட்டு வணிக சமூகத்தை லண்டனில் உருவாக்கியது. தத்துவம், கலை, இசை ஆகியவற்றுக்கு முக்கியத்துவம் அளிக்கும் புதிய சமூகம் தோன்றியது. இதுவே ஐரோப்பா முழுவதிலிருந்தும் பல கலைஞர்களை லண்டன் கவர்ந்திழுக்கக் காரணமாக அமைந்தது. இசை நிகழ்ச்சிகள் அரசவைகள் மற்றும் தேவாலயங்களில் இருந்து வெளியேறி, பொது அரங்குகளை அடைந்தன.

ஷீட் ம்யூசிக் (Sheet Music)

இசை நிகழ்ச்சிகளை நேரடியாகச் சென்று கேட்பது ஒரு வகை. ஆனால், வளர்ந்து வரும் லண்டனின் மத்திய வர்க்கத்திற்கு அன்றாடம் இசையுடன் புழங்க ஒரு வழி தேவைப்பட்டது. அது, ரேடியோ, இசைத்தட்டு போன்றவை பிறந்திருக்காத காலம். லண்டனின் செல்வந்தர் ஒருவருக்கே கூட, நாள்தோறும் ஒரு இசைக் கலைஞரைக் கொண்டு இசை நிகழ்ச்சி நடத்துவதென்பது சாத்தியமானதல்ல. நடுத்தர மக்களின் இந்தப் புதிய தேவையை அச்சுக் கூடங்கள் நிறைவு செய்யத் தொடங்கின.

புதிதாக உருவாகும் ஒவ்வொரு இசையையும் முறையான வடிவில், இசைக் குறிப்புகளாக அச்சடித்து விற்பனை செய்தன அச்சகங்கள். இந்த அச்சுப் பிரதிகள், "ஷீட் ம்யூசிக்" என்று அழைக்கப்படும். முறையான வடிவில் அச்சு அடிக்கப்படும் இசைக் குறிப்புகள் மூலம், ஒரு இசை வாசிக்கப்படலாம். சிறிய இசைக் கலைஞர்கள் கொண்ட குழு, இந்த ஷீட் ம்யூசிக் மூலம் ஒரு புதிய இசையை பயிற்சி செய்யலாம். புதிய இசையைப் பயிற்சி செய்ய, இந்த ஷீட் ம்யூசிக் ஒன்றே, இசைக் குழுக்களுக்கு ஒரே வழியாக இருந்தது. இந்த அச்சுக் குறிப்புகள், இசை பயிலும் மாணவர்களுக்கு பெரும் வாய்ப்பானது. இப்படி பதிப்பு செய்யப்பட்டு வெளிவரும் இசைக் குறிப்புகளை, புதிதாக உருவாகி வந்த மத்தியத் தட்டு மக்கள் விரும்பி வாங்கத் தொடங்கினர். இசை கலைஞர்கள் மற்றும் பதிப்பாளர்கள், தொடர்ந்து இசையை அச்சடித்து விற்பனை செய்வதன் மூலம் லாபம் பெறலாம் என்ற நிலை உருவானது. இப்போது, அச்சுக் கூடங்கள் எழுத்து இலக்கியம் தவிர மற்றுமொரு புதிய சந்தையைக் கண்டு பிடித்திருந்தது புதிய கேள்விகள் பிறந்தன. அச்சாகும் இசைக்குறிப்புகள் (ஷீட் ம்யூசிக்) யாருக்கு உரிமையானவை?

04

இசைக் குறிப்பு யாருக்கு உடைமை?

பதினெட்டாம் நூற்றாண்டில் "ஷீட் ம்யூசிக்" பதிப்புத் தொழில் லண்டனில் முக்கியமான தொழில் துறையாக வளர்ச்சி கண்டது. ஒரு புதிய தொழில் முனைவோர் சமூகம் உருவாகி, வேகமாக வளர்ந்தும் வந்தது. ஒரு இசைக் குறிப்பை அச்சடித்து விற்பனை செய்ய, இசையமைப்பாளருக்கு ஒரு தொகை கொடுத்து ஒரு பதிப்பகம் ஒப்பந்தம் செய்து கொள்ளும். அல்லது, அப்படி ஒப்பந்தம் செய்து கொள்ளப்பட வேண்டும். அது வரை "ஆன் காப்பிரைட் சட்டம்", எழுத்து இலக்கியம் குறித்து மட்டுமே சட்ட வரையறைகள் செய்திருந்தது. அது இசைக் குறிப்புகளை அச்சிடுவது குறித்து நேரடியாக எதையும் பேசவில்லை. மேலும் எழுத்து இலக்கியம் போல, இசையை, அச்சுத் தொழிலுடன் தொடர்புபடுத்திப் பார்ப்பது ஆன் சட்டம் உருவான காலத்தில் தேவையாக இருக்கவில்லை. ஆனால் இப்போது லண்டனின் பைரஸி இசைப் பதிப்புத் துறை பெருகி வளரத் தொடங்கியது.

லண்டன் பைரஸி தொழில் பற்றிப் பேசும்போது, "ஜான் வால்ஷ்" என்ற பெயரைத் தவிர்த்து விட்டுப் பேச முடியாது. ஏனென்றால், ஜான் வால்ஷ் மிகவும் புகழ்பெற்ற பதிப்பாளன் மட்டுமல்ல, ஒரு வெற்றிகரமான பைரஸி பதிப்பாளனாகத் தன்னை உருவாக்கிக் கொண்டவனும் கூட. வால்ஷ் என்ற ஒருவனைப் பற்றித் தெரிந்து கொள்வதன் மூலம், 18 ம் நூற்றாண்டின் பைரஸி பதிப்புத் தொழில் பற்றி நன்கு புரிந்து கொள்ளலாம்.

பிரான் செஸ்கோ ஜெமினியானி

பைரஸி மன்னன் : ஜான் வால்ஷ்

லண்டனின் கேத்தரின் சாலையில் செயல்பட்டு வந்தது வால்ஷின் பதிப்பகம். உண்மையில் அது 1695 ஆம் ஆண்டில், இசைக்கருவிகள் விற்பனை செய்யும் கடையாக ஆரம்பிக்கப்பட்டது. அரசவைக்கு இசைக்கருவிகள் வழங்கும் ஒப்பந்தத்தைப் பெற்ற வால்ஷ், தனது அரசியல் தொடர்புகளை பலப்படுத்திக் கொண்டான். லண்டனின் இசைக் கலைஞர் "பிரான்செஸ்கோ ஜெமினியானி" ஒரு இத்தாலிய இசைக் கலைஞர். அவர் வயலின் சொனாட்டா ஒன்றைப் படைத்திருந்தார். (வயலின் சொனாடா என்பது வயலினுக்கென்று எழுதப்படும் இசை. துணைக்கு ஒரு பியானோவைச் சேர்த்துக் கொள்வார்கள்) ஜெமினியானியின் இந்தப் புதிய சொனாடா எப்படியோ வால்ஷின் கைகளுக்குப் போய்ச் சேர்ந்தது. அதனை ஜெமினியானியின் ஒப்புதல் இல்லாமலேயே பதிப்பிக்க முடிவு செய்த வால்ஷ், அடுத்து எடுத்த நடவடிக்கையே அவன் துணிச்சலுக்கு உதாரணம்.

தன் கையில் கிடைத்த ஜெமினியானியின் இசைக் குறிப்புகளை சரிபார்த்துத் திருத்திக் கொடுக்கும்படி ஜெமினியானியிடமே

ஜார்ஜ் ஃப்ரிட்ரிக் ஹேண்டல்

கேட்டான் வால்ஷ். அப்படித் திருத்தம் செய்து கொடுக்கவில்லை என்றால், அது பிழைகளுடனேயே பதிப்பாகும் என்றும், அப்படி நடந்தால் அது ஜெமினியானியின் புகழுக்குக் களங்கம் விளைவிக்கும் என்றும் மிரட்டினான்.

லண்டனின் முதல் காப்பிரைட் வழக்கு

பைரஸியை விட, வால்ஷின் இந்தத் துணிச்சல் கோபத்தை ஏற்படுத்தியது ஜெமினியானிக்கு. அவர் நீதிமன்றத்தில் வால்ஷின் மீது வழக்குத் தொடுத்தார். இதுவே லண்டனின் முதல் காப்பிரைட் வழக்கு எனக் கருதப்படுகிறது. ஆனால் வழக்கின் இறுதித் தீர்ப்பு குறித்த தகவல்கள் நமக்கு கிடைக்கவில்லை. இந்த வழக்கு நீதிமன்றத்திற்கு வெளியே தீர்த்துக் கொள்ளப்பட்டு இருக்கும் என்று நம்பப்படுகிறது. இந்த வழக்கு நடைபெற்ற ஆண்டு 1731 அல்லது 1732 ஆக இருக்கலாம். (வழக்குச்சுட்டி :1) *Francesco Geminiani v. John Walsh (1732/1731)*

வால்ஷ் அச்சிட்ட மற்றொரு முக்கியமான பைரஸி பதிப்பு, "ஜார்ஜ் பிரெட்ரிக் ஹேண்டல்" என்ற இசையமைப்பாளரின் ஒரு ஆபரா ஆகும். ஹேண்டல் அந்தப் புதிய ஆபராவை அரங்கேற்றிய பின், உடனடியாக அதன் இசை குறிப்புகள் வால்ஷின் கைகளுக்கு சென்று சேர்ந்தன. வால்ஷின் தொடர்புகள் எத்தகையது என்பதற்கு இது உதாரணம். அந்த ஆபரா ஹேண்டலின் அனுமதி இல்லாமல் பதிப்பித்து விற்பனை செய்யப்பட்டது.

பொதுவாக, இது போன்ற பைரஸி பதிப்புகள் மலிவாகவும், காகிதங்கள் தரம் குறைந்தும், பிழைகள் நிறைந்தும் இருக்கும். எனினும், அதன் குறைந்த விலைக்காகவே நடுத்தர வர்க்க லண்டன் மக்கள் அவற்றை விரும்பி வாங்கினர்.

வால்ஷ் போட்டிருந்த லாபக் கணக்கு சரியாக இருந்தது. "ரினால்டோ" என்ற அந்த ஆபராவின் பைரஸி பிரதிகள் மூலம் வால்ஷ் சம்பாதித்தது 1500 பிரிட்டிஷ் பவுண்டுகள். அந்த நாளில் அது பெருஞ்செல்வம். அந்தத் தொகையைக் கொண்டு, லண்டனில் ஒரு ஆடம்பர மாளிகையை விலைக்கு வாங்கலாம். லண்டன் புறநகரில் பல ஏக்கர் விளைநிலம் வாங்கலாம். ஒருவனை ஒரே நாளில் லண்டனின் செல்வந்தர்களில் ஒருவனாக ஆக்கக்கூடிய பெருந்தொகை அது.

பல வருடங்களுக்குப் பின், ஹேண்டல் வேறு வழி எதுவும் இன்றி, வால்ஷையே தனது பதிப்பாளர் ஆக்கிக் கொண்டு, தனது இசையை தொடர்ந்து வால்ஷ் மூலமே பதிப்பு செய்து வெளியிட்டார்.

1736 ஆம் ஆண்டில் வால்ஷ் மறைந்தபோது, தனது மகனுக்கு அவர் விட்டுச் சென்ற பைரஸி சாம்ராஜ்யத்தின் அன்றைய மதிப்பு முப்பதாயிரம் பிரிட்டிஷ் பவுண்டுகள்.

இசைக் கலைஞர் ஹேண்டல், வால்ஷ் மீது வழக்குத் தொடுக்கவில்லை. ஜெமினியானி வழக்கு நீதிமன்றத்திற்கு வெளிய தீர்த்துக் கொள்ளப்பட்டது. காரணம்?

ஆன் காப்பிரைட் சட்டம், இசைக் குறிப்புகள் பாதுகாப்பை

ஹேரியட் பீச்சர் ஸ்டோவ்

தெளிவாக வரையறை செய்திருக்கவில்லை. இந்த நிலை வரலாற்றுச் சிறப்பு மிக்க மற்றொரு வழக்கின் தீர்ப்பினால் மாறியது. அந்த வழக்கு, சந்தாக் கச்சேரிகளை நடத்தி வந்த கிறிஷ்டியன் பாக் தொடர்ந்த வழக்கு.

புதிய கேள்விகள்

பின் வந்த நாட்களில், பைரஸி பதிப்பாளர்கள் தொடர்பான வழக்கு வாதங்கள் ஒவ்வொன்றும் சட்டத்தின் ஓட்டைகளைத் தேடித்தேடிக் கண்டுபிடித்தன. பல புதிய கேள்விகளை நீதிமன்றங்கள் முன் வைத்தன. அமெரிக்க அரசியலமைப்பு உருவானபோது, அறிவியல் மற்றும் கலை மேம்பாட்டின் பொருட்டு, எழுத்தாளர்கள், கண்டுபிடிப்பாளர்கள் ஆகியோருக்கு கால வரையறைக்கு உட்பட்ட காப்பிரைட் சட்டங்களை இயற்றும் அதிகாரத்தை அமெரிக்க நாடாளுமன்றம் பெற்றது. 1790 ஆம் ஆண்டு, அமெரிக்காவின் முதல் தேசிய அளவிலான காப்பிரைட் சட்டம் நிறைவேற்றப்பட்டது. இதன்படி,

"வரைபடங்கள், விளக்கப்படங்கள் மற்றும் புத்தகங்கள்" ஆகியவற்றின் உரிமை படைப்பாளிக்கு 14 ஆண்டுகளுக்கு வழங்கப்பட்டது. படைப்பாளி உயிருடன் இருந்தால், இதனை மேலும் ஒருமுறை புதுப்பித்துக் கொள்ளலாம். 1831 ஆம் ஆண்டு அமெரிக்கக் காப்பிரைட் சட்டம் விரிவுபடுத்தப்பட்டது. முதல் 14 வருட கால வரையறை 28 வருடங்கள் ஆனது. அடுத்தடுத்து இரண்டு முறைகள் 14 வருடங்களுக்குப் புதுப்பிக்கவும் வழி செய்தது. இதனால் படைப்பாளிகளுக்கு 42 வருட காலத்திற்குப் படைப்பின் பாதுகாப்பு உறுதி செய்யப்பட்டது. ஆனால், இந்தச் சட்டம் முழுமையான காப்பிரைட் சட்டம் என்று சொல்ல முடியாது. அன்றைய அமெரிக்கக் காப்பிரைட் சட்டங்களின் போதாமையைப் புரிந்து கொள்ள ஒரு முக்கியமான வழக்கைப் பார்க்கலாம்.

அங்கிள் டாம்ஸ் கேபின்

"அமெரிக்க உள்நாட்டுப் போருக்குக் காரணமான அந்த நாவலை எழுதிய பெண்மணி நீங்கள்தானா?" - அமெரிக்க அதிபர் அப்ரஹாம் லிங்கன், " ஹரியட் பீச்சர் ஸ்டோ" என்ற எழுத்தாளரைச் சந்தித்தபோது கேட்டார். லிங்கன் குறிப்பிட்ட அந்த நாவலின் பெயர் 'அங்கிள் டாம்ஸ் கேபின்'. ஹரியேட் பீச்சர் ஸ்டோவின் 'அங்கிள் டாம்ஸ் கேபின்' நாவலின் வெற்றிக்கு முக்கியக் காரணம், அது ஜொசாயா ஹென்சன் என்பவர் எழுதிய சுய சரிதையை அடிப்படை ஆகக் கொண்டு எழுதப்பட்டதே.

அமெரிக்காவில் பண்ணை அடிமைக் குடும்பம் ஒன்றில் பிறந்தவர் ஜோசையா ஹென்சன். இளம் வயதிலேயே அவரது குடும்பம் பிரிய நேர்ந்தது. அதன் காரணத்தைத் தெரிந்து கொண்டால், ஒரு அடிமை வாழ்க்கையின் அவலத்தை நாம் புரிந்து கொள்ள முடியும். ஜோசையாவின் குடும்பம் வேலை செய்துவந்த பண்ணையின் கங்காணி, ஜோசையாவின் தாயை ஒரு நாள் அடிக்கிறான். அதனைத் தடுக்கிறார் ஜோசையாவின் தந்தை. அவ்வளவுதான்! நூறு சவுக்கடிகள் கொடுக்கப்பட்டு, ஒரு காது அறுக்கப்பட்டு, வேறு ஒரு பண்ணையாரிடம் விற்கப்படுகிறார் ஜோசாயாவின் தந்தை. ஜோசையா, பின்னாட்களில் தனது கடுமையான உழைப்பால் (வேறு வழி?) பண்ணை மேலாளராகப் பதவியில் உயர்ந்தார். முன்னூறு டாலர்கள் கொடுத்தால் விடுதலை என்று அவருக்கு உறுதியளித்தார் அவரது எஜமானர். இப்படி அடிமைகள் இதுபோன்று உரிமையாளர்களால் விடுவிக்கப்படுவதுண்டு (manumission). ஆனால், முன்னூறு டாலர்களைக் கணக்கில் நேர் செய்த பின்னும் அவர் விடுவிக்கப் படவில்லை. இறுதியில் தான் ஏமாற்றப்பட்டதை உணர்ந்தார். வேறு வழி இன்றிக் கனடாவிற்குத் தப்பிச் சென்ற ஜோசையா, தன்னைப் போல பிற கருப்பின அடிமை மக்களும் தப்பும்படி

ரகசிய வழித்தடம் ஒன்றை உருவாக்கினார். தப்பி வரும் அடிமைகளின் மறுவாழ்விற்கான பணிகளில் தன் வாழ்க்கையை அர்பணித்துக் கொண்டார்.

நாவல்

இவர் எழுதிய சுய சரிதையினால் ஈர்க்கப்பட்ட ஹாரியட் பீச்சர் ஸ்டோ 'அங்கிள் டாம்ஸ் கேபின்' நாவலை எழுதினார். அமெரிக்காவின் மனசாட்சியைப் பிடித்து உலுக்கிய இந்த நாவல், அடிமை முறைக்கு எதிரான போராட்ட இயக்கங்களுக்கு புதிய வேகம் கொடுத்தது. அடிமைகள் தப்பிச் செல்ல உதவுவது சட்டபடிக் குற்றமாக இருந்துவந்த அமெரிக்க மாநிலங்களில் சர்ச்சைகள் உருவாக இந்த நாவல் காரணமானது.

ஜெர்மானிய மொழிபெயர்ப்பு

பெரும் வரவேற்பைப் பெற்ற இந்த நாவல், ஹாரியட் பீச்சர் ஸ்டோவின் அனுமதி இல்லாமல் பல பதிப்புகளில் வெளிவந்தது. குறிப்பாக ஜெர்மன் மற்றும் பிரெஞ்சு மொழிபெயர்ப்புகள் அதிகம் வெளிவந்தன. இந்த பைரஸி மொழி பெயர்ப்புகளினால் ஆசிரியர் ஹாரியட் பீச்சர் ஸ்டோவிற்கு ஏற்பட்டது வெறும் பொருளாதார இழப்பு மட்டுமல்ல. அவரது நற்பெயருக்குக் களங்கமும் ஏற்பட்டது. குறிப்பாக, F.W. தாமஸ் என்ற பதிப்பாளர் வெளியிட்ட ஜெர்மானிய மொழிபெயர்ப்பு அந்த நாவலின் இதயத்தைச் சிதைத்து விட்டிருந்தது. ஜெர்மானிய வாசகர்கள் அமெரிக்க அடிமை முறை பற்றித் தவறாகப் புரிந்துகொள்ளும் வகையிலும், நாவலின் முக்கியப் பாத்திரத்தின் மாண்பைச் சிதைத்தும் காட்டியது. ஆசிரியர் ஹாரியட் பீச்சர் ஸ்டோ, பதிப்பாளர் தாமஸ் மீது நீதிமன்ற வழக்குத் தொடுத்தார். தாமஸின் மொழிபெயர்ப்பு காப்பிரைட் விதிகளுக்கு எதிரானது என்பதே ஸ்டோவின் வாதம். அமெரிக்க நீதிமன்றம் ஒன்று இது போன்ற வழக்கைச் சந்திப்பது அதுவே முதல் முறை. அன்றைய அமெரிக்கக் காப்பிரைட் சட்டம், மொழிபெயர்ப்புகள் குறித்து எந்த வரையறையும் செய்திருக்கவில்லை. எனவே நீதிமன்றத்தின் முன் இந்த வழக்கு முக்கியமான வழக்காக இருந்தது. தாமஸின் வாதம் சுவாரஸ்யமானது - "மொழிபெயர்ப்பு என்பது புதிய படைப்பே. அதற்கு மூலத்தைப் படைத்த படைப்பாளியின் அனுமதி தேவையில்லை." நீதிமன்றமும் இந்த வாதத்தை ஏற்றுக்கொண்டது. அன்றைய சட்டத்தில் மொழிபெயர்ப்பு பற்றிய வரையறை எதுவும் இல்லை. ஆனால் இந்த வழக்கு மொழிபெயர்ப்பு உரிமைகள் குறித்த விவாதத்தைத் தொடங்கி வைத்தது. அச்சு இயந்திரங்களின் வருகை, படைப்புகளை எந்த வடிவத்திலும் வெளியிடலாம் என்ற துணிச்சலை பதிப்பாளர்களுக்கு அளித்திருந்தது. ***Stowe v. Thomas, 23 F. Cas. 201 (C.C.E.D. Pa. 1853) (No. 13,514).***

05

பைரஸி: 19ம் நூற்றாண்டின் புதிய கடற்கொள்ளை

பைரஸி இலக்கியம்

அமெரிக்கா பிரிட்டிஷ் காலனி ஆதிக்கத்தில் இருந்து விடுதலை அடைந்தபின், அந்நாட்டின் அரசியலமைப்புச் சட்டத்திற்குப் பங்களிப்புச் செய்தவர், இன்றைய அமெரிக்காவின் சிற்பிகளில் ஒருவர் என்ற கருதப்படுபவர் ‘பெஞ்சமின் பிராங்க்ளின்’. அமெரிக்க நூறு டாலர் நோட்டுகளில் தனது உருவம் அச்சிடப்படும் பேறு பெற்றவர். அமெரிக்கா ஒரு நாடாக உருவாவதற்கு முன்பே பிரிட்டிஷ் எழுத்தாளர்களின் புத்தகங்களை, எழுத்தாளர்களின் அனுமதி எதுவும் பெறாமல் அச்சடித்து வெளியிடும் வழக்கத்தை அமெரிக்காவில் தொடங்கிவைத்தவரும் இவரே. பத்தொன்பதாம் நூற்றாண்டில் உலகம் முழுதும் ‘நாவல் இலக்கியம்’ அசுர-வளர்ச்சி கண்டது . பிரான்சில் விக்டர் ஹியூகோ , லண்டனில் சார்லஸ் டிக்கென்ஸ் அமெரிக்காவில் மார்க் ட்வெய்ன் போன்றவர்களின் நாவல்களை கடல் தாண்டி வெளி நாடுகளிலும் மக்கள் வேட்கை கொண்டு வாங்கிப் படித்தனர். ஆனால், ஒரு நாட்டின் காப்பிரைட் உரிமை மற்றொரு நாட்டில் பயனற்றதாக இருந்த காலம் அது. இங்கிலாந்தில் காப்பிரைட் செய்யப்பட்ட புத்தகத்தை அமெரிக்காவில் பைரஸி செய்யலாம். சட்டத் தடை ஏதுமில்லை. அமெரிக்கப் புத்தகங்களை இங்கிலாந்தில் பைரஸி செய்யலாம். அமெரிக்காவிலிருந்து கப்பல்கள் இருந்து மார்க் ட்வெய்னின் எழுத்து க்களைச் சுமந்து கொண்டு

விக்டர் ஹியூகோ

லண்டன் நோக்கிப் பயணம் செய்த அதே நேரம், லண்டனிலிருந்து கப்பல்கள் சார்ல்ஸ் டிக்கென்ஸின் எழுத்து க்களைச் சுமந்து கொண்டு அமெரிக்காவின் பாஸ்டன் துறைமுகத்தை நோக்கிச் சென்றன. புதிய புத்தகங்கள் டச்சு மற்றும் பிரெஞ்சு மொழிகளில் மொழிபெயர்ப்பு செய்யப்பட்டு, முறையே நெதெர்லாந்திலும், பிரான்சிலும் விற்பனை செய்யப்பட்டன. இவை அனைத்துமே அதன் ஆசிரியர்களின் அனுமதி பெறாமல் பதிப்பான புத்தகங்கள். மக்களி டையே பெரும் வரவேற்பைப் பெற்றது சார்ல்ஸ் டிக்கென்ஸ் எழுதிய “கிறிஸ்துமஸ் கார்ல்” என்ற புதிய நாவல். இந்த நாவலின் மலிவான பைரஸி பதிப்புகள் அமெரிக்கப் புத்தகச் சந்தையை நிறைத்தது.

பொதுவாகவே, பைரஸி பதிப்புகள் மலிவான விலையில் கிடைத்தன. இவற்றால், ஒருபுறம் எழுத்தாளர்களுக்குப் பொருளாதார இழப்பு ஏற்பட்டது. மறுபுறம், அவர்களது எழுத்துக்கள் பலரையும் சென்று சேர்ந்து அவர்கள் புகழ் பெற உதவியது. டிக்கன்ஸின் புகழும் அமெரிக்காவில், அவரது பைரஸி புத்தகங்கள் போலவே பெருகியது. பைரஸி புத்தகங்களைப்

படித்த வாசகர்கள் டிக்கன்ஸைக் கொண்டாடினர். 1842 ஆம் ஆண்டு அமெரிக்காவின் பாஸ்டன் துறைமுகத்தில் வந்து இறங்கிய பிரிட்டிஷ் எழுத்தாளர் சார்ல்ஸ் டிக்கென்ஸ் அமெரிக்க மக்களால் ஆரவாரத்துடன் வரவேற்கப் பட்டார்.

“என்னை ஒரு அரசனை வரவேற்பது போல அமெரிக்க மக்கள் வரவேற்றனர்” என்று பின்னாட்களில் டிக்கென்ஸ் தன் நண்பருக்கு எழுதிய கடிதத்தில் குறிப்பிடுகிறார். அன்று அவருக்குக் கிடைத்த வரவேற்பு போன்றதொரு வரவேற்பு மற்றொருவருக்குக் கிடைக்க நூறு ஆண்டுகளுக்கு மேல் ஆனது. ஆம்! சுமார் நூற்றியிருபது ஆண்டுகளுக்குப் பின் அமெரிக்காவிற்கு வந்த பிரிட்டிஷ் இசைக் குழு “ பீட்டில்ஸ்” மட்டுமே டிக்கென்ஸ் பெற்றது போன்ற ஒரு வரவேற்பைப் பெறமுடிந்தது. ஒரு ராக் ஸ்டார் போன்று வரவேற்கப்பட்ட டிக்கென்ஸ் மனதில் இருந்த நீங்காத வடு - பைரஸி.

தனக்கு மாபெரும் வரவேற்பளித்த அமெரிக்க மக்கள் முன் டிக்கென்ஸ் பேசும்போது, அமெரிக்க பதிப்பாளர்கள் தனது புத்தகங்களை அனுமதி இல்லாமல் பதிப்பிப்பதால் தனக்கு ஏற்படும் பொருளாதார இழப்பு குறித்து விமர்சித்தார். புதிய காப்பிரைட் சட்டங்களின் தேவை குறித்து அவருக்குக் கொடுக்கப்பட்ட விருந்துகளில் விவாதித்தார். டிக்கன்ஸின் இது போன்ற பேச்சு, அமெரிக்க பதிப்பாளர்களாலும், பத்திரிக்கைகளாலும் ரசிக்கப் படவில்லை. அவர் விமர்சனங்களுக்கு உள்ளானார். மறுபுறம் அமெரிக்காவில், தனது எழுத்துக்களைப் பைரஸியில் இருந்து காப்பாற்றிக் கொள்வதற்கு, மார்க் ட்வெய்ன் புதிய உத்திகளைக் கையாண்டு கொண்டிருந்தார். அந்தக் காலத்தில், வேறு ஒரு நாட்டில் காப்பிரைட் பதிவு செய்யப்பட்ட ஒரு புத்தகத்தை இங்கிலாந்தில் காப்பிரைட் பதிவு செய்ய முடியாது. இதனால் மார்க் ட்வெய்ன், தனது புதிய புத்தகம் ஒன்றை முதலில் கனடா நாட்டில் வெளியிட்டார். அப்போது கனடா பிரிட்டிஷ் டொமினியன் அந்தஸ்து பெற்ற நாடாக இருந்தது. எனவே கனடாவில் பதிப்பிக்கப்படும் புத்தகம், இங்கிலாந்து மற்றும் அதன் காலனி நாடுகளில் காப்பிரைட் பாதுகாப்பைப் பெறும். கனடா வெளியீட்டிற்கு அடுத்த வருடம் அதை அமெரிக்காவில் பதிப்பித்தார். எனினும், இது போன்ற உத்திகள் மார்க் ட்வெய்னுக்குப் பலன் அளிக்கவில்லை. வழக்கம் போல் அவரது புத்தகங்களின் பைரஸி பதிப்புகள் வெளிவந்தபடியே இருந்தன.

மார்க் ட்வெய்ன் ஆரம்ப நாட்களில் தனது பெயரில் புத்தகங்கள் விற்பனை செய்யப்படுவதையும் அவற்றுக்கான விளம்பரங்கள் செய்தித்தாள்களில் வருவதையும் பார்த்திருக்கிறார். அப்படி வந்த ஒரு விளம்பரத்தில் அவரது பெயர் தவறுதலாக மார்க் ட்ரெயின்’ என்று வெளியாகி இருந்தது. புத்தக ஆசிரியர் பெயரைக் கூடச்

சரிபார்க்கத் தேவை இல்லாதவர்களாக இருந்தனர் பைரஸி பதிப்பாளர்கள். மார்க் ட்வெய்னின் இயற்பெயர் "சாம்யுவல் க்ளென்மெண்ட்" என்பதாகும். 'மார்க் ட்வெய்ன்' என்பது அவரது புனைப்பெயர். சரி. இந்தத் தகவல் எதற்கு என்று கேட்கிறீர்களா?

புனைப்பெயர் செல்லுமா?

ஒரு முறை மார்க் ட்வெய்னின் அனுமதி பெறாமல், ஏற்கனவே வெளிவந்த அவரது கட்டுரைகள், கதைகள் ஆகியவை ஒரு தொகுப்பாக வெளியாயின. இதனை பதிப்பித்து வெளியிட்டது " பெல்ஃபோர்ட் கிளார்க்" என்ற பதிப்பகம். மேலும், தானே ஒரு முன்னுரை எழுதி, அதனை மார்க் ட்வெயின் எழுதியது போல செய்திருந்தது. இப்படி வெளியான படைப்புகளை, மார்க் ட்வெய்ன் காப்பிரைட் பதிவு செய்திருக்கவில்லை. அன்றைய நாளில், காப்பிரைட் பதிவு செய்யாமல் வெளிவரும் புத்தகங்கள் சட்டப் பாதுகாப்பற்றவை. அவை பொது உடைமை ஆகிவிடும். அவற்றை யாரும் மறுபதிப்புச் செய்து கொள்ளலாம். எனவே மார்க் ட்வெய்ன் சட்டப்படிப் பதிப்பாளர் "பெல்ஃபோர்ட் கிளார்க்" மீது வழக்குத் தொடுக்க முடியாது. இதனால், நீதிமன்றத்தில் வித்தியாசமான ஒரு வழக்கைத் தொடுத்தார் மார்க் ட்வெய்ன். தனது அனுமதி இல்லாமல், தன் பெயரைப் பயன்படுத்திக் கட்டுரைகளை வெளியிட்டது தவறு என்று வழக்குத் தொடுத்தார். ஒவ்வொரு வழக்கிலும் எந்த உத்தியைக் கொண்டு வாதாடவேண்டும் என்று வழக்கறிஞர்கள் முடிவு செய்வது வழக்கம்தானே! ஆனாலும் பதிப்பகத்திற்கும் ஒரு வழக்கறிஞர் இருந்திருப்பார் இல்லையா? அவர் "மார்க் ட்வெய்ன் என்பது இவரது பெயரே இல்லை. இவர் பெயர் "சாம்யுவல் க்ளெமன்ஸ்". மார்க் ட்வெய்ன் என்ற பெயருக்கு இவர் உரிமை கொண்டாட எந்த முகாந்திரமும் இல்லை" என்று நீதிமன்றத்தில் வாதாடினார்.

"சாம்யுவல் க்ளெமன்ஸ் என்பது என் இயற்பெயர். மார்க் ட்வெய்ன் என்பது எனது புனைப்பெயர். நான் இந்தப் புனைப் பெயரில் கடந்த இருபது வருடங்களாக எழுதி வருகிறேன். நான் எழுதாத ஒரு முன்னுரை எனது பெயரில் வெளியிட்டுள்ளார்கள். இது எனது பெயருக்குக் களங்கம் விளைவிக்கும் செயல்" என்றார் சாம்யுவல் க்ளெமன்ஸ். "மார்க் ட்வெயின் என்ற பெயரே உங்களுடையது அல்ல. எனவே அந்தப் பெயருக்கு ஏற்படும் களங்கமும் உங்களுக்கான களங்கம் அல்ல. போய் வாருங்கள்! " என்று வழக்கை முடித்து வைத்த நீதிபதி, அந்தத் தீர்ப்பையும், " சாம்யுவல் க்ளெமன்ஸ்" என்ற பெயரிலேயே எழுதினார். *Samuel L. Clemens v. Belford, Clark & Co., 14 F. 728 (C.C.N.D. Ill. 1883)*. மார்க் ட்வெய்ன் வழக்குத் தொடுத்த இந்தப் பதிப்பாளரைவிட சாமர்த்தியமானவர் சார்ல்ஸ் டிக்கென்ஸ் வழக்குத் தொடுத்த மற்றொரு பதிப்பாளர். எப்படியென்று பார்க்கலாம்.

சார்லஸ் டிக்கின்ஸ்

வெற்றி கொடுத்த தோல்வி

1843, லண்டனில் கிறிஸ்துமஸ் காலக் குளிர். டிக்கென்ஸ் கிறிஸ்துமஸ் கொண்டாட்டங்கள் நிறைத்த லண்டன் வீதிகளில் நடந்தவாறு, விற்பனைக்கு வந்திருந்த தனது புதிய புத்தகத்தை மக்கள் எப்படி வரவேற்கிறார்கள் என்று பார்த்துக் கொண்டிருந்தார். "கிறிஸ்துமஸ் கார்ல்" என்பதே அவரது புதிய நாவல். அது ஒரு கிறிஸ்துமஸ் பரிசுப் பொருளைப் போலவே ரிப்பன்கள் கொண்டு கட்டப்பட்டு விற்பனைக்கு வெளியானது. கடும் உழைப்பு, வண்ணப்படங்கள், விலை உயர்ந்த தயாரிப்பு, பரிசுப் பொருள் போன்ற அலங்காரம் என உழைப்பை மட்டுமல்ல, பணத்தையும் கொட்டி இருந்தார் டிக்கென்ஸ். கிறிஸ்துமஸ் நாளும் வந்தது. டிக்கென்ஸ் கண்களில் பட்டது பரபரப்பாக விற்பனை ஆகிக்கொண்டிருந்த ஒரு புத்தகம். அது, ரிப்பன் கட்டப்பட்ட அவரது புத்தகம் அல்ல. மாறாக மலிவு விலையில் சுருக்கி வெளியிடப்பட்ட பைரஸி "கிறிஸ்துமஸ் கார்ல்". யார் எழுத்தாளர்? - டிக்கென்ஸின் 'கிறிஸ்துமஸ் கார்ல்' கதையைப் படித்து அதனைச் சுருக்கி எழுதியவர். புத்தகத்தின் பெயர்? - "கிறிஸ்துமஸ் கோஸ்ட் ஸ்டோரி" பொருத்தமான பெயர்.

டிக்கென்ஸின் அந்தக் குறுநாவல், பிறருக்கு உதவும் எண்ணம் இல்லது கருமியாக வாழ்ந்த ஒருவன், கிறிஸ்துமஸ் காலத்தில், தனக்குத் தெரிந்த, இறந்து போனவர்களின் ஆவிகளைச் சந்திப்பதையும், பின்னர் அவன் அடைந்த மனமாற்றத்தையும் சொல்லும் கதை. பின்னாட்களில் பல ஹாலிவுட் திரைப்படங்களில் இந்தக் கதையின் சாயலில் வெளிவந்தன. டிக்கென்ஸ் நீதிமன்றத்தில் வழக்குத் தொடுத்தார். தனது கிறிஸ்துமஸ் கார்ல் கதையைத் தழுவி எழுதப்பட்ட மலிவு விலைப் பதிப்பினால்தான் நஷ்டம் அடைந்ததாகக் குற்றம் சாட்டினார். இந்த முறை நீதி மன்றம் டிக்கென்ஸ் தரப்பிற்குச் சாதகமாக தீர்ப்பு வழங்கியது. பைரஸி புத்தகம் தடை செய்யப்பட்டது. இப்போதுதான் எதிர்பாராத ஒரு திருப்பம் ஏற்பட்டது.

புத்தகத்தை பதிப்பித்த "பாலீ இல்யூமினேடட் லைப்ரரி", தான் திவால் ஆகிவிட்டதாகப் பதிவு செய்தது. இதனால் டிக்கென்ஸ் இழப்பீடு எதுவும் பெற முடியவில்லை. டிக்கென்ஸ் அந்த கிறிஸ்துமஸ் கால விற்பனையில் சம்பாதித்தது சுமார் 230 பவுண்டுகள். அவர் வழக்கிற்குச் செய்த செலவு 700 பவுண்டுகள். *Dickens v Parley's Illuminated Library (1844)*

லண்டன் முதல் பாரிஸ் வரை

சார்ல்ஸ் டிக்கென்ஸ் லண்டன் நீதி மன்றங்களில் வழக்குகள் நடத்திக் கொண்டிருந்தபோது, மார்க் ட்வெய்ன் அமெரிக்கக் காங்கிரஸ் சபையில் காப்பிரைட் சட்டத் திருத்தம் வேண்டிப் பேசிக் கொண்டிருந்தபோது, பிரான்சில் எழுத்தாளர் விக்டர் ஹியூகோ, சர்வதேசப் படைப்புரிமை வரலாற்றின் முக்கிய அத்தியாயத்தை எழுதிக் கொண்டிருந்தார். மார்க் ட்வெய்ன் மற்றும் டிக்கென்ஸ் போலவே, ஹியூகோவின் நாவல்களும் பைரஸி பதிப்புகள் செய்யப்பட்டு உலகெங்கும் விற்பனை செய்யப்பட்டன. அவை அனைத்தும் இலக்கிய உலகம் கொண்டாடிய எழுத்துக்கள். டிக்கென்ஸ் அமெரிக்கர்கள் மத்தியில் தனது மனக் குறையை வெளிப்படுத்தினார். மார்க் ட்வெய்ன் தனது குரலை அரசியல் அரங்கங்களில் வெளிப்படுத்தினார். ஆனால் ஹியூகோவின் வழிமுறை முற்றிலும் வேறானதாக இருந்தது. அவர் மாற்றத்திற்கான அமைப்பு ஒன்றைக் கனவு கண்டார்.

1878 ஆம் ஆண்டு, ஹியூகோ ஒரு சர்வதேச இலக்கியக் கூட்டமைப்பை பாரிஸ் நகரில் கூட்டினார். உலகெங்கும் இருந்து எழுத்தாளர்களும், சிந்தனையாளர்களும் அதில் பங்கேற்றனர். இந்த அமைப்பு எழுத்தாளர்களின் படைப்புகள் மீது அவர்களுக்கு உள்ள உரிமைகள் குறித்த சர்வதேசக் கோட்பாடுகளை வகுத்தது. ஹியூகோவின் பார்வை எல்லைகளைக் கடந்து படைப்பாளிகளை இணைத்தது. அவரது எழுத்துக்களைப் போலவே. உலக அளவிலான பிரச்சினைகளை உலக அளவிலான பார்வையால் மூலமே தீர்க்க முடியும் என்று நம்பினார் ஹியூகோ. அவர் கண்ட

கனவு பைரஸியில் இருந்து படைப்புகளைப் பாதுகாப்பதை நோக்கமாகக் கொண்டது அல்ல. மாறாக, அது படைப்பாளிகளின் உரிமைகளைப் பாதுகாப்பதை நோக்கமாகக் கொண்டிருந்தது.

பாரிசில் ஹியூகோ கூடிய அந்தக் கூட்டம், ஒரு சர்வதேசக் கலை இலக்கிய அமைப்பு *ALAI (Association Litt□raire et Artistique Internationale)* என்ற பெயரில் உருவாகக் காரணமானது. விக்டர் ஹியூகோ அதன் கௌரவத் தலைவராக நியமிக்கபட்டார். இந்த அமைப்பே , 1886 ஆம் ஆண்டு காப்பிரைட் சட்ட வரையறைக்கான உலகின் முதல் சர்வதேச மாநாடான “பெர்ன் மாநாடு” *(Berne Convention)* நடைபெறக் காரணமானது. மார்க் ட்வெய்ன் மற்றும் டிக்கென்ஸ் போல, விக்டர் ஹியூகோ நீதி மன்றங்களில் தனது வழக்குகளை நடத்தவில்லை. மாறாக அவர் நிரந்தரமான தீர்வுகள் குறித்துக் கனவு கண்டார். தனது எழுத்தைப் போலவே, ஹியூகோவும் புகழால் உயர்வடைந்தார்.

புதிய விதி பிறந்தது – Berne Convention

ஒவ்வொரு நாடும் தனித்தனிக் காப்பிரைட் சட்டங்களை உருவாக்கி வைத்திருந்தன. கடல் கடந்து பயணம் செய்யும் படைப்புகளின் பாதுகாப்பு கேள்விக்குறியாக இருந்து வந்தது என்று பார்த்தோம். சார்லஸ் டிக்கன்ஸின் நாவல்கள் அமெரிக்காவிலும், மார்க் ட்வெய்னின் படைப்புகள் இங்கிலாந்திலும் அனுமதியின்றி அச்சிடப்பட்டன என்றும் பார்த்தோம். இந்தச் சூழலில், ஒரு சர்வதேச உடன்படிக்கை தேவை என்ற கருத்து உருவானது. விக்டர் ஹியூகோவின் அழைப்புக் குரலைக் கேட்டு, உலகின் பல பகுதிகளில் இருந்தும் படைப்பாளிகள் ஸ்விட்சர்லாந்த் நோக்கிப் புறப்பட்டனர். அவர்களில் கவிஞர்கள், இசைக் கலைஞர்கள், ஓவியர்கள், எழுத்தாளர்கள் என்று பலரும் அடங்குவர். அவர்களுடன் அரசுகளின் பிரதிநிதிகளும் சேர்ந்து கொண்டனர். 1886 ஆம் ஆண்டு செப்டம்பர் 9 ம் தேதி ஸ்விட்சர்லாந்தின் ‘பெர்ன்’ நகரில் கூடிய பத்து நாடுகள், தங்களுக்குள் ஒரு உடன்படிக்கை செய்து கொண்டன. கலந்து கொண்ட ஒவ்வொரு நாட்டிற்கும் ஒவ்வொரு நோக்கம் இருந்தது. அந்த வேறுபட்ட நோக்கங்களை ஒரே உடன்படிக்கை நிறைவேற்றியது. அது - பெர்ன் உடன்படிக்கை. அப்போது ஐரோப்பாவின் வியாபார மையமாக இருந்தது பெல்ஜியம். அது ஒரு சர்வதேச அறிவுசார் பாதுகாப்புச் சட்டம் தேவை என்று உணர்ந்திருந்தது, புதிதாக உருவாகி இருந்த ஜெர்மனி, தொழில் வளர்ச்சியை நோக்கிச் சென்று கொண்டிருந்தது. அது தனது தொழிநுட்பக் கண்டுபிடிப்புகளை உலக அளவில் பாதுகாத்துக் கொள்ள விரும்பியது. பிரான்ஸின் பாரம்பரியக் கலைச் செல்வம், பிரிட்டனின் இலக்கிய வளம், ஸ்பெயின், இத்தாலி ஆகியவற்றின் மறுமலர்ச்சிக் காலக் *(Renaissance)* கலைச் செல்வங்கள் ஆகியவை சர்வதேச காப்பிரைட் சட்டத்தின் தேவையை இந்த நாடுகளுக்கு உணர்த்தியிருந்தன.

கருப்பின மக்களைக் கொண்ட கரீபியன் பகுதியில் இருந்து ஹெய்டி (*Haiti*) யும், ஆஃப்ரிக்காவில் இருந்து லைபீரியா (*Liberia*) வும், இஸ்லாமிய இலக்கியங்களைக் கொண்டிருந்த துனிசியா (*Tunisia*) வும் ஐரோப்பிய நாடுகளுடன் இணைந்து, இந்த உடன்படிக்கையை உண்மையாகவே சர்வதேச உடன்படிக்கை ஆக்கின. ஸ்விட்சர்லாந்து இவர்கள் அனைவரையும் உபசரித்து, தனது பெர்ன் நகரில் மாநாட்டை நடத்திக் கொடுத்தது. பத்து நாடுகளுடன் தொடங்கிய இந்த உடன்படிக்கை, இன்று 181 நாடுகளின் காப்புரிமைச் சட்டங்களுக்கு அடித்தளமாக விளங்குகிறது. இந்த பெர்ன் உடன்படிக்கை, உலகின் படைப்பாளிகளின் உரிமைகளைப் பாதுகாக்கும் முதல் சர்வதேச உடன்படிக்கையாக வரலாற்றில் இடம்பெற்றது.

என்ன சொல்கிறது பெர்ன் உடன்படிக்கை ?

1. சர்வதேச சட்டப் பாதுகாப்பு (*National Treatment*)

ஒருவர் தன் சொந்த நாட்டில் காப்பிரைட் உரிமை பெற்றிருக்கும் ஒரு படைப்பு, ஒப்பந்தம் செய்துள்ள ஒவ்வொரு நாட்டிலும் காப்பிரைட் உள்ள படைப்பாகக் கருதப்படும். ஒரு படைப்பாளி தன் சொந்த நாட்டில் பெறும் சட்டப் பாதுகாப்பை மற்ற நாடுகளிலும் பெறுவார். இதன் அடிப்படையில் மார்க் ட்வெய்ன் எழுத்துக்கள் இங்கிலாந்திலும், டிக்கென்ஸின் எழுத்துக்கள் அமெரிக்காவிலும் பாதுகாப்புப் பெறும். (ஆனால் அமெரிக்கா தாமதமாகவே பெர்ன் உடன்படிக்கையில் இணைந்தது என்பது குறிப்பிடத் தக்கது.)

2. இயற்கையான பாதுகாப்பு (*Automatic Protection*)

அதுவரை இருந்த சட்டங்கள் போல ஒருவர் தன் படைப்பை காப்பிரைட் அலுவலகத்தில் பதிவு செய்யவேண்டிய அவசியம் இல்லை. படைப்பு பிறக்கும்போதே காப்பிரைட் உரிமையும் பிறந்து விடுகிறது என்று சொன்னது பெர்ன் உடன்படிக்கை.

இது போன்ற ஒரு உடன்படிக்கை முன்னமே ஏற்பட்டு இருந்திருந்தால், மார்க் ட்வெய்ன் பெலஃபர்ட , கிளார்க் பதிப்பகத்தின் மீது தொடுத்த வழக்கு அவருக்கு வெற்றியைக் கொடுத்திருக்கும்.

3. நிரந்தரப் பாதுகாப்பு (*Independence of Protection*)

ஒரு நாடு, ஏதோவொரு காரணத்தால், தன் குடிமகன் ஒருவன் பெற்றிருக்கும் காப்பிரைட் உரிமையை ரத்து செய்துவிட்டாலும் கூட, மற்ற பெர்ன் உடன்படிக்கை நாடுகளில் அந்தப் படைப்பின் காப்பிரைட் உரிமை பறிபோகாமல் இருக்கும்.

இந்த உடன்படிக்கை இருந்திருந்தால், ஆளும் அரசை எதிர்த்து எழுதியதால் அரசியல் அகதியாக வெளிநாடு செல்ல நேர்ந்த

விக்டர் ஹியூகோவின் படைப்புரிமை பாதுகாக்கப்
பட்டிருக்கும்.

4. குறைந்தப்பட்ச பாதுகாப்பு வரையறை (Minimum Standards)

ஒவ்வொரு நாடும் இலக்கிய, அறிவியல் மற்றும் கலைப்
படைப்புகளுக்கு குறைந்தபட்சமாக, எத்தகைய உரிமைகளைக்
கொடுக்கவேண்டும் என்று தெளிவாக வரையறுத்தது பெர்ன்
உடன்படிக்கை. பதிப்பித்தல், மொழிமாற்றம் செய்தல் என்று
எல்லா உரிமைகளும் தெளிவாக வரையறுக்கப்பட்டன.

தொடரும் பயணம்

பெர்ன் உடன்படிக்கை காப்பிரைட் சட்ட வரலாற்றில் ஒரு மைல் கல். இந்த பெர்ன் உடன்படிக்கையின் பிறகு, பல்வேறு காலகட்டங்களில், காப்பிரைட், அறிவுசார் சொத்துரிமை குறித்த பல்வேறு சர்வதேச சட்ட வரையறைகளும், உடன்படிக்கைகளும் ஏற்பட்டு இருக்கின்றன. ஆனால், பெர்ன் உடன்படிக்கையே அவை அனைத்திற்கும் அடிப்படையாக அமைந்தது என்று சொல்லலாம். பெர்ன் உடன்படிக்கையில் கலந்து கொள்ளாமல் விட்டிருந்த அமெரிக்காவில், புதிய சவால்கள் ஏற்கனவே பிறந்திருந்தன. போனோகிராம், தானாக இயங்கும் ஒரு பியானோ என்று அன்றைய நாளின் அதிசயங்களை உருவாக்கத் தொடங்கி இருந்தது அமெரிக்கா. பத்தொன்பதாம் நூற்றாண்டின் இலக்கியச் சந்தையில் காப்பிரைட் தொடர்பான விவாதங்களுக்கு பிரிட்டன் முக்கியக் களம் ஆனது. மறுபுறம், உருவாகிவந்து கொண்டிருந்த புதிய தொழில்நுட்பங்கள், புதிய தொழில் முனைவோர் சமூகம், நீண்ட வரலாற்று மரபுகளில் இருந்து விடுபட்ட ஒரு புதிய சமூகத்தின் புதிய இலட்சியங்கள் எனப் புதிய பாதையில் நடை போடத் தொடங்கி இருந்தது அமெரிக்கா. 1989 ஆம் ஆண்டு வரை அமெரிக்கா பெர்ன் உடன்படிக்கையில் கையெழுத்து இடவில்லை. இதனால் அமெரிக்காவின் காப்பிரைட் பிரச்சினைகளும், சட்டச் சிக்கல்களும், அமெரிக்கா கண்ட தொழில் நுட்பங்கள் போலவே தனித்துவமானவை. இங்கிலாந்து நீதிமன்றங்கள் வெளிநாட்டு எழுத்தாளர்களின் காப்பிரைட் உரிமை பற்றிய வழக்குகளை விசாரித்துக் கொண்டிருந்தபோது, அமெரிக்கா, கலிபோர்னியாவின் சுரங்கங்களில் "தங்க வேட்டை"யில் ஈடுபட்டிருந்தது. பெரும் அளவிலான சமூகப் பொருளாதார மாற்றங்களைக் கண்டு கொண்டிருந்தது. இனி நாம் புதிய சவால்களைச் சந்திக்கப்போவது இங்கிலாந்தின் அச்சுப் பதிப்பகங்களில் அல்ல. அமெரிக்காவின் புதிய இசைச் சந்தைகளில். இந்தப் பயணம் தொடங்கப்போவது அமெரிக்காவின் தங்கச் சுரங்களில் இருந்து.

06

டின் பான் ஆலியின் தங்க வேட்டை

தங்க வேட்டைப் பாடல்

1948 ஆம் ஆண்டில், அமெரிக்காவின் கலிபோர்னியாவில் தங்கம் கிடைப்பது தெரிந்தது. இந்தச் செய்திபரவி, உடனடியாகச் செல்வந்தர் ஆகும் ஆசையில் மக்கள் உலகின் பல நாடுகளில் இருந்தும், கலிபோர்னியா நோக்கி வந்தனர். விவசாயிகள் விளைநிலங்களை விட்டுவிட்டு வந்தனர். வியாபாரிகள் கடைகளை விட்டுவிட்டு வந்தனர். மருத்துவர்களும், வழக்கறிஞர்களும் தங்கள் தொழில்களை விட்டுவிட்டு வந்தனர். சீனா, சிலி, மெக்ஸிகோ மற்றும் பல நாடுகளில் இருந்து வந்த சாகசம் விரும்பும் மக்கள் கலிபோர்னியாவை அடைந்தனர்.

1849 ஆம் ஆண்டின் ஆண்டு மே மாதம். அமெரிக்காவின் கலிபோர்னியா. குலோமா பகுதியில் அன்று சூரியன் சோம்பேறித்தனமாக உதித்தது. சியார நெவாடா மலை அடிவாரத்தில் அமைக்கப்பட்டு இருந்த கூடாரங்களில் தங்கி இருந்தவர்கள் விழித்துக் கொள்ளத் தொடங்கினர். கண் விழித்தவுடன் அவர்கள் நினைவுக்கு வருபவை அவர்களது தொலை தூர வீடுகளும், குடும்பங்களும். மறுகணமே அவர்களின் நினைவுக்கு வருவது அவர்கள் தேடி வந்திருக்கும் தங்கம் தரக்கூடிய வளமான எதிர்காலம். அங்கு பேச்சுக் குரல்கள் ஆங்கிலம், ஸ்பானிஷ், சீனம் என்று பல மொழிகளில் கலவையாகக் கேட்டன. அமெரிக்கா மற்றும் உலகின் பல பகுதிகளிலும் இருந்தும்

வந்திருந்த அவர்கள் அன்றைய நாளின் தங்க வேட்டைக்குத் தயாராகினர். அவர்களில் ஒருவர் பாஸ்டனில் இருந்து வந்திருந்த சாம்யுவல். பல மாதங்களாகத் தேடியும் தனக்குக் கிடைக்காத அதிர்ஷ்டத்தின் மீது கொண்டிருந்த நம்பிக்கையைத் தளராமல் பிடித்திருந்தார். சீனாவில் இருந்து வந்திருந்த லீ தன் உணவுக் கூடையைத் தயார் செய்து கொண்டிருந்தான். மெக்ஸிகோவில் இருந்து வந்திருந்த மரியா, தனது கோடாரியைக் கூர்மைப்படுத்திக் கொண்டிருந்தாள். சுறுசுறுப்பாகிவிட்ட சூரியனின் ஒளி, கண்களை உறுத்தாதவாறு தனது தலையில் இருந்த தொப்பியை சரிசெய்து கொண்டார் சாம்யுவல். கடப்பாரைகளும் மண்வெட்டிகளும் ஒன்றோடொன்று உரசும் ஒலி, பேச்சுக் குரல்கள், அவ்வப்போது எழுந்த சிரிப்பொலி இவற்றுக்கிடைய ஒரு குரல் மெதுவாகப் பாடத்தொடங்கியத் தொடங்கியது.

ஸ்டீபன் ஃபோஸ்டர்

"ஓ சுசானா"

அந்தப் பாடலைக் கேட்டவுடன் சாம்யுவலின் முகத்தில் மெல்லிய சிரிப்பு பிறந்தது. அந்தப் பாடல் கலாச்சாரம், மொழி ஆகிய வேறுபாடுகளைக் கடந்து, தங்கம் தேடித் தங்கள் வீடுகளைப் பிரிந்து வந்திருந்த ஒவ்வொருவர் மனதையும் தொட்டது. அவர்களை ஒன்றாக இணைத்தது. சாம்யுவல் பையில் இருந்த தனது கிடாரை எடுத்துக் கொண்டார். வேறு சிலரும் அவரைப் போலவே தங்கள் இசைக் கருவிகளை எடுத்துக் கொண்டனர். சாம்யுவல் தன் கிடாரை வாசித்தவாறே, தன் கட்டைக் குரலில் அந்தப் பாடலைப் பாடிக் கொண்டிருந்தவர்களுடன் சேர்ந்து தொடங்கினார். ஆங்கிலம் பேசாத வெளிநாட்டுக்காரர்களும் கூட அந்தப்

பாடலின் மெட்டை முணுமுணுக்கத் தொடங்கினர். ஒருவர் பின் ஒருவராக இணைந்து கொள்ள, சற்று நேரத்தில், "ஓ சுசானா!" என்ற அந்தப் பாடல் ஒரு பேரலை போல் எழுந்து, நெவாடா மலையில் எதிரொலித்து அடங்கியது. பாடல் முடிவடைந்தபின் தன் கண்களை மூடியிருந்த சாம்யுவலின் மனம் அந்தப் பாடலில் இருந்து விடுபட்டிருக்கவில்லை. சற்று நேரம் அங்கு அமைதி நிலவியது. பின்னர் சாம்யுவல் தனது பையில் இருந்து பத்திரப்படுத்தி வைக்கப்பட்டு இருந்த சில காகிதங்களை எடுத்தார். பாடலின் கிடார் பகுதிகளை அவர் இன்னும் நன்றாகக் பயிற்சி செய்ய வேண்டும். சில இடங்களில் தடங்கல் ஏற்படுகிறது. அவர் பையில் இருந்து எடுத்த காகிதங்களில் அச்சாகி இருந்த அந்தப் பாடலின் கிடார் இசைக்குறிகளைச் சரிபார்த்தார். அந்தக் காதித்ததில் ஓ ! சுசானா" - எழுதி இசை அமைத்தவர் ஸ்டீபன் காலின் ஃபாஸ்டர், பதிப்பாளர் " டபிள்யூ.சி. பீட்டர்ஸ் அன் கோ" என்று அச்சிட்டு இருந்தது. அது ஒரு "ஷீட் ம்யூசிக்" பதிப்பு. சாம்யுவல் போன்று ஆயிரக் கணக்கானோர் அந்தப் பதிப்பை விலை கொடுத்து வாங்கியிருந்தனர். இந்த பதிப்பு பெரும் விற்பனை அடைந்தது. பாஸ்டரின் பாடல்களை மக்கள் விரும்பினர். "ஓ! சுசானா" சாதாரணப் பாடல் அல்ல. அது அமெரிக்காவில் முதன்முதலாக உருவான "பாப்" பாடல்களில் ஒன்று. அதனை இயற்றிய ஃபாஸ்டரே, இன்றைய பாப் இசைக் கலைஞர்களின் முன்னோடி.

ஸ்டீபன் காலின் ஃபாஸ்டர் : அமெரிக்க இசையின் தந்தை

ஸ்டீபன் ஃபாஸ்டர் 'அமெரிக்க இசையின் தந்தை என்று வரலாற்றில் அழைக்கப்படுகிறார். இதற்கு மூன்று முக்கியமான காரணங்கள் இருந்தன. முதலாவதாக, பாஸ்டரின் காலத்திற்கு முன் அமெரிக்காவில் புழங்கி வந்த பாடல்களை மூன்று வகைகளில் அடக்கிவிடலாம்.. ஐரோப்பிய மரபு இசை, தேவாலயங்களின் வழிபாட்டுப் பாடல்கள் மற்றும் வழிவழியாகப் பாடப்படும் நாட்டுப் புறப் பாடல்கள். ஆனால் ஃபாஸ்டர் இயற்றிய பாடல்கள் அன்றைய அமெரிக்கர்களின் வாழ்க்கை அனுபவங்கள் பற்றியவை. ஒரு வீட்டின் சமையலறையிலோ, வேலை செய்யும் தொழிற்சாலையிலோ, கலிபோர்னியாவின் தங்கச் சுரங்கம் ஒன்றிலோ பணிசெய்யும்போது ஒருவர் எளிதில் பாடும்படியான பாடல்கள். நினைவில் நிற்கும் எளிமையாக பாடல் மெட்டுகள். அந்தப் பாடல்களைப் பியானோவில் வாசிப்பதற்கு ஒருவர் சிறந்த பியானோ கலைஞராக இருக்க வேண்டியதில்லை. அந்தப் பாடல்களைப் பாட ஒருவர் பயிற்சி பெற்ற பாடகராக இருக்க வேண்டியதில்லை. அந்தப் பாடல்கள் எளிமையானவை. சராசரி அமெரிக்கனின் வாழ்க்கை அனுபவங்களைப் பேசிய பாடல்கள். ஃபாஸ்டரின் பாடல் ஒன்றைப் பாடும் ஒவ்வொரு ரசிகனும் அந்தப் பாடல்

கோகுல் சால்வாடி ○ 57

𝄞 யோகான் செபாஸ்தியன் பாக்

தன்னுடையது என்று உணர்வான். இரண்டாவதாக, ஃபாஸ்டர் ஒரு புதிய இசைத் தொழிலை அமெரிக்காவிற்கு அறிமுகம் செய்தான். வழிவழியாகப் பாடப்படும் பாடல்கள் போன்றோ, நிபுணர்களால் நடத்தப்படும் ஐரோப்பிய பாணி இசை நிகழ்ச்சிகள் போன்றோ இல்லாமல், வீடுகளில் பாடியும் இசைத்தும் பார்க்கும்படியான எளிய பாடல்களை படைத்தான். இந்தவகையில், ஃபாஸ்டரே அமெரிக்காவின் முதல் தொழில்முறைப் பாடல் கலைஞன் (songwriter) மூன்றாவதாக, ஃபாஸ்டர் இன்று நாம் காணும் "அமெரிக்க இசை"யின் வடிவத்தைக் கட்டினான். ஐரோப்பிய இசைக் கூறுகள், ஆப்ரிக்க அமெரிக்கர்களின் இறை வழிபாட்டுப் பாடல்கள், மரபு வழி வந்த நாட்டுப்புறப் பாடல்கள் என்று அனைத்திலும் இருந்து சில இசைக் கூறுகளைக் எடுத்து, புதிய பாடல் வடிவத்தை உருவாக்கினான். இன்றைய ராக், பாப், ஜாஸ் என்று எந்த இசையாக இருந்தாலும், அதில் ஃபாஸ்டரின் தாக்கம் இருக்கும். ஃபாஸ்டருக்கு முன் அமெரிக்காவில் பாடல்கள் மட்டுமே இருந்தன. ஃபாஸ்டருக்குப் பின் பாடல் புனையும் தொழிற்துறை ஒன்றும் உருவானது. "ஸ்டீபன் காலின் ஃபாஸ்டர்" என்ற ஒரு கலைஞன் அதற்கான விதையை விதைத்தான். நேரடி இசை நிகழ்ச்சிகளைக் காட்டிலும், ஃபாஸ்டரை அமெரிக்காவெங்கும் கொண்டு சென்றது, அச்சுப் பிரதிகளாக வெளிவந்த இசைக் குறிப்புகளே (ஷீட் ம்யூசிக்). அச்சுப் பிரதிகள் மூலம் 'ஓ சுசானா' என்ற பாஸ்டரின் பாடல் நாடெங்கும் பரவியது.

ஓ சுசானா – ஷீட் ம்யூசிக்

பத்தொன்பதாம் நூற்றாண்டில் இசைப் பதிப்பு நிறுவனங்கள், இசை கலைஞர்களிடம் ஒரு தொகை கொடுத்து, பாடல்களை

அச்சிடும் உரிமையைப் பெற்றுக் கொள்வார்கள். அதன் மூலம் கிடைக்கும் லாபம் என்றென்றும் பதிப்பு நிறுவனத்தையே சாரும் 'ஒ சுசானா' பாடல் மிகவும் புகழ் பெற்றது. 'பீட்டர்ஸ் அன் கோ' அதன் அச்சுப் பிரதியை பல லட்சம் டாலர்களுக்கு விற்பனை செய்தது. ஆனால், அந்தப் பாடலுக்கு ஃபாஸ்டர் பெற்றுக் கொண்டது நூறு டாலர்கள் மட்டுமே. சில ஆவணங்கள் அந்தத் தொகை இன்னும் குறைவு (ஏழு டாலர்கள்) என்று சொல்கின்றன. 'ஒ சுசானா' போலவே, ஃபாஸ்டரின் பல பாடல்களும் ஒரு சிறு தொகைக்கு விற்கப் பட்டவையே. அந்தப் பாடல்களுக்கு சரியான காப்பிரைட் பாதுகாப்போ, ராயல்டியோ கிடைக்கவில்லை. ஃபாஸ்டரின் சில பாடல்கள் காலத்தை வென்று புகழ் பெற்றவை. அத்தகைய பாடல்கள் மூலம் வரும் வருவாய் பல ஆண்டுகளுக்குப் பதிப்பாளர்களின் கணக்கில் சென்று சேர்ந்தது. பாடல்களால் கிடைத்த புகழ் மட்டுமே ஃபாஸ்டரின் உரிமைப் பொருளானது.. பத்தொன்பதாம் நூற்றாண்டின் இசைப் பதிப்புத் துறை எப்படி இயங்கியது என்று புரிந்து கொள்வதற்கு ஃபாஸ்டரின் மரணமே ஒரு உதாரணமாக விளங்குகிறது..

இரத்தக் கறை படிந்த நியூயார்க் ஹோட்டல் அறை

நியூயார்க்கின், வாடகை குறைவான தங்கும் விடுதிகளில் அதுவும் ஒன்று. அந்த விடுதியின் அறை ஒன்றில் தங்கி இருந்தார் ஃபாஸ்டர். அன்று ஃபாஸ்டரைப் பார்ப்பதற்காகச் சென்ற அவரது நண்பர் ஜார்ஜ் கூப்பர், ஃபாஸ்டர் தங்கி இருந்த அறையின் கதவைத் திறந்தார். அங்கு அவர் கண்ட காட்சி அதிர்ச்சியானது. தரையெங்கும் ரத்தம். கைகழுவும் பேசின் அருகே நினைவின்றி விழுந்து கிடந்தார் ஃபாஸ்டர். அவர் தலையில் அடி பட்டிருந்தது. அந்தக் காயத்தில் இருந்து பெருகியிருந்த ரத்தம், தரையெங்கும் பரவி இருந்தது.

ஜார்ஜ் கூப்பர் ஃபாஸ்டருடன் பாடல்கள் எழுதும் கூட்டாளி. உடனே உதவிக்கு ஆட்களை அழைத்தார். நினைவின்றி இருந்த ஃபாஸ்டர், உடனடியாக மருத்துவ மனைக்குக் கொண்டு செல்லப்பட்டார். மூன்று நாட்கள் தொடர்ந்து கொடுக்கப்பட்ட சிகிச்சை பலனளிக்காமல், ஃபாஸ்டர் இறந்து போனார். அந்த நாட்களில் ஃபாஸ்டரின் குடிப்பழக்கம் அதிகமாகி இருந்தது. அவர் கை கழுவப் போனபோது போதையினால் தவறி

விழுந்திருக்கலாம். அல்லது அவர் தங்கி இருந்த போவீ (*Bowery*) பகுதி நியூயார்க்கின் குற்றச் சம்பவங்கள் நிறைந்த பகுதி என்பதால் ஒரு வேளை .... யூகங்கள் பலவிதமாய் உருவாகின. ஆனால் 1864 ஆம் ஆண்டு ஜனவரி 13 ஆம் நாள், அமெரிக்க பாப் இசையின் தந்தை ஸ்டீபன் காலின் ஃபாஸ்டர், தனது 37 வது வயதில் இறந்து போனார் என்பது உண்மை. இறுதியாக அவரிடம் இருந்தவை பாதி எழுதியிருந்த ஒரு காகிதமும், 38 சென்ட் நாணயங்களும் மட்டுமே. அந்தக் காகிதத்தில் "நண்பர்களே, நல் இதயங்களே ("*Dear friends and gentle hearts*") என்று எழுதப்பட்டு இருந்தது. அவர் எழுத ஆரம்பித்திருந்த புதிய பாடலாக இருக்கலாம். அல்லது ஒரு கடிதமாக இருக்கலாம். எதுவாக இருந்தாலும் அது முடிக்கப்படாமல் இருந்தது.

ஃபாஸ்டரைக் கொன்றது யார்? அல்லது எது?

ஃபாஸ்டரின் ஒரே துணையாக ஆகிவிட்டிருந்த, ஒரு காலத்தில் பாடல்களை உருவாக்கும் திறமை கொண்ட அழகிய இளைஞனாக இருந்த ஃபாஸ்டரை 37 வயதிற்குள் முற்றிலுமாகச் சிதைத்திருந்த குடிப்பழக்கமா?. இது போன்ற காரணங்களால் சாகும்போது 38 சென்ட்களை மட்டும் தன்னிடம் வைத்திருந்த, வாழ்நாள் முழுவதும் துரத்தி வந்திருந்த வறுமையா? குடிப்பழக்கம், வறுமை இவை உருவாக்கிய சச்சரவுகளால் ஏற்பட்ட காதல் மனைவியின் பிரிவா? இவற்றில் ஒன்றோ, இரண்டோ அல்லது எல்லாமும் சேர்ந்தோ ஃபாஸ்டரைக் கொன்றிருக்கலாம். ஆனால் பாஸ்டரின் வாழ்க்கை அவர் வாழ்ந்த காலத்தில் அமெரிக்க இசைப் பதிப்புத் துறை பற்றிய ஒரு சித்திரத்தை நமக்குக் காட்டுகிறது. ஃபாஸ்டரின் மரணத்திற்குப் பின், நியுயார்க்கைத் தலைமை இடமாகக் கொண்டு ஒரு புதிய தொழில் உருவாகி வளர்ந்து வந்தது. அது அமெரிக்க இசைத்துறையை அடுத்த எழுபது ஆண்டுகளுக்கு ஆட்சி செய்தது. கார்ல் மார்க்ஸ், "நியூயார்க் டெய்லி ட்ரிபியூன்" செய்தித் தாளில், கலிபோர்னியா தங்கச் சுரங்கங்கள் அமெரிக்காவில் உருவாக்கும் பொருளாதார மாற்றங்கள் பற்றிக் கட்டுரைகள் எழுதிக் கொண்டிருந்த போது, நியூயார்க்கில் இசைப் பதிப்பாளர்கள் வேறு ஒரு தங்கச் சுரங்கத்தைச் சத்தமில்லாமல் தோண்டிக் கொண்டு இருந்தார்கள். அந்தப் புதிய சுரங்கத்தின் பெயர் "டின் பான் ஆலி". அந்தப் பெயரைச் சூட்டியவர் "மன்றோ ரோசன்பெல்" என்ற இசைக் கலைஞர் மற்றும் பத்திரிகையாளர். அவரது பார்வையில் அன்றைய நியூயார்க் நகரின் பப்ளிஷிங் நிறுவனங்கள் எப்படி செயல்பட்டன என்பதைப் பார்ப்போம்.

டின் பான் ஆலி : அமெரிக்காவின் புதிய பாட்டுத் தொழிற்சாலை

அன்று நியூயார்க் மன்ஹாட்டன் பகுதியில் சூரியன் மேலே எழுந்து வந்திருந்தது. பரபரப்பான நடைபாதையில் நடந்து கொண்டிருந்தார் மன்றோ ரோசன்பெல். மன்றோ, எப்போதும்

புதிய செய்திகளுக்காக ஒரு காதும், புதிய இசைக்காக மறு காதும் கொண்டவர். இசைப் பதிப்பு நிறுவனங்கள் இருக்கும் அந்தப் பகுதியை அடைந்த மன்றோ, அங்கிருந்த கட்டிடங்களிலிருந்து வெளிப்பட்ட கலவையான ஒலியைக் கேட்டு முகம் சுளித்தார். அந்தக் கட்டிடங்களின் ஜன்னல்களில் வழியே வெளிவந்த பியானோ ஒலிகள் ஒன்று கலந்து, பாத்திரங்கள் ஒன்றோடொன்று மோதும் ஒலி போன்று தோன்றியது மன்றோவிற்கு. மன்றோ, சாலையைக் கடந்து' பெர்ன்ஸ்ட்டின் கம்பனி' இசைப் பதிப்பு அலுவலகத்திற்குள் நுழைந்தார். அந்த அலுவலகம் பரபரப்பாக இயங்கிக் கொண்டிருந்தது. "வாருங்கள்!" என்று மன்றோவை வரவேற்றவாறு வந்தார் பதிப்பாளர் 'லூயிஸ் பெர்ன்ஸ்ட்டின்'. அந்த அலுவலகத்தின் ஒரு அறையில் ஐந்தாறு பியானோக்கள் இருந்தன. அந்தப் பியானோவில் அமர்ந்து வாசித்துக் கொண்டு இருந்தவர்களை மன்றோ பார்த்தார். அதனைக் கவனித்த பெர்ன்ஸ்ட்டின் "இவர்கள் எங்கள் முழுநேரக் கலைஞர்கள். காலை 9 மணிக்கு வேலைக்கு வருவார்கள். அன்றைய நாளுக்கான பாடல்களை அவர்கள் அன்றே முடிக்கவேண்டும்". பரபரவென்று இயங்கிவந்த முழு நேரப் பணி செய்யும் கலைஞர்களால் பாடல்கள் தயாரிக்கப்பட்டு வந்தன. ஒரு இத்தாலிய இளைஞன், தனது புதிய பாடலைச் சந்தேகத்துடன் எடைபோட்டுக் கொண்டிருந்த பதிப்பாசிரியருக்கு அருகில் நம்பிக்கையுடன் காத்துக் கொண்டிருந்தான். மறுபுறம் அமர்ந்திருந்த ஐரிஷ் இளைஞர்கள் தங்களது புதிய பாடலில் எந்த உத்தியைப் பயன்படுத்த வேண்டும் என்று விவாதித்துக் கொண்டிருந்தனர். தடித்த உடல்வாகு கொண்டிருந்த மற்றொரு இளைஞன், ஒரு கையால் பியானோவை வாசித்துப் பார்த்தபடி, மறு கையால் பாடலை அடித்து அடித்து எழுதிக் கொண்டிருந்தான். மறுபுறம் இருவர் தங்கள் பாடலின் சந்த நயத்தைப் சரி பார்த்துக் கொண்டிருந்தனர். அறையின் மூலையில் இருந்த மேஜை மீது நியூயார்க் நகரின் வரைபடம் விரிக்கப்பட்டு இருந்தது. அதனைச் சுற்றி அமர்ந்திருந்தவர்களைக் காட்டிச் சொன்னார் பெர்ன்ஸ்ட்டின் "இவர்கள் எங்கள் பாடல்களை மக்களிடம் கொண்டு சேர்க்கும் ப்ளகர்ஸ் (*song pluggers*). இவர்கள் மக்கள் கூடும் இடங்களில் மற்றும் முக்கிய இடங்களில் புதிய பாடல்களைப் பாடி அதனைப் பிரபலப் படுத்துவார்கள்" அப்போது கதவைத் திறந்து கொண்டு வேகமாக வந்த ஒரு ப்ளக்கர், பெர்ன்ஸ்ட்டின் அருகில் வந்து "இன்று மாலை பாடகி நோரா நமது பாடலைக் கேட்பதாகச் சொல்லி இருக்கிறார். அவருக்குப் பிடித்துவிட்டால், அவர் நடத்தும் நிகழ்ச்சிகளில் அந்தப் பாடலைப் பாடுவார்" என்றான். அந்த அறையில் இருந்தவர்கள் இதைக் கேட்டவுடன் பரபரப்பாகி, ஒன்று கூடினர். நோரா தனது பிராட்வே இசை நிகழ்ச்சியில் ஒரு பாடலைப் பாடினால், அந்தப் பாடல் ஒரே நாளில் நாடு முழுவதும் பரவும் . இசைக் குறிப்புப் பதிப்புகள்

விற்பனை விண்ணைத் தொடும். பெர்ன்ஸ்ட்டின் மனது மளமளவென்று லாபக் கணக்குகளைப் போட்டது. அவர், “பாடகி நோரா பாடுவதற்கான ஒரு நல்ல பாடல் தயாராக இருக்கிறதா?” என்று பொதுவில் அனைவரிடமும் கேட்டார். அதுவரை பரபரப்பாக வேலை பார்த்துவந்தவர்கள் இப்போது, மேலும் அதிகத் தீவிரத்துடன் வேலை செய்ய ஆரம்பித்தனர். பியானோக்கள் ஒன்றோடொன்று போட்டி போட்டுக் கொண்டு ஒலித்தன. அவர்கள் அன்று மாலைக்குள் பாடகி நோராவைக் கவரக் கூடிய ஒரு பாடலை தயார் செய்தாக வேண்டும். நடப்பவற்றை பார்த்துக் கொண்டிருந்த மன்றோ மனதிற்குள் குறிப்புகள் எடுத்துக் கொண்டார். மன்றோ தன் பணிகளை முடித்துக் கொண்டு, பெர்ன்ஸ்ட்டின் அலுவலகத்தை விட்டுக் கிளம்பும்போது, மாலைச் சூரியன் மறைய ஆரம்பித்திருந்தது. அவர் அந்தத் தெருவை விட்டு நீண்ட தூரம் வந்திருந்த போதிலும், பாத்திரங்கள் ஒன்றோடொன்று மோதும் ஒலி அவருக்குப் பின்னால் தொடர்ந்து கேட்டுக் கொண்டிருந்தது. அது இரவும் பகலுமாய், இடைவிடாமல் இயங்கி வந்த பாட்டுத் தொழிற்சாலையின் ஒலி. பாடல்கள் இந்தத் தொழிற் சாலைகளில், உதிரி பாகங்கள் பொருத்தப்பட்டுத் தயாராகி சந்தைக்கு வந்தன.

மறுநாள், ‘நியூயார்க் ஹெரால்ட்’ நாளிதழில் வெளிவந்திருந்த மன்றோவின் கட்டுரை, இந்த இசைத் தொழிற்சாலையை ‘டின் பான் ஆலி’ *(Tin Pan Alley)* என்று குறிப்பிட்டு இருந்தது. இதனை நாம் சுமாராகப் ‘பாத்திரங்கள் போல ஒலியெழுப்பும் சந்து’ என்று புரிந்து கொள்ளலாம். மன்றோ வைத்த அந்தப் பெயர் வரலாற்றில் நிலைத்துவிட்டது. டின் பான் ஆலி உருவாக்கிய சந்தைப் பொருள் என்ன? அது இசைக்குறிப்புகள் கொண்ட அச்சுப் புத்தகங்ள். இந்த வகை பாட்டுப் புத்தகங்களை (ஷீட் ம்யூசிக்) அச்சடித்து விற்பனை செய்வதை ஒரு பெரும் தொழில் ஆக்கி இருந்தது நியூயார்க் நகரின் ‘டின் பான் ஆலி.’

19 ம் நூற்றாண்டின் புதிய ஒப்பந்தங்கள்

டின் பான் ஆலி, இசைக் கலைஞர்களுடன் செய்து கொள்ளும் ஒப்பந்தங்களை கவனமாக உருவாக்கியது. அத்தகைய ஒப்பந்தங்களே “ டின் பான் ஆலி “ என்ற கோட்டைக்கு அடித்தளமாக அமைந்தன. சிறு தொகை ஒன்றைப் பெற்றுக்கொண்டு பாடல்களை “விற்றுவிடும்” இசைக் கலைஞர்கள், தங்கள் பாடல்கள் மீது எந்தவிதமான உரிமையும் இல்லா தவர்களாயினர். ஒரு பாடல் ஹிட் ஆகிவிட்டால், அதனைத் தழுவியே பல பாடல்கள் தயாராகும் என்பது நாம் அனைவரும் அனுபவத்தில் அறிந்ததே. பதிப்பாளர்கள் என்ன விரும்புகிறார்களோ அத்தகைய பாடல்களையே படைக்க வேண்டிய நெருக்கடி இசைக் கலைஞர்களுக்கு ஏற்பட்டது. பல இசைக் கலைஞர்கள் சரியான வருமானம் இல்லாமல், கஷ்டமான வாழ்க்கை நடத்தினர்.

அதிலும், பாடல் ஹிட் ஆகவில்லை என்றால், பிழைப்பதே கடினம். ஹிட் பாடல்களைப் படைப்பது கட்டாயம் ஆனது. பதிப்பாளர்களால், பாடல்களைப் பிரபலப்படுத்த நியமிக்கப்பட்டவர்கள் (*song pluggers*) சில பாடல்களை நியாயமற்ற வழிகளைக் கையாண்டு பிரபலப்படுத்தினர்.

மின்ஸ்ட்ரல் இசை நிகழ்ச்சிகள்

கருப்பின அமெரிக்கர்களுக்கு ஃபாஸ்டரின் பாடல்களுடன் நீண்ட உறவு உண்டு. ஆனால் அந்த உறவு கசப்பானதாகவே இருந்து வந்தது. தங்க வேட்டைக் காலத்தில் புகழ் பெற்ற 'ஓ சூசானா' பாடலும் கூட தங்க வேட்டை குறித்தோ, சுரங்கத் தொழிலாளர்கள் குறித்தோ எழுதப்பட்ட பாடல் அல்ல. பிரிந்திருக்கும் தன் காதலியைச் சந்திக்கச் செல்லும் காதலன் ஒருவன் பாடும் பாடல் அது. அந்தப் பாடலின் மெட்டு, பாடல் வரிகள் ஆகியவை தங்க வேட்டையின் ஆட்டக் காரர்களைக் கவர்ந்தது. உண்மையில் 'ஓ சுசானா' அமரிக்காவின் கருப்பின மக்களை கேலியாகச் சித்தரிக்கும், 'மின்ஸ்ட்ரல்' இசை நிகழ்ச்சிகளில் அதிகம் பயன்படுத்தப்பட்ட பாடல். ஒரு தனி இசைக் கலைஞனாக வருவாய் ஈட்ட முடியாத சூழலில், அப்போது புகழ்பெற்றிருந்த 'மின்ஸ்ட்ரல்' நிகழ்ச்சிகளுக்குப் பாடல் எழுதத் தொடங்கினான் ஃபாஸ்டர். மின்ஸ்ட்ரல் இசை நிகழ்ச்சி என்பது அமெரிக்க கருப்பின மக்களின் வாழ்க்கையைச் சித்தரிக்கும்படி உருவானது போலத் தோன்றினாலும், உண்மையில் அவர்களைப் பகடி செய்யும் நிகழ்ச்சி. இந்த நிகழ்ச்சிகளில் வெள்ளை இனக் கலைஞர்கள் தங்கள் முகங்களில் கருப்பு வண்ணம் பூசிக்கொண்டு, கருப்பினப் பாத்திரங்களை ஏற்று நடிப்பார்கள். இந்த நிகழ்ச்சிகளின் கதையமைப்பும், பாடல்களும் கருப்பின மக்களைக் கேலி செய்யும் விதமாக அமைந்திருந்தன. இந்த நிகழ்ச்சிகள் அமெரிக்காவின் புகழ்பெற்ற பொழுதுபோக்கு நிகழ்ச்சியாக இருந்துவந்தது. ஃபாஸ்டரின் பாடல்கள் பெருமளவில் இந்த மின்ஸ்ட்ரல் இசை நிகழ்ச்சிகளில் பாடப்பட்டன. காலப்போக்கில் மின்ஸ்ட்ரல் நிகழ்ச்சிகளின் நிறவெறித் தன்மையின் காரணமாக அவற்றில் ஃபாஸ்டரின் ஈடுபாடு குறைந்ததென்று சொல்லப்படுகிறது . ஒரு தகவலின்படி, அவர் "அங்கிள் டாம்ஸ் கேபின்" நாவலைப் படித்த பிறகு எழுதிய பாடலே 'மை ஓல்ட் கென்டகி ஹோம்' என்ற பாடல். இந்தப் பாடல் அடிமை வாழ்வின் துயரங்களை உணர்வுப் பூர்வமாக வெளிப்படுத்தியது. பின்னாட்களில் ஃபாஸ்டர் மின்ஸ்ட்ரல் நிகழ்ச்சிகளில் இருந்து முற்றிலும் விலகிய பின்பு அவன் எழுதிய பாடல்கள் மிக மென்மையான மனித உணர்வுகளை மையப்படுத்தும் பாடல்கள் என்றும், "கென்டகி ஹோம்" பாடல் அதன் தொடக்கமாகவும் இருப்பதை நாம் அறியலாம். அங்கிள் டாம்ஸ் கேபின்ஸ் கதையின் உண்மை நாயகன் ஜோசையா போலவே கருப்பின மக்களின் விடுதலைக்குக் குரல் கொடுத்துவந்த

'பிரெட்ரிக் டக்ளஸ்' என்பவர், தனது சுயசரிதையில் ஃ பாஸ்டரின் 'மை ஓல்ட் கென்டகி ஹோம்' பாடல் "அடிமை வாழ்வின் வலிகளை உணர்வுப் பூர்வமாய் வெளிப்படுத்துகிறது" என்று எழுதினார். டக்ளஸின் இந்தக் கருத்து, மின்ஸ்ட்ரல் பாடல்களை எழுதியிருந்த ஃபாஸ்டரின் கைகளில் படிந்திருந்த கறைகளைகச் சற்றேனும் கழுவியிருக்கும்.

ஃபாஸ்டரின் மரணத்திற்குச் சில நாட்கள் முன்...

அது 1864 ஆம் ஆண்டின் ஜனவரி மாதம். அமெரிக்காவில் உள்நாட்டுப் போர் நடைபெற்றுக் கொண்டிருந்த காலம். அடிமை முறை ஒழிப்பை ஆதரித்தும், எதிர்த்தும் வட மாநிலங்களும் தென் மாநிலங்களும் இரு பிரிவுகளாகப் பிரிந்து போரிட்டு வந்தன. ஃபாஸ்டர் தங்கியிருந்த அந்த தங்கும் விடுதியில் இருந்து நான்கு தெருக்கள் தள்ளி, அந்த இசை நிகழ்ச்சி நடந்து கொண்டிருந்தது. உள்நாட்டுப் போர் நியூயார்க்கின் டின் பான் ஆலியையும், சிறு இசை நிகழ்ச்சிகளையும் முற்றிலும் முடக்கி இருக்கவில்லை. அன்று அந்த இசை நிகழ்ச்சியில் ஃபாஸ்டரின் "மை ஓல்ட் கென்டகி ஹோம்" என்ற பாடல் அங்கு பாடப்பட்டபோது பலரது கண்கள் கலங்கின. நிறவெறிச் சட்டங்களில் இருந்து தப்பிக்கப் புலம் பெயர்ந்து நியூயார்க் வந்திருந்த அவர்களது பழைய வாழ்க்கையை நினைவு படுத்திக்க கொண்டிருந்தது அந்தப் பாடல். அந்த இசை நிகழ்ச்சி முடிந்து, அன்றைய வசூலை எண்ணிக் கொண்டு இருந்தார்கள் நிகழ்ச்சித் தயாரிப்பளர்கள். அதே நேரம் நான்கு தெருக்கள் கடந்து, தன் அறையில் இருந்த ஃபாஸ்டரும், தன்னிடமிருந்த நாணயங்களை எண்ணிக்கொண்டு இருந்தான். அந்த வார விடுதிக் கட்டணத்திற்கு இன்னமும் எவ்வளவு தேவைப்படுகிறது என்று தெரிந்து கொள்ள. மேஜையின் மேல் இருந்த காகிதத்தில் "நண்பர்களே, நல் இதயங்களே (*"Dear friends and gentle hearts"*) என்று எழுதப்பட்டு முடிக்கப்படாமல் இருந்தது பாஸ்டரின் அந்தப் புதிய பாடல். ஒருவேளை அன்று வசூலான கட்டணத்தில் ஃபாஸ்டரின் பாடல்களுக்கு ஒரு சிறு பங்கு கிடைத்திருந்தால், அடுத்த மூன்றாவது நாளில் அவன் இறந்திருக்க மாட்டானோ ஒருவேளை ஃபாஸ்டருக்கு அந்த இசை நிகழ்ச்சியில் ஒரு சிறு பங்கு கொடுக்கப்பட்டு இருந்தால், அதன் பெயர் - "பெர்ஃபாமன்ஸ் ராயல்டி" (*Performance Royalty*). ஃபாஸ்டரின் மரணத்திற்கு சுமார் பதினைந்து வருடங்களுக்கு முன், பிரான்ஸ் நாடு பெர்ஃபாமன்ஸ் ராயல்டி குறித்த சட்ட வழிமுறைகளையும் உருவாக்கி இருந்தது. அதற்கு காரணமாக அமைந்தது ஒரு கவிஞர் தொடுத்த ஒரு வழக்கு.

07

ராயல்டி பிறந்த கதை

1847 ஆம் ஆண்டு. பாரிஸில் 'கஃபே கான்சர்ட்' என்று அழைக்கப்பட்ட புதிய வகை உணவு விடுதிகள் தோன்றி, மக்களிடையே வரவேற்பைப் பெற்றிருந்தன. உணவு, மது மற்றும் இசை. இவை மூன்றும் கிடைக்கும் விடுதிகள் இவை. பாரம்பரிய இசை அரங்குகள் போல அல்லாமல், பாரிஸின் அனைத்துத் தட்டு மக்களையும் கவர்ந்தன இந்த கஃபே கான்சர்ட் விடுதிகள். அன்றைய பாரிஸின் இத்தகைய விடுதிகளில் ஒன்று, "கஃபே மொரால்". 'எர்னஸ்ட் பொர்ஜெட்' என்ற கவிஞர், ஒரு நாள் மாலை "கஃபே மொரால்" விடுதிக்குச் சென்றிருந்தார். அன்று விடுதியில் அவர் ஆர்டர் செய்தது, "சூஃரே (*eau sucre*)" என்ற பானம். இது சர்க்கரை கலந்த நீர். நமது ஊரின் பானகம் போன்றது. அது விலை மலிவானது. பானத்தை மட்டும் அருந்த விரும்பிய பொர்ஜெட்க்கு "கஃபே கான்சர்ட்" ல் அனுமதி மறுக்கப்பட்டது. அது விடுதிக்குக் கட்டுப்படி ஆகாது என்பது அவர்கள் வாதம். ஆனால், அவர் இயற்றிய பாடல்கள் அன்று "கஃபே கான்சர்ட்" இசை நிகழ்ச்சியில் இசைக்கப்பட்டுக் கொண்டிருந்தன. மறுநாள் அந்த விடுதியின் உரிமையாளர் 'மொரால்' என்பவருக்கு ஒரு புகார்க் கடிதம் எழுதினர் கவிஞர் பொர்ஜெட். விலை குறைவான பானத்தை ஆர்டர் செய்ததால் தன்னை இசை நிகழ்ச்சிக்கு அனுமதிக்காத ஒரு விடுதி, தனது பாடல்களைப் பாடி லாபம் பெறுவதை அவரால் ஏற்றுக்கொள்ள முடியவில்லை.

விடுதி உரிமையாளர் மொராலுக்குத் தான் எழுதிய கடிதத்திற்கும் பதில் இல்லாமல் போகவே, நீதிமன்றத்தில் வழக்குத் தொடுத்தார் கவிஞர் பொர்ஜெட் .

பொர்ஜெட் மற்றும் மொரால் வழக்கு (Bourget v. Morel, Cour d'Appel de Paris in 1849)

1847 ஆம் ஆண்டு பாரிஸ் வணிக நீதிமன்றத்தில் வழக்கு விசாரணை தொடங்கியது. பொர்ஜெட் தனது நிபந்தனைகளை முன்வைத்தார். ஒன்று, கஃபே மொரல் அவரது பாடல்களை பாடுவதை நிறுத்த வேண்டும், அல்லது ஒவ்வொரு நிகழ்ச்சிக்கும் பத்து பிராங்குகள் ராயல்டி தர வேண்டும். நீதிமன்றம் கஃபே மொராலுக்கு பாடல்களைப் பாடத் தடை விதித்துத் தீர்ப்பளித்தது.

Bourget v. Morel (1847)

இதன் பின் பொர்ஜெட் சில இசைத் துறை நண்பர்களைத் தன்னுடன் சேர்த்துக் கொண்டு, பாரிஸின் 'கஃபே கான்சர்ட்' நிகழ்ச்சிகளைக் கண்காணிக்கத் தொடங்கினார். நீதி மன்றத்தின் தீர்ப்பிற்குப் பின்னும், கஃபே மொரல் விடுதி, அவர் பாடல்களைப் பயன்படுத்துவதை நிறுத்தவில்லை. மற்றும் ஒரு விடுதி 'லெஸ் அம்பாசிடரு'ம் சேர்ந்து நீதி மன்றத் தடையை மீறி அவர் பாடல்களைத் தொடர்ந்து பயன்படுத்தி வந்தன. இந்த இரண்டு விடுதிகள் மீதும், கவிஞர் பொர்ஜெட் மீண்டும் 1848 ஆம் ஆண்டு வழக்குத் தொடர்ந்தார் . நீதிமன்றம் இம்முறை இரண்டு விடுதிகளுக்கும் தலா முந்நூறு பிராங்குகள் அபராதம் விதித்தது.

Bourget v. Morel & Cafe des Ambassadeurs (1848)

கஃபே மொரால், இந்தத் தீர்ப்பை எதிர்த்து மேல்முறையீடு செய்தது. 1849 ஆம் ஆண்டு மேல்முறையீட்டு நீதிமன்றம், முந்தைய நீதிமன்றத் தீர்ப்பை உறுதி செய்தது. அத்துடன் மேல்முறையீடு செய்ததைக் கண்டித்துக் கூடுதலாக ஐந்நூறு பிராங்குகளும் சேர்த்து, மொத்தம் எண்ணூறு பிராங்குகளை கஃபே மொராலுக்கு அபராதமாக விதித்தது.

விக்டர் ஹெர்பர்ட்

Appeal by Morel (1849)

பொர்ஜெட் தனது நண்பர்களுடன் சேர்ந்து, விடுதிகளில் பாடல்கள் பாடப்படுவதைக் கண்காணிக்கவும், அதற்கான ராயல்டி வசூல் செய்யவும் ஒரு அமைப்பை ஏற்படுத்தினார். இதுவே உலகின் முதல் என்ற ராயல்டி அமைப்பு. இன்று நாம் SACEM (Society of Authors, Composers and Publishers of Music) என்று அறியும் பிரான்சின் ராயல்டி அமைப்பு. பாரிஸின் கஃபே கான்சர்ட் விடுதிகளில் நடைபெற்ற இதே போன்ற ஒரு நாடகம் சுமார் அறுபது ஆண்டுகளுக்குப் பிறகு மீண்டும் அரங்கேறியது. இந்த முறை அமெரிக்காவில்.

அமெரிக்கா – ராயல்டி அமைப்பு பிறந்த கதை

அது 1914 ஆம் ஆண்டு. அன்று, நியூயார்க்கில் இயங்கிவந்த ஷான்லி உணவு விடுதியில் உணவருந்திக் கொண்டிருந்தவர்களில், இசையமைப்பாளர் "விக்டர் ஹெர்பெர்ட்" என்பவரும் ஒருவர். மேடையில் இசைத்துக் கொண்டிருந்த இசைக்குழு விக்டரின் ஒரு பாடலை இசைக்கத் தொடங்கியது. ஷான்லி விடுதி போன்றே, நியூயார்க்கின் பல உணவு விடுதிகளிலும், விக்டர் ஹெர்பெர்ட் போன்ற பல இசைக் கலைஞர்களின் பாடல்கள் இசைக்கப்பட்டன. ஆனால், பிரான்ஸ் போன்று இந்த நிகழ்ச்சிகளுக்கு ராயல்டி செலுத்தும் வழக்கமோ, பிரான்சின் SACEM போன்ற ஒரு ராயல்டி அமைப்போ அப்போது அமெரிக்காவில் இருக்கவில்லை. அடுத்த சில வாரங்கள் விக்டர் ஹெர்பர்ட் தனது நண்பர்களை ஒன்று திரட்டினார். நியூயார்க்கின் ஒரு சிறிய அலுவலகத்தில் அவர்களது கனவுகள் வடிவம் பெறத் தொடங்கின. 1914 பெப்ரவரி 13 ஆம் தேதியன்று அமெரிக்க இசைக் கலைஞர்கள், எழுத்தாளர்கள் மற்றும் பதிப்பாளர்கள் சங்கம் (ASCAP) பிறந்தது. அதுவே அமெரிக்காவின் முதல் ராயல்டி அமைப்பு. இப்போது விக்டர் ஹெர்பர்ட், ஷான்லி உணவு விடுதி மீது ராயல்டி கேட்டு வழக்குத் தொடுத்தார்.

வழக்கில் தோல்வி

1916 ஆம் ஆண்டின் ஒரு காலை நேரம். நியூயார்க் நகரின் அந்த நீதி மன்றம் பரபரப்பாக இருந்தது. "விக்டர் ஹெர்பர்ட் பாடல்கள் மூலம் ஷான்லி விடுதி லாபம் பெறுகிறது. எனவே ஷான்லி அந்தப் பாடல்களுக்கு ஒரு ராயல்டிக் கட்டணத்தை விக்டர் ஹெர்பர்ட்க்கு வழங்க வேண்டும்", இது விக்டர் ஹெர்பர்ட் தரப்பு வாதம்."பாடல் இசை நிகழ்ச்சி நேரடியாக லாபம் கொடுப்பதில்லை. மக்கள் அருந்தும் உணவிற்கே பணம் கொடுக்கிறார்கள். பாடல்களுக்கு அல்ல. இசை நிகழ்ச்சி, விடுதியின் மேசை,நாற்காலிகள் போன்ற ஒரு வசதி மட்டுமே. எனவே லாபத்தில் ஒரு பங்கு வேண்டும் என்ற வாதம் சரியில்லை." என்றது ஷான்லி தரப்பு.நீதிமன்றம் ஷான்லி தரப்பிற்கு ஆதரவாகத்

தீர்ப்பளித்தது. ஹெர்பர்ட் குழுவினர் வழக்கை மேல்முறையீடு செய்தனர்.

மேல்முறையீடில் தோல்வி

இலையுதிர்காலம் முடிந்து, குளிர் காலம் தொடங்கியது. அமெரிக்க மேல்முறையீட்டு நீதிமன்றத்தில் வழக்கு விசாரணைக்கு வந்தது. இந்த மேல் முறையீட்டு நீதிமன்றம், கீழமை நீதிமன்றத்தின் தீர்ப்பை உறுதி செய்தது. இசை நிகழ்ச்சிகள் லாபம் கொடுக்கின்றன என்ற வாதம், இந்த முறையும் நீதி மன்றத்தால் ஏற்றுக் கொள்ளப் படவில்லை. விக்டர் ஹெர்பர்ட் உச்ச நீதிமன்றம் செல்ல முடிவெடுத்தார்.

உச்சநீதிமன்ற வெற்றி

1916 அக்டோபர், உச்ச நீதிமன்றத்தில் வழக்கின் வாதங்கள் தொடங்கின. "காப்பிரைட் சட்டத்தின்படி, பயன்படுத்தப்படும் தங்கள் இசைக்கு ராயல்டி பெறும் உரிமை இசைக் கலைஞர்களை உண்டு. ஷான்லி விடுதி இசை மூலம் லாபம் பெறவில்லை என்று சொல்கிறார்கள். இது உண்மை என்றால், லாபம் இல்லாத ஒன்றை ஷான்லி ஏன் பயன்படுத்த வேண்டும் ?" - இது விக்டர் ஹெர்பர்ட் தரப்பு. "விடுதி இசை நிகழ்ச்சிகளில் இசைக்கப்படும் பாடல்களுக்கு ராயல்டி கொடுக்கும் வழக்கம் நடைமுறையில் இல்லை. அப்படி ராயல்டி கொடுத்தால் சிறு தொழில்கள் நலிவடையும்." - இது ஷான்லி தரப்பு. 1917 ஆம் ஆண்டு அமெரிக்க உச்ச நீதிமன்றம் தனது தீர்ப்பைக் கொடுத்தது. "இசை லாபம் கொடுக்கவில்லை என்றால் விடுதிகள் இசை நிகழ்ச்சிகளை நடத்தாது. விடுதிகள் இசை நிகழ்ச்சிகள் நடத்துவது லாபம் கருதியே" - உச்ச நீதிமன்றம் விக்டர் ஹெர்பர்ட்க்கு ஆதரவாகத் தன் தீர்ப்பை வழங்கியது. இந்த வழக்கின் தீர்ப்பு வரலாற்று முக்கியத்துவம் வாய்ந்தது. "இசைக்கென்று பணம் வசூலிக்கப்பட்டாலும் சரி, இல்லாவிட்டாலும் சரி, லாப நோக்கத்தில் இசை பயன்படுத்தப்பட்டால் அதற்கு ராயல்டி வழங்கப் படவேண்டும்", என்றது இந்தத் தீர்ப்பு. பிற்காலத்தில் ராயல்டி தொடர்பாக உருவான பல வழிமுறைகளும் பிறப்பதற்கு இந்தத் தீர்ப்பே அடிப்படையானது.. Victor Herbert v. Shanley Co., 242 U.S. 1917) 591)

ராயல்டி அமைப்புகள்

பிரான்ஸை அடுத்து, அமெரிக்காவில் மட்டுமல்லாமல், இங்கிலாந்தில் PRS , ஜெர்மனியில் GEMA, இந்தியாவில் IPRS, தென்னாபிரிக்காவில் SAMPRA என்று ராயல்டி அமைப்புகள் உருவாகின. ஒவ்வொரு நாட்டிலும் உள்ள கலைஞர்கள் இந்த அமைப்புகளில் உறுப்பினர்களாக இணைவார்கள். தங்கள் உறுப்பினர்களின் பாடல், இசை இவற்றை யார், எங்கு பயன்படுத்துகிறார்கள் என்பதைக் கண்காணித்து, அதற்கான

ராயல்டி தொகையினை வசூல் செய்வதும், அப்படி வசூல் செய்த தொகையை உறுப்பினர்களுக்குப் பட்டுவாடா செய்வதும் இந்த அமைப்புகளின் அடிப்படையான பணி.

இசை உலகமயம் ஆனபோது, ஒரு நாட்டின் இசைக் கலைஞனின் இசைக்கு, மற்றொரு நாட்டில் ராயல்டி வசூல் செய்யும் சூழல் உருவானது. இதனால் இந்த அமைப்புகள் ஒன்றோடொன்று இணைந்து செயல்படவேண்டிய தேவை ஏற்பட்டது. இந்தத் தேவையின் அடிப்படையில் உலகம் தழுவிய கூட்டமைப்பு ஒன்று உருவானது. 1926 இல் பாரிஸில் கூடிய ராயல்டி அமைப்புகள் CISAC (Confederation Internationale des Societes d'Auteurs et Compositeurs) என்ற அமைப்பை உருவாகினமுதலில் 18 நாடுகள் இணைந்து உருவாக்கிய இந்த அமைப்பில் இன்று 227 ராயல்டி அமைப்புகள் இணைந்துள்ளன.

இந்த அமைப்புகள் வசூல் செய்யும் ராயல்டி “பெர்ஃபாமன்ஸ் ராயல்டி” எனப்படும். ஃபாஸ்டரின் இறுதி இசை நிகழ்ச்சிக்குக் கொடுக்கப்படாத அந்த ராயல்டி. ஒரு பாடலை ஒரு இசை நிகழ்ச்சியில், பலர் கூடும் ஒரு விடுதியில் என்று, பொது இடங்களில் இசைத்தால் கொடுக்கப்படும் ராயல்டியே “பெர்ஃபாமன்ஸ் ராயல்டி” எனப்படும். இப்போது நாம் வேறு ஒரு வகை ராயல்டி குறித்துப் பார்ப்போம். ஏறத்தாழ ஒரே காலகட்டத்தில் உருவாகிய இரண்டு புதிய தொழில் நுட்பங்கள், புதிய காப்பிரைட் பிரச்சினைகளை உருவாக்கின. இந்தப் புதிய தொழில் நுட்பங்களைக் கையாள சட்ட வரையறைகள் இருக்கவில்லை. அந்த இரண்டு தொழில் நுட்பங்களையும், “மெக்கானிக்கல் ராயல்டி” (Mechanical Royalty) என்ற புதிய ராயல்டி வரையறை ஒன்றை உருவாக்கிச் சமாளித்தது அன்றைய சட்டம். “மெக்கானிக்கல் ராயல்டி” பிறப்பதற்குக் காரணமான அந்தத் தொழில் நுட்பங்களைப் பார்ப்போம். பெர்ஃபாமன்ஸ் ராயல்டி, மெக்கானிக்கல் ராயல்டி இந்த இரண்டையும் புரிந்து கொள்வது, இன்றைக்கு நம் முன் இருக்கும் காப்பிரைட் பிரச்சினைகளைப் புரிந்து கொள்வதற்கு அவசியமானது. ஏனென்றால், இந்த மெக்கானிக்கல் ராயல்டி, பல்வேறு தொழிநுட்ப மாற்றங்களுக்குப் பின்னும், இன்றுவரை ஏதோ ஒரு வடிவில் தொடர்ந்து வழக்கில் இருந்து வருகிறது.

08

சட்டத்திற்கு சவால்

போனோகிராஃப்

1878, அமெரிக்காவின் நியூ ஜெர்சி... அந்த அரங்கில் கூடியிருந்த பார்வையாளர்கள் முன் ‘தாமஸ் ஆல்வா எடிசன்’ நின்று கொண்டிருந்தார். அவர் முன் அவரது புதிய கண்டுபிடிப்பான “போனோகிராஃப்” கருவி வைக்கப்பட்டிருந்தது. அந்தக் கருவியில் இருந்த குழாயின் அருகில் குனிந்த எடிசன், ஒரு நாடக நடிகனின் லாவகத்துடன், “மேரி ஹாட் எ லிட்டில் லாம்ப்” என்ற பாடலைப் பாடினார். போனோகிராஃப் தனது குழாய் வழியே அதே பாடலைத் திருப்பிப் பாடியது. அதுவும் எடிசனின் குரலிலேயே பாடியது. அதுவரை பிடித்து வைத்துக் கொண்டிருந்த மூச்சை வெளியிட்டனர் பார்வையாளர்கள். அவர்களால் தங்கள் கண்களை மட்டுமல்லாமல், காதுகளையும் நம்ப முடியவில்லை. அவர்கள் அன்றுதான் முதன்முதலாக ஒரு பேசும் கருவியைப் பார்த்தனர். அங்கிருந்த பார்வையாளர்கள் மட்டுமல்ல, மொத்த உலகுமே அது போன்ற ஒன்றை அதற்கு முன் பார்த்ததில்லை. போனோகிராஃப் பதிவு செய்த ஒலி அவ்வளவு துல்லியமானதாக இருக்கவில்லை. பலரும் அதனை ஒரு விளையாட்டுப் பொருள் போன்றது என்று கருதினர். எடிசனே கூட, அலுவலக உபயோகம், குழந்தைகளுக்குப் பாடம் கற்றுக்கொடுத்தல் போன்றவற்றில் தனது போனோகிராஃப் உதவும் என்று கூறியே அதனை விற்பனை செய்தார். இசைக்குறிப்புகளை அச்சிடும் பதிப்பாளர்கள்

போனோகிராஃப்பை நகைப்புடனே பார்த்தனர். அவர்கள், போனோகிராபின் எதிர்காலத்தைத் தவறாகக் கணித்தார்கள் .ஒரு நாணயத்தைப் போட்டுப் பயன்படுத்தக் கூடிய போனோகிராஃப் பெட்டிகள் அமெரிக்க நகரங்களின் பொது இடங்களில் முளைத்தன. பொதுமக்கள் போனோகிராஃப் பெட்டிகளில் காசு போட்டு, பதிவு செய்யப்பட்ட ஒலி, பேச்சு அல்லது இசை இவற்றைக் கேட்டு மகிழ்ந்தனர். ஒரு பாடல், ஒரு வயலின் இசை, மார்க் ட்வெய்னின் குரல், ஒரு நகைச்சுவைத் துணுக்கு அல்லது ஓடும் ரயிலின் ஒலி என்று ஏதோ ஒன்று பதிவு செய்யப்பட்டு மீண்டும் மீண்டும் கேட்கப்பட்டது. ஒலியை நிரந்தரமாகப் பதிவு செய்துவைப்பதும், அதனை விரும்பியபோதெல்லாம் கேட்பதும், அதற்கு முன் ஒருவர் கற்பனை செய்திருக்க முடியாதது.

பிளேயர் பியானோ: ஆளில்லாமல் வாசித்த பியானோ

1897, அமெரிக்காவின் நியூயார்க் நகரம்...

ஏயோலியன் நிறுவனம் (*Aeolian*) ஆளில்லாமல், தானாகவே இசைக் குறிப்புகளை வாசிக்கும் புதிய வகை பியானோ ஒன்றை அறிமுகப்படுத்தியது. பியனோலா (*Pianola*) எனப் பெயரிடப்பட்ட இந்தப் பியானோவை வடிவமைத்தவர் எட்வின் வோடீ (*Edwin S Votey*). நாதஸ்வரம் அல்லது புல்லாங்குழல் வாசிக்கும் கலைஞர், இசைக்கருவியின் துளைகளைத் திறந்து மூடுவது போல, இந்த பியனோலா பியானோவும் காற்றுத் துளைகளைத் திறந்து மூடுவதன் மூலம் இசைக் குறிப்புகளை வாசிக்கும். இந்தத் துளைகளைத் திறந்து மூட வைப்பது ஒரு காகிதச் சுருள். இதில் இசைக் குறிப்புகள் துளைகளாக அச்சிடப்பட்டு இருக்கும். இந்தச் சுருள்கள் பியானோ ரோல் (*Piano Roll*) என அழைக்கப்பட்டன. பியானோ ரோல்களில் பதிவான இசை மட்டுமே பியனோலாவால் வாசிக்க முடியும். ஒவ்வொரு பாடலுக்கும் ஒரு பியானோ ரோல். இசையை மனித உதவி இல்லாமல் இயந்திரம் ஒன்றின் மூலம் இசைக்கும் முயற்சி வரலாற்றில் தொடர்ந்து இருந்து வந்திருக்கிறது. 'ஏயோலியன்' நிறுவனம் அறிமுகம் செய்த இந்த ஆளில்லாத பியானோ, அதற்கு முன் இருந்த பல கருவிகளின் பரிணாம வளர்ச்சியே. குறிப்பாக, பாரல் பியானோ, பாரல் ஆர்கன் போன்ற கருவிகள் நியூயார்க்கின் புலம் பெயர்ந்து வாழ்ந்து வந்த மக்களிடையே, ஏற்கனவே புகழ் பெற்றிருந்தன. இவை கைகளால் ஒரு சக்கரத்தைச் சுழற்றினால், ஒரு பாடலை வாசிக்கும். இந்தப் பியானோக்களை விற்பனை செய்த ஏயோலியன் நிறுவனம், தொடர்ந்து புதிய பாடல்களுக்கான பியானோ ரோல்களையும் உற்பத்தி செய்து விற்பனை செய்து வந்தது. இந்தப் பியானோக்களைப் பலரும் விரும்பினார்கள். ஒரு பியானோ கலைஞனை ஏற்பாடு செய்து கொள்ள முடியாத சூழலில், இந்தப் பியானோ பயன்பட்டது. இசைக்குறிப்புகள் அச்சிட்டு விற்பனை செய்தது போலவே, பியானோ ரோல்களைத் தயாரித்து

விற்பனை செய்வது ஒரு லாபகரமான தொழிலாக வளர்ந்தது. இந்தப் பியானோக்களின் விற்பனை உச்சத்தில் இருந்த 1903 ஆம் ஆண்டில், சுமார் 9,000 பியானோ ரோல்களைத் தன் வசம் வைத்திருந்தது ஏயோலியன் நிறுவனம்.

தாமஸ் ஆல்வா எடிசன்

போனோகிராஃப், பியானோலா (ஆளில்லாத பியானோ) என்ற இந்த இரண்டு கண்டுபிடிப்புகளும் புதிய படைப்புரிமைச் சர்ச்சைகளை உருவாக்கின. பாடல்கள், இசைக் கலைஞர்களின் அனுமதி இல்லாமல், போனோகிராஃப் உருளைகளில் ஒலிப்பதிவு செய்யப்பட்டன. அது போலவே பியானோ ரோல்களாகவும் பதிப்பாகின. அதுவரை அச்சு இயந்திரங்கள் மூலம் பிரதி எடுக்கப்படும் பதிப்புகளை மையமாக வைத்தே காப்பிரைட் சட்ட வரையறைகள் செய்யப்பட்டு இருந்தன. இந்த இரண்டு தொழில் நுட்பங்களும் காப்பிரைட் சட்டத்திற்குப் புதிய சவால்கள் ஆயின. இவை குறித்து நீதிமன்றம் சந்தித்த இரண்டு முக்கிய வழக்குகளையும் அதன் தீர்ப்புகளையும் இப்போது பார்க்கலாம்.

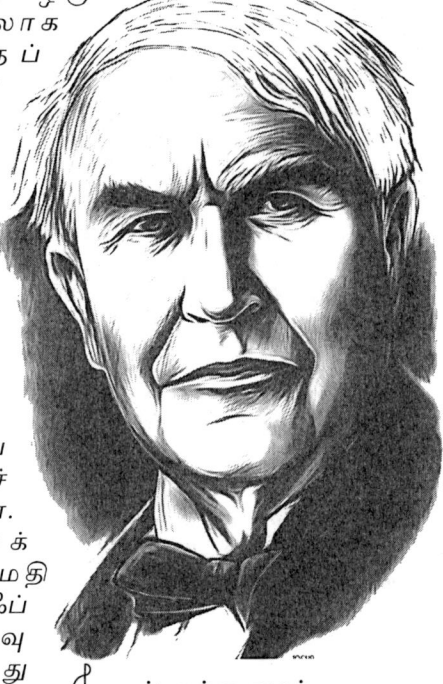

போனோகிராஃப் வழக்கு

ஜோசப் என்ற பதிப்பாளர் வசம் உரிமை இருந்த சில பாடல்களை, இசையமைப்பாளரும் பதிப்பாளருமாகி இருந்த ரோஸீ என்பவர் போனோகிராஃபில் பதிவு செய்து வெளியிட்டுவிட்டார். இது காப்பிரைட் உரிமை மீறல் என்று ஜோசப், ரோஸீ மீது வழக்குத் தொடுத்தார். “எங்கள் வசம் உரிமை இருக்கும் பாடல்களை ரோஸீ போனோகிராஃப் பதிப்பாக வெளியிட்டுள்ளார். இது காப்பிரைட் விதிகளை மீறிய செயல்” என்று வாதாடினார் ஜோசப். “போனோகிராஃப் பதிவு இசைக் குறிப்புக்களின் பிரதி (ஷீட் ம்யூசிக்) அல்ல. எனவே காப்பிரைட் விதிமுறைகள், போனோகிராஃப் பதிவுகளுக்குச் செல்லாது ”

என்று வாதாடினார் ரோஸீ. நீதி மன்றம் ஒரு போனோகிராஃப் பதிவு இசையைக் குறிப்பின் பிரதி அல்ல என்றும், அதனால் காப்பிரைட் விதிமுறை மீறப்படவில்லை என்றும் கருதியது. நீதிமன்றம், காப்பிரைட் சட்டம் போனோகிராஃப் பதிவுக்குச் செல்லாது என்று கூறி, ரோஸீக்கு ஆதரவாகத் தீர்ப்பளித்தது. *Stern v. Rosey, 17 App. D.C. 1901) 562)*

பியானோ ரோல் வழக்கு

முந்தய வழக்கு போலவே, "வைட் ஸ்மித்" என்ற பதிப்பு நிறுவனத்தின் வசம் உரிமை இருந்த பாடல்களை, "அப்பல்லோ" என்ற பியானோ ரோல் நிறுவனம் பியானோ ரோல் வடிவில் வெளியிட்டது. எனவே அப்பல்லோ மீது வைட் ஸ்மித் நிறுவனம் நீதிமன்ற வழக்குத் தொடுத்தது. வழக்கு அமெரிக்க உச்ச நீதிமன்றத்தால் விசாரணைக்கு எடுத்துக் கொள்ளப்பட்டது. "எங்கள் வசம் உரிமை இருக்கும் பாடல்களை அப்பலோ நிறுவனம் பியானோ ரோல் பதிப்பாக வெளியிட்டுள்ளது. பியானோ ரோல்கள் இசைப்பதிப்பு போன்றதே. எனவே அப்பலோ நிறுவனம் காப்பிரைட் விதிகளை மீறி உள்ளது" என்று சொன்னது வைட் ஸ்மித். "பியானோ ரோல் என்பது மனிதர்கள் படித்து உணரும் இசைக்குறிப்புகள் அல்ல. இது வெறும் இயந்திரம் ஒன்றிற்கான இயக்கக் குறியீடே. எனவே காப்பிரைட் விதிமுறைகள் பியானோ ரோல்களுக்குச் செல்லாது" என்றது அப்பல்லோ. நீதி மன்றம், காப்பிரைட் சட்டம் பியானோ ரோல்களுக்குச் செல்லாது என்று கூறி, அப்பல்லோ நிறுவனத்திற்கு ஆதரவாகத் தீர்ப்பளித்தது. *White-Smith Music Publishing Co. v. Apollo Co., 209 U.S. 1908) 1)* ஆனால் இந்த இரண்டு வழக்குகளின் தீர்ப்புகளும், அன்றைய அமெரிக்க காப்பிரைட் சட்ட வரையறைகளின் போதாமையை எடுத்துக் காட்டின. குறிப்பாக வைட்ஸ்மித் பியானோரால் வழக்கு, புதிய விவாதங்களை உருவாக்கியது. இந்த விவாதங்களில் முக்கியப் பங்காற்றிவர் 'ஜான் பிலிப் ஸூசா'

ஜான் பிலிப் ஸூசா (John Philip Sousa)

ஜான் பிலிப் ஸூசா. ஒரு இசைக் கலைஞர். நாட்டுப்பற்று மிகுந்தவர். ராணுவத்தில் பணிசெய்தவர். கலைஞர்களின் உரிமை குறித்து தொடர்ந்து பேசி வந்தவர். பியானோ ரோல் வழக்கில் உச்ச நீதி மன்றத்தின் தீர்ப்பை அவரால் ஏற்றுக் கொள்ள முடியவில்லை. இந்த தீர்ப்புக்கு எதிரான இவரது உணர்வுப்பூர்வமான பேச்சும், எழுத்தும் பொதுமக்களின் கவனத்தை ஈர்த்தன. இசைக் கலைஞர்களுக்கு அச்சுறுத்தலாக உருவாகி இருக்கும் இயந்திரத் தொழில்நுட்பங்கள் குறித்து அவர் எப்போதுமே கவலை கொண்டிருந்தார். அவர் அமெரிக்க நாடாளுமன்றக் குழுவின் முன் இது குறித்து உரை நிகழ்த்தியபோது "இந்த உயிரற்ற கருவிகள் அமெரிக்கக் கலைஞர்களின் சுய

அடையாளத்தை அழித்து அவர்களைக் கலை உலகின் அகதிகளாக்கிவிடும்" என்றார்.

மெக்கானிகல் ராயல்டி

ஜான் பிலிப் ஸூசா போன்றவர்களின் இடைவிடாத முயற்சியால், 1909 ஆம் ஆண்டு அமெரிக்க காப்பிரைட் சட்டத் திருத்தம் உருவானது. இந்தச் சட்டம், இசையை போனோகிராம், பியானோ ரோல் ஆகியவை மூலம் பதிப்பிக்க இசையமைப்பாளரின் அனுமதி பெறவேண்டும் என்றும், அப்படி பதிப்பிக்கப்படும் பிரதிகளுக்கு "மெக்கானிக்கல் ராயல்டி" வழங்கப்படவேண்டும் என்றும் வரையறை செய்தது.

அமெரிக்காவில் "மெக்கானிக்கல் ராயல்டி" பிறந்திருந்தது.

ஒரு பாடலை பியானோ ரோலில் பதிவு செய்தாலோ, போனோகிராஃப் கொண்டு பதிவு செய்தாலோ, ஒரு பிரதிக்கு 2 சென்ட் மெக்கானிக்கல் ராயல்டி, இசைக் கலைஞனுக்குக் கொடுக்கப் படவேண்டும் என்று சொன்னது இந்தச் சட்டம். இசைக் கலைஞர் அனுமதி பெற்று, மெக்கானிக்கல் ராயல்டி கொடுத்து ஒருவர் வெளியிட்ட பாடலை, மற்றொருவர் மறு வெளியீடு செய்வதை மறுக்கவோ, கட்டுப் படுத்தவோ, இசைக் கலைஞர்களுக்கு அதிகாரம் இருக்கவில்லை. அந்த மறு வெளியீடுகளுக்கு, ஒரு பிரதிக்கு இரண்டு சென்ட் ராயல்டி கொடுத்து விட்டால் போதுமானது. இந்தச் சட்டம் கலைஞர்களின் தார்மீக உரிமையைக் கருத்தில் கொள்ளவில்லை. அமெரிக்காவின் சிவில் சட்டங்கள், பிரிட்டனின் சட்டங்கள் போலவே, ஆங்கிலோ சாக்ஸன் மரபு வழி வந்தவை. இந்தச் சட்ட மரபு பிரெஞ்சு சட்ட மரபில் இருந்து வேறுபட்டது. அமெரிக்கா, கலைஞர்களின் தார்மீக உரிமையின் சட்ட வடிவத்தை பின்னாட்களிலேயே வரையறுத்தது. இப்போது போனோகிராஃப் அல்லது பியானோலா, ஒரு பாடலைப் பிரதி எடுக்கப்படும்போது, ஒவ்வொரு பிரதிக்கும் இரண்டு சென்ட் "மெகானிகல் ராயல்டி" வழங்கப்படும். ஆனால், இப்போது வேறு ஒரு புதிய கேள்வி பிறந்திருந்தது. இந்த பிரதிகளின் மீதான உரிமையைக் கட்டுப்படுத்தப் போவது யார் ? எடிசனின் போனோகிராஃப்பிற்குப் போட்டியாக வேறு சிலரும் களமிறங்கினர். அவர்களுக்கு இடையேயான போட்டி, ஒரு புதிய தொழிலுக்கு விதை போட்டது. அந்தத் தொழில் – ரெகார்ட் நிறுவனங்கள். டின் பான் ஆலி இசையை ஒரு வர்த்தகப் பொருள் ஆக்கி இருந்தது. ரெகாரட் நிறுவனங்கள் அதனை அடுத்த கட்டத்திற்கு எடுத்துச் சென்றன. எப்படி என்று பார்ப்போம்...

09

விக்டரோலா

அந்த நியூயார்க் வீட்டில் குளிருக்கு இதமாக எரிந்து கொண்டு இருந்தது கணப்பு அடுப்பு. நெருப்பின் ஒளியில் பளபளத்துக் கொண்டிருந்தது அந்த மரப்பெட்டி. அது அந்த அறையின் மூலையில் இருந்த மேஜை மீது வைக்கப்பட்டு இருந்தது. நேர்த்தியான வேலைப்பாடு கொண்டிருந்த அந்தப் பெட்டியின் மேல் “விக்டரோலா” என்ற பெயர் பொறித்திருந்தது. பெட்டியின் கதவைத் திறந்தால் ஒரு இசைத்தட்டும், அதன் மேல் ஒரு ஊசியும் இருந்தன. இசைத் தட்டு சுழலத் தொடங்கியது.

ஓங்கி ஒலித்த பாடகன் கரூஸோவின் குரலில் பிறந்த ஆபரா இசை அந்த அறையை நிறைத்தது. கரூஸோவின் குரல் வெளிப்படுத்திய உணர்வு, அந்த அறையில் இருந்தவர்களின் மனங்களை நிறைத்தது. அந்த அறையில் இருந்தவர்களில் ஒரு பெண், தன் தேநீர் கோப்பையை மெதுவாக கீழே வைத்தாள். ஒரு முதியவர் கண்களை மூடிப் பரவச நிலையில் இருந்தார். “விக்டரோலா” வெறும் இயந்திரப் பெட்டி அல்ல - அது ஒரு கலைப் பொருள். அந்த அறையில் இருந்த மேஜை, நாற்காலிகள் போல் அதுவும் ஒரு அறைக்கலன். அன்றைய புதிய கலாச்சாரத்தின் ஒரு அங்கம்.

இசைத்தட்டு

முதலில் எடிசனின் உருவாக்கிய “போனோகிராஃப்” கருவி ஒரு உருளையில் சுற்றப்பட்ட மெல்லிய தகடு ஒன்றைக் கொண்டு ஒலிப்பதிவு செய்தது. இந்த மெல்லிய தகடுகள் எளிதில் கிழிந்து போயின. அவை நீண்ட நாட்கள் உழைக்கவில்லை.

போனோகிராஃபிற்குப் போட்டியாக கிரகாம்பெல் உருவாக்கிய "கிராபஃபோன்" மெல்லிய தகடுகளுக்குப் பதிலாக மெழுகுக் காகிதங்களைப் பயன்படுத்தின. ஆனால், ஜெர்மானிய அமெரிக்கர் "எமீல் பெர்லினர்" உருவாக்கிய "கிராமஃபோன்" கருவியே முக்கியத்துவம் பெற்றது. பெர்லினர், தனது கருவியில் உருளைகளுக்குப் பதிலாக, வட்ட வடிவத் தட்டுகளைப் பயன் படுத்தினார். இதில் பயன்படுத்திய தட்டுக்களே இசைத்தட்டுக்கள் "கிராமஃபோன்" இசைத்தட்டுகளைப் பிரதி எடுப்பதை சாத்தியமாகியது. கண்ணாடி, துத்தநாகம் என்று பல பொருட்களையும் முயற்சி செய்த பின் "ஷெல்லாக்" ஒன்றே நீடித்து உழைக்கும் இசைத்தட்டுகளை உருவாக்கும் என்று கண்டு கொண்டனர். இந்தியாவில் இருந்து இறக்குமதி செய்யப்பட்ட ஷெல்லாக் என்ற இயற்கைப் பிசினுடன், பருத்தி இழைகள் மற்றும் சில கனிமத் துகள்களைக் கலந்து இசைத்தட்டுக்கள் தயாரிக்கப்பட்டன. இந்த ஷெல்லாக் இசைத் தட்டுகள் மலிவானவை, நீண்ட நாட்கள் உழைக்கக்கூடியவை. மேம்பட்ட ஒலித்தரம் கொடுக்கக் கூடியவை. இந்த ஷெல்லாக் தட்டுகள், மூன்று முதல் நான்கு நிமிட இசையைப் பதிவு செய்தன. பின்னாட்களில் நாற்பத்தைந்து நிமிடங்கள் இசைக்கக் கூடிய, எல்பி (LP) என்று அழைக்கப்பட்ட, "லாங் ப்ளெயிங்" தட்டுக்கள் உருவாயின. நாம் பார்த்த அந்த நியூயார்க் வீட்டில் இருந்த விக்டரோலா, எமீல் பெர்லினர் உருவாக்கிய கிராமஃபோன் கருவியின் புதிய வடிவம். அதை ஒப்பந்த அடிப்படையில் தயாரித்தது "விக்டர் கம்பெனி".

விக்டர் கம்பெனி

விக்டரோலாவைத் தயாரித்த "விக்டர் கம்பெனி", ஆரம்பத்தில் தொழில் நுட்பத்தில் மட்டுமே கவனம் செலுத்தினர். ஆனால், விரைவில் தங்களது வெற்றிக்கு அவசியமான ஒன்றைத் தெரிந்து கொண்டனர். புதிய இசைக் கலைஞர்களை ஒலிப்பதிவு செய்து, தங்களிடம் பல கலைஞர்களின் இசையும் கிடைக்கும்படி பார்த்துக் கொண்டனர். டின் பான் ஆலி பதிப்பாளர்களுடன் ஒப்பந்தம் செய்து கொண்டனர். இசைத் தட்டுகளுக்கு, அவற்றைன் விற்பனைக்கேற்ப நட்சத்திரக் குறியீடுகளும் கொடுத்தனர். விக்டர் நிறுவனம் வெளியிட்ட புதிய "ரெட் சீல்" (Red Seal) இசைத்தட்டுகளுக்கு அதிக விலை நிர்ணயிக்கப்பட்டது. அதிக பணம் செலவழிக்கும் வசதி உள்ள மேல்தட்டு அமெரிக்கர்களைக் குறிவைத்து இவை விற்பனை செய்யப்பட்டன. ஒரு ரசிகனுக்கு, அவன் கொடுக்கும் அதிகப்படியான விலையே, அவனது அனுபவத்தையும் விலை மதிப்பு மிக்கதாக ஆக்குகிறது. "என்ரிகோ கரூஸோ"விற்கு ஒலிப்பதிவுக்கு நான்காயிரம் டாலர்கள் சம்பளமாகக் கொடுத்தது விக்டர் கம்பனி. அது அந்நாளில் ஒரு பெரும் தொகை. மேலும் நாற்பது சதவிகிதம் விற்பனையில் ராயல்டியும் கொடுத்தது. கரூஸோ போன்ற சில புகழ் பெற்ற பாடகர்களுக்கு மட்டுமே இத்தகைய லாபகரமான ஒப்பந்தங்கள் சாத்தியமாயின.

ஒலிப்பதிவு :புதிய சவால்கள்

1902 ஆம் ஆண்டு, இத்தாலியின் மிலன் நகரில் இருந்த ஒரு சிறிய அறையில், பெரிய குழாய் கொண்ட கிராமஃபோன் முன் நின்றுகொண்டிருந்தார் பாடகர் கரூஸோ. மேடை நிகழ்ச்சிகளில் ஆயிரக்கணக்கான ரசிகர்களை பரவசப் படுத்தும் அவர், அன்று, முதன்முறை மேடையேறும் ஒரு கலைஞனின் மனநிலையில் இருந்தார். "மேஸ்ட்ரோ! நீங்கள் குழாயை நேருக்கு நேர் பார்த்து, அசையாமல் நின்று பாட வேண்டும்," என்றார் பதிவுப் பொறியாளர். "உங்கள் குரலின் ஏற்ற இறக்கங்களுக்கு ஏற்ப நீங்கள் முன்னும் பின்னும் நகர வேண்டும்." இது கரூஸோவிற்குப் புதிய சவாலாக இருந்தது. முதலில், கேட்பதற்கு ரசிகர் எவரும் இல்லாமல், ஒரு குழாயின் முன் நின்று பாடுவது அவருக்கு விசித்திரமானதாக இருந்தது. அசைவது, தலையைத் திருப்புவது என்று ஒவ்வொன்றையும் அளந்து செய்ய வேண்டியிருந்தது. இவையெல்லாம் கூடப் பரவாயில்லை,ஒரு பாடலை மூன்று அல்லது நான்கு நிமிடங்களுக்குள் பாடி முடிப்பது மிகப் பெரும் சவாலாக இருந்தது. வழக்கமாகப் பாடும் பாடல்களை வெட்டிச் சுருக்க வேண்டும். பலமுறை பயிற்சி செய்யவேண்டும். அவர் செய்யும் ஒரு சிறு பிழையும் அவர் புகழுக்குக் களங்கமாக, நிரந்தரமாகப் பதிவு செய்யப்படும். கரூஸோவின் பாடல்களின் சுர நிர்ணயமும், நேர்த்தியும் இந்தச் சவால்களைச் சமாளிக்க அவருக்கு உதவியது.

எடிசனின் உருவாக்கிய போனோகிராஃப் மற்றும் “எமீல் பெர்லினர்” உருவாக்கிய கிராமஃபோன் இரண்டுமே ஒரே மாதிரியான சவால்களைப் பாடகர்களுக்குக் கொடுத்தன. பாடல்கள் மூன்று முதல் நான்கு நிமிடத்திற்குள் சுருக்கப் படவேண்டிய தேவை பல கலைஞர்களுக்கும் சவாலாய் அமைந்தது. “ ஃப்ரிட்ஸ் க்ரைஸ்லர்” என்ற வயலின் கலைஞர், “நான் கடிகாரத்தைப் பார்த்துக் கொண்டே பாடவேண்டி இருந்தது” என்று சொன்னார். “ஸ்ட்ராவின்ஸ்கி” உருவாக்கிய ‘செரெனேட் இன் ஏ’ (Serenade in A) என்ற பியானோ இசை, நான்கு அங்கங்களைக் (movements) கொண்டிருந்தது. அவர் ஒவ்வொரு அங்கமும் மூன்று நிமிடங்கள் இருக்குமாறு, நான்கு இசைத்தட்டுகளுக்குள் சுருக்கினார்.

மென்மையான ஒலி கொடுக்கும் கருவிகள் தவிர்க்கப்பட்டன. புதிய கருவிகள் அறிமுகப் படுத்தப்பட்டன. ஜாஸ் (Jazz) கலைஞர்கள். ட்ரம்ஸ் க்கு பதிலாக, மணி மற்றும் மரத்தாலான தாளக்கருவி (cowbells & woodblocks) ஆகியவற்றை பயன்படுத்தினர். டபுள் பாஸ் (double bass பெரிய சைஸ் வயலின் போன்ற தந்திக் கருவி) கருவிக்கு பதிலாக டூபா (பித்தளைக் காற்றுக் கருவி) பயன்படுத்தினர். உணர்வுப் பூர்வமாய் பாடும் பல பாடகர்களும்,கிராமஃபோன் முன் பாடும்போது தடுமாறினர். விலகி நின்றால் குரல் பதிவாகவில்லை. நெருங்கி வந்தால் கிராமஃபோன் ஊசி அதிர்ந்தது. உணர்வுப் பூர்வமாகப்

HMV சின்னம்

பாடும் பாடகர்களைவிட, நேர்த்தியாகவும், துல்லியமாகவும் பாடும் பாடகர்களின் முக்கியத்துவம் அதிகரித்தது. ஒலிப்பதிவின் போது ஏற்படும் புதிய மனப்பதட்ட நோய் ஒன்று உருவானது. அதற்கு "போனோகிராஃப் பதட்டம்" (*Phonograph Fright*) என்று பெயரும் வைக்கப்பட்டது.

விக்டர் நிறுவனத்துடன் போட்டியில் இருந்தது கொலம்பியா இசைத்தட்டு நிறுவனம். விக்டரின் "ரெட் சீல்" போலவே, கொலம்பியா தனது "ராயல் ப்ளூ" இசைத்தட்டுகளை வெளியிட்டது. எடிசன் தனது நிறுவனத்தின் மூலம் "டைமண்ட் ரெகார்ட்" என்ற பெயரில் வெளியிட்டார். சந்தைகள் விரிவடைந்தன. புதிய வகை இசை தேடித்தேடிக் கண்டடையப்பட்டன. இந்த இசைத்தட்டுத் தொழில் செய்த நிறுவனங்களின் தோற்றம், அவைகளுக்கு இடையே நடைபெற்ற போட்டி போன்றவை விரிவானவை. எனவே, நமக்கு மிகவும் அவசியமான சில தகவல்களை மட்டும் பார்ப்போம்.

எஜமானரின் குரல் : HMV சின்னத்தின் கதை

நீங்கள் சில இசைத்தட்டுகளில் அல்லது பழைய விளம்பரங்களில் ஒரு படத்தைப் பார்த்திருக்கலாம். அது ஒரு கிராமஃபோன் அருகில் அமர்ந்திருக்கும் நாய் ஒன்றின் படம். அந்த ஓவியம் இங்கிலாந்தில் வாழ்ந்த பிரான்சிஸ் என்ற ஓவியன் வரைந்தது. அந்த நாயின் பெயர் நிப்பர். பிரான்சின் இறந்து போன சகோதரர் வளர்த்த நாய் அது. கிராமஃபோன் பாடும்போது ஆர்வமாக அதன் குழாய் அருகே அமர்ந்திருக்கும் வழக்கம் கொண்டது நிப்பர். அந்த ஓவியத்தை வரைந்த பிரான்சிஸ், முதலில் அதனை தாமஸ்ஆல்வா எடிசனிடம் விற்க நினைத்தார். "நாய்கள் போனோகிராஃப் கேட்பதில்லை" என்று சிரித்தபடி மறுத்துவிட்டார் எடிசன். அப்போது இங்கிலாந்தில் கிராமஃபோன் நிறுவனத்தை நடத்திவந்த வில்லியம், இந்த ஓவியத்தின் உரிமையை நூறு பவுண்டுகள் கொடுத்துப் பெற்றுக் கொண்டார். அந்த ஓவியத்திற்கு "ஹிஸ் மாஸ்டர்ஸ் வாய்ஸ்" என்று பெயரிட்டு

தனது நிறுவனத்தின் சின்னமாகப் பயன்படுத்தத் தொடங்கினார். இந்த நிறுவனமே அந்த நாய் சின்னத்தால் அழியாப் புகழ்பெற்ற HMV (His Master's Voice) ரெகார்ட் நிறுவனம் ஆகும். HMV நிறுவனம் அப்போது விக்டர் கம்பனியின் கிராமஃபோன் மற்றும் இசைத்தட்டுகளை ஐரோப்பாவில் விற்பனை செய்து வந்தது. இன்றைக்கு நாம் "சரிகமா லிமிடெட்" (SaReGaMa) என்று இந்தியாவில் அறியப்படும் நிறுவனம் இந்த HMV நிறுவனமே. பின்னாட்களில் இது உலகின் புகழ் பெற்ற ரெகார்ட் நிறுவனமாக உருவெடுத்தது. அமெரிக்கா, ஐரோப்பா மட்டுமல்லாமல் உலகெங்கும் HMV - விக்டர் நிறுவனம் சந்தையைப் பிடித்தது. உலகெங்கும் பாடகர்களுடன் ஒப்பந்தம் செய்து தனது சாம்ராஜ்யத்தை விரித்தது. அது 1947 ம் ஆண்டில் பாடகர் T M சௌந்தராஜன் வரை வந்திருந்தது. பாடகர்களைத் தேர்ந்தெடுப்பது மட்டுமல்லாமல், இசைத்தட்டுகளை விற்பனை செய்ய அந்தந்த நாட்டிற்கேற்ற வழிமுறைகளையும் உருவாகின ரெகார்ட் நிறுவனங்கள்.

இசைத்தட்டுச் சந்தை

விக்டர் கம்பெனி போன்ற ரெகார்ட் நிறுவனங்கள் இசையை ஒரு சந்தைப் பொருள் ஆக்கின. எப்படிட் டின் பான் ஆலி பாடல்களை உற்பத்திப் பொருள் போலத் தயாரித்ததோ, அந்தப் பணியை இப்போது ரெகார்ட் நிறுவனங்கள் ஏற்றுக் கொண்டன. டின் பான் ஆலி பதிப்பாளர்கள் மற்றும் இசைக் கலைஞர்களுடன் இணைந்து பணி செய்யவும் ரெகார்ட் நிறுவனங்கள் பழகிக் கொண்டன. நேரடி இசை நிகழ்ச்சிகள் போல இல்லாமல், தனது அறையில் அமர்ந்தபடி, கிராமஃபோன் இசையில் மூழ்கிப் போவது ஒரு ரசிகனுக்கு கிறக்கத்தைக் கொடுத்தது. "நான் ஜாஸ் பாடல்களைக் கேட்பவன்", "நான் கிளாசிக்கல் இசை ரசிகன்" என்று புதிய தேர்வுகள் உருவாகின. ஏனென்றால், கிராமஃபோன் வருவதற்கு முன், விருப்பமான இசையை மட்டுமே மீண்டும் மீண்டும் கேட்க முடியாது. இசைத் தட்டுகளை விற்பனை செய்ய கடைகள் உருவாகின. தபால் மூலம் இசைத் தட்டுகள் வாடிக்கையாளர்களுக்கு அனுப்பி வைக்கப்பட்டன. விழாக்கள், பொது நிகழ்ச்சிகள் போன்றவற்றில் புதிய இசைத்தட்டு பற்றிய விளம்பரங்கள் காணப்படத் தொடங்கின. இன்றுவரை, இசைச் சந்தையைக் கட்டுப்பாட்டில் வைத்திருக்கும் வழிமுறைகள் அனைத்தையும் அன்றிருந்தே கண்டறியத் தொடங்கி இருந்தன ரெகார்ட் நிறுவனங்கள். பொது இடங்களில் காசு போட்டுப் பாட்டுக் கேட்கும் போனோகிராஃப் பெட்டிகள் தோன்றின. இந்தப் பெட்டிகள் "ஜுக் பாக்ஸ்" என்றும், அவை வைக்கப்பட்டிருக்கும் சிறு விடுதிகள் "ஜுக் ஹவுஸ்" என்று அழைக்கப்பட்டன.

புதிய கலைஞர்களுக்கான வேட்டை

ரெகார்ட் லேபிள்கள் புதிய கலைஞர்களைத் தேடிக் கண்டுபிடிக்க ஆரம்பித்தன. திறமை வாய்ந்த இசைக் கலைஞர்களை அடையாளம் கண்டு அவர்கள் பாடல்களை இசைத் தட்டாக்கி வெளியிடுவது வழக்கம் ஆனது. இப்படி ரெகார்ட் நிறுவனங்களால் கண்டறியப்பட்டுப் புகழ் பெற்ற கலைஞர்கள் வரலாற்றில் பலர். உதாரணமாக, 1929 ம் ஆண்டு, மிஸிஸிபி மாநிலத்தின் ஜாக்சன் நகரில் இருந்த ஒரு இசைத் தட்டு விற்பனையாளர் "ஸ்பியர்". இவர் மிஸிஸிபி பருத்திக் காடுகளில் இருந்து சார்லீ பேட்டன் என்ற "டெல்டா ப்ளூஸ்" பாடல் கலைஞனைக் கண்டறிந்தார். சார்லி பேட்டனின் பாடல் தொகுப்பு பேரமவுண்ட் ரெகார்ட்ஸ் நிறுவனத்தால் வெளியிடப்பட்டது. ரெகார்ட் விற்பனை செய்து வந்த ஸ்பியர், மேலும் சில முக்கியமான ப்ளூஸ் கலைஞர்களையும் அடையாளம் கண்டு, உலகிற்கு அறிமுகப்படுத்தி இருக்கிறார். விக்டர் மற்றும் கொலம்பியா நிறுவனங்கள் மேல்தட்டு மக்களின் ரசனைக்கு உரிய கலைஞர்களைப் பதிவு செய்தபோது, "பேரமவுண்ட்" போன்ற இரண்டாம் நிலை நிறுவனங்கள், ப்ளூஸ், ஜாஸ் போன்ற கருப்பின மக்களின் பாடல்களை வெளியிட்டன. இதே போன்ற ஒரு பருத்திக் காட்டில் கண்டுபிடிக்கப்பட்ட ராபர்ட் ஜான்சன் என்ற கலைஞன் பதிவு செய்தது இருபத்தொன்பது பாடல்கள் மட்டுமே. ஆனால் அந்தப் பாடல்களை அவனுக்கு, வரலாற்றின் முதல் 'ராக் ஸ்டார்' அந்தஸ்தைக் கொடுத்தன. ஆனால், கரூஸோ போன்ற புகழ்பெற்ற பாடகர்கள் போல அல்லாமல், இந்தக் கலைஞர்களுக்கு ஒரு தொகை கொடுக்கப்பட்டுப் பாடல்களின் உரிமை வாங்கிக் கொள்ளப்பட்டது. விற்பனையில் ராயல்டி தொகை எதுவும் கிடைக்காது. அதுவும் அவன் கருப்பின கலைஞன் என்றால் கேட்கவே வேண்டாம். டின் பான் ஆலியின் பிடி தளர ஆரம்பித்து இருந்த இந்த நாட்களில், ரெகார்ட் நிறுவனங்கள் அந்த இடத்தைப் பிடித்துக் கொண்டிருந்தன. வெற்றியும் பெற்றன. ஆனால், ரேடியோ கண்டுபிடிக்கப்பட்ட பின் நிலைமை சிறிது சிறிதாக மாறத் தொடங்கியது. பாடல்களின் உரிமை மீதான கட்டுப்பாடு தன்வசம் இருப்பதாக ரெகார்ட் நிறுவனங்கள் கருதிக் கொண்டிருந்தபோது ரேடியோ, பாடல்களை ஒவ்வொரு வீட்டிற்கும் கொண்டு செல்லத் தொடங்கி இருந்தது. கிராமஃபோன் தேவை இல்லை. இசைத்தட்டுக்கள் தேவையில்லை. கரூஸோவையும், சார்லி பேட்டனையும் மக்கள் வீடுகளில் இருந்தபடி ரேடியோவில் கேட்டனர். இப்போது ரெகார்ட் நிறுவனங்கள் கவலை கொள்ளத் தொடங்கின. நேரடி இசை நிகழ்ச்சிகள், இசைத்தட்டுகள், ரேடியோ ஒலிபரப்பு என்று மூன்று தளங்களில் இசைத் துறை தீவிரமாக இயங்கிய காலம் இது. இவை மூன்றும் ஒன்றோடொன்று உறவாடும்போது உருவான உரசல்கள் மற்றும் மாற்றங்கள் பல. ஆகியவை அமெரிக்காவின் இசைத் துறையில் பெரும் மாற்றங்களைக் குறுகிய காலத்தில் ஏற்படுத்தின.

என்ன மாற்றங்கள் என்று பார்ப்போம்

10

ராயல்டி அமைப்பைப் புறக்கணித்த ரேடியோ

1920 ஆம் ஆண்டில் அமெரிக்காவின் ரேடியோவில் முதல் வணிக சேவை ஒலிபரப்பு தொடங்கியது. அதற்கு முன் ரேடியோ ஒலிபரப்புகள் சோதனை முயற்சிகளாக மட்டுமே இருந்து வந்தன. முதல் பத்து ஆண்டுகளில் ரேடியோ, இசை கேட்பதற்கான முக்கியமான ஊடகமாக உருவாகவில்லை. ரேடியோவில், ஒலிப்பதிவு செய்யப்பட்ட பாடல்களை ஒலிபரப்பும் வழக்கம் அப்போது கிடையாது. இசை நிகழ்ச்சிகளின் நேரடி ஒலிபரப்பு மட்டுமே இருந்து வந்தது. இதற்கென்று, ஒவ்வொரு ரேடியோ நிலையத்திலும் ஒரு இசைக்குழு இருக்கும். மிகவும் அரிதாக, கரூஸோ போன்ற கலைஞர்கள் ஏதோ ஒரு நாள் ரேடியோ ஸ்டுடியோவிற்கு வந்து பாடுவார்கள். இது அவர்களுக்கு ஒரு விளம்பரம் போன்றது. ஆம். பாடல்கள், அவற்றின் "ஷீட் ம்யூசிக்" பதிப்புகள் ஆகியவற்றுக்கான விளம்பர ஊடகமாகவே அப்போது ரேடியோ இருந்து வந்தது. ஆனால், பின்னாட்களில் சிறிது சிறிதாக மாற்றம் ஏற்பட்டு, ஒரு கட்டத்தில் ரேடியோ அமெரிக்கர்கள் பாடல் கேட்பதற்கான முக்கியமான ஊடகமாக மாறியது.

பொருளாதார வீழ்ச்சியும் ரேடியோ இசையும்

1929 ஆம் ஆண்டு, 24 அக்டோபர்...

நியூயார்க் பங்குச் சந்தை பெரும் வீழ்ச்சியைச் சந்தித்த அந்த நாள், வரலாற்றில் "கருப்பு வியாழன்" என்று அழைக்கப்படுகிறது. அன்று தொடங்கிய

பொருளாதாரத் தேக்க நிலை அடுத்த பத்தாண்டுகளுக்கு நீடித்தது.

வங்கிகள் மூழ்கின. வேலை இல்லாத் திண்டாட்டம் பெருகியது. இசை நிகழ்ச்சிகள், கேளிக்கைகள் இவற்றுக்கு தாராளமாகச் செலவு செய்யும் அமெரிக்கக் குடும்பங்களின் வரவு செலவுகள் முடங்கின. ரேடியோ கேட்பது ஒன்றே அந்தக் குடும்பங்களின் பொழுது போக்கு என்றானது. ரேடியோ நிலையங்கள் இசை ஒலிபரப்பு செய்யும் நேரத்தை அதிகரித்தன.

ஹேங்க் வில்லியம்ஸ்

அமெரிக்க அதிபர் ரூஸ்வெல்டின் உரை, நாடகங்கள், இசை நிகழ்ச்சிகள் என ரேடியோ ஒன்றே மக்களின் முக்கியத் தகவல் தொடர்புச் சாதனமானது. 1933 ஆம் ஆண்டின் இறுதிவாக்கில், அமெரிக்காவின் அறுபது சதவிகித இல்லங்களில் ரேடியோ இருந்தது. மக்களுக்கு ரேடியோ முக்கியமான பொழுதுபோக்கு சாதனமான அதே நேரத்தில், இசைக் கலைஞர்களுக்கு ரேடியோ வேறு ஒரு வகையில் முக்கியமானதாகியது.

ரேடியோ ராயல்டி

ரேடியோ நிலையங்கள் ASCAP அமைப்பிற்கு ஒரு சந்தா செலுத்துவதன் மூலம், ASCAP உறுப்பினர்களின் பாடல்களை ரேடியோக்கள் ஒலிபரப்பு செய்து கொள்ளலாம். ரேடியோ நிலையங்கள் கொடுக்கும் சந்தாத் தொகையை ASCAP, தனது உறுப்பினர்களுக்குப் பகிர்ந்து கொடுக்கும். மந்தமான பொருளாதாரச் சூழலில், ரேடியோ மூலம் வரும் ராயல்டி இசைக் கலைஞர்களின் வாழ்வாதாரத்தில் முக்கிய இடம் பிடித்தது. நேரடி இசை நிகழ்ச்சிகள் அதிகம் நடைபெறாத காலம் அது. ஒரு சந்தாத் தொகையைப் பெற்றுக்கொண்டு ஒரு ரேடியோ நிலையத்திற்கு ASCAP வழங்கும் உரிமம் "ASCAP லைசன்ஸ்" எனப்படும். ASCAP தொடங்கப்பட்ட காலத்தில் அது வசூல் செய்த ராயல்டி, பெரும்பாலும் நேரடி இசை நிகழ்ச்சிகளுக்கானது. அதில் ரேடியோ நிகழ்ச்சிகளின் பங்கு குறைவு. ஆனால், இப்போது ASCAP ராயல்டி வருவாயில் ரேடியோவின் பங்கு முக்கியமானதானது. மேலும், ஆரம்பத்தில் குறைவாக இருந்த ASCAP லைசன்ஸ் தொகை சிறிது சிறிதாக அதிகரிக்கத் தொடங்கியது. அப்போது ASCAP இரண்டு வகையான விமர்சனங்களைச் சந்திக்க நேர்ந்தது. ஒன்று, தொடர்ந்து அதிகரித்து வரும் லைசன்ஸ் அதன் கட்டணங்கள். மற்றொன்று,

பாப் இசை போன்ற, அதிக புகழ்பெற்ற இசை வகைகளில் மட்டுமே கவனம் செலுத்தியது. இந்தச் சூழ்நிலையில் ஒரு முக்கியமான நிகழ்வு நடைபெற்றது. 1939 ஆம் ஆண்டு சிகாகோவில் கூடிய "தேசிய ரேடியோ கூட்டமைப்பு" கூட்டத்தில். அமெரிக்காவின் பல்வேறு பகுதிகளில் இருந்து வந்திருந்த ரேடியோ நிலைய அதிகாரிகள் கூடி இருந்தனர். அவர்கள் ASCAPன், தொடர்ந்து அதிகரித்து வந்த கட்டணம் குறித்து விவாதித்தனர். தேசிய ரேடியோ கூட்டமைப்பின் தலைவர் மில்லர், "நண்பர்களே! .ASCAP போன்றதொரு அமைப்பை நாமே தொடங்க வேண்டிய நேரம் வந்திருக்கிறது" என்றார். அடுத்தடுத்த கூட்டங்கள் நடைபெற்றன. விவாதங்கள் நடந்தன. ASCAP அமைப்பிற்குப் போட்டியாக, BMI (Broadcast Music Inc) என்ற பெயரில் புதிய ராயல்டி அமைப்பு ஒன்று பிறந்தது.

BMI : புதிய ராயல்டி அமைப்பு

ஆரம்பத்தில் BMI அமைப்பிற்கு களம் அவ்வளவு எளிதாக இருக்கவில்லை. ASCAP வசம் எண்ணற்ற பாடல்களின் உரிமை இருந்தது. அமெரிக்கர்களின் மனதில் இடம் பிடித்திருந்த ஒவ்வொரு பாடலும் ASCAP வசம் இருந்து வந்தது. ASCAPஆல் புறக்கணிக்கப்பட்டிருந்த ப்ளூஸ் இசைக் கலைஞர்கள், கன்டரி இசைக் கலைஞர்கள் மற்றும் ஜாஸ் இசைக் கலைஞர்கள் ஆகியோர் BMI அமைப்பை ஆதரித்து வரவேற்றனர். ஆனாலும் BMI மீது ஒரு அவநம்பிக்கை பல இசைக்கலைஞர்கள் மத்தியில் நிலவியது. ASCAPம் கூட, BMI தங்களுடன் போட்டியிட்டுத் தோற்கும் என்றே கருதியது. ஆனால், ஒரு வருட காலத்திற்குள்ளாகவே, BMI நம்பிக்கையோடு நடைபோடத் தொடங்கி இருந்தது. அதேநேரம் ASCAP, தனது லைசன்ஸ் கட்டணத்தை இருமடங்காக உயர்த்தி இருந்தது. இப்போது தேசிய ரேடியோ கூட்டமைப்பு கூடி ஒரு முக்கியமான தீர்மானத்தை எடுத்தது. அது, ASCAP பாடல்களை ரேடியோக்கள் ஒளிபரப்பு செய்யாமல் புறக்கணிப்பது என்பதே.

ரேடியோக்களின் ASCAP புறக்கணிப்பு

1940 ஆம் ஆண்டு டிசம்பர் முப்பத்தொன்றாம் தேதி. புது வருடம் பிறக்க இன்னமும் இரண்டு நிமிடங்களே இருந்தன. நியூயார்க் டைம்ஸ் ஸ்கொயரில் புத்தாண்டுக் கொண்டாட்டங்கள் களையிழந்து காணப்பட்டன. பத்தாண்டுகள் நீடித்த பொருளாதார நெருக்கடி அமெரிக்கர்களின் வாழ்வில் இருந்து நீங்கி இருக்கவில்லை. அந்தப் புத்தாண்டு விடிந்தபோது அமெரிக்காவின் ரேடியோ இசை முற்றிலுமாக மாறி இருந்தது. வழக்கமான பாடல்களை எதிர்பார்த்த ரசிகர் ஒருவர், பெயர் தெரியாத "நியூ ஆர்லன்ஸ்" இசைக் குழுவின் ஜாஸ் இசையை ஒன்றைக் கேட்டுக் குழம்பினார். அதுவரை கேட்டிராத நாட்டுப்புறப் பாடல்கள்

ரேடியோவில் நாள் முழுதும் ஒலிபரப்பாகின. வழக்கமாக ஒலிபரப்பாகும் ASCAP ன் லட்சக்கணக்கான பாடல்கள் ரேடியோ ஒலிபரப்பில் இருந்து காணாமல் போயிருந்தன. ரேடியோ நிலையங்களில் தொடர்ந்து நிர்வாகக் கூட்டங்கள் நடைபெற்ற வண்ணம் இருந்தன. புதிய கலைஞர்கள் தேடிக் கண்டறியப் பட்டனர். ASCAP புறக்கணித்து வந்திருந்த ஜாஸ், ப்ளூஸ் வகை புதிய பாடல்கள் ரெகார்ட் செய்யப்பட்டு ஒலிபரப்பு செய்யப்பட்டன. வெறும் இருபத்தொன்பதே வயதில் மறைந்து, அமெரிக்க இசை வரலாற்றில் நீங்கா இடம் பிடித்த பாடகன் "ஹேங்க் வில்லியம்ஸ்" போன்ற கலைஞர்கள் இந்தக் காலகட்டத்தில் ரேடியோ ஒலிபரப்பில் முக்கியத்துவம் பெற்றனர். ASCAP உறுப்பினர்களின் பாடல்கள் ரேடியோ ஒலிபரப்பில் இடம் பெறுவது முற்றிலுமாக நின்று போயிருந்தது. பிடிவாதமாக இருந்த ASCAP, பத்து மாதங்களுக்குப் பின் தங்கள் தோல்வியை ஒப்புக் கொண்டது. ரேடியோ நிலையங்களுடன் சமரசம் செய்து கொண்டது. தனது லைசன்ஸ் கட்டணங்களைக் குறைக்க ஒப்புக் கொண்டது. இதன் பிறகு அமெரிக்க ரேடியோ இசையில், ASCAP, BMI என்ற இரண்டு அமைப்புகளின் பாடல்களும் இடம் பெற்றன. அதுவரை முக்கியத்துவம் பெற்றிருக்காத சில வகை இசை (genre) இப்போது ஒலிபரப்பில் முக்கியத்துவம் பெற்றன. இது முக்கியமான மாற்றம்.

பின்னாட்களில் ASCAP, BMI ஆகிய இரண்டு ராயல்டி அமைப்புகளும் வழங்கிய லைசன்ஸ் முறையின் காரணமாக புதிய பிரச்சினைகள் முளைத்தன. இந்த அமைப்புகள் கடைபிடித்தது, "பிளாங்கெட் லைசன்ஸ்" என்று அழைக்கப்படும் ஒரு முறையாகும்.

பிளாங்கெட் லைசன்ஸ்

"பிளாங்கெட்" லைசன்ஸ் முறையை ஒரு உதாரணம் மூலம் புரிந்து கொள்ளலாம். ஆயிரக்கணக்கான புத்தகங்கள் உள்ள ஒரு நூலகத்தைக் கற்பனை செய்வோம். அந்த நூலகத்திற்கு ஆண்டு சந்தா செலுத்தி, புத்தகங்களைப் பயன்படுத்திக் கொள்ளலாம். ஆண்டு சந்தா செலுத்தும் ஒருவர், எந்தப் புத்தகத்தை வேண்டுமானாலும் பயன்படுத்திக் கொள்ளலாம். இதே போல, "பிளாங்கெட் லைசன்ஸ்" முறையில், ஆண்டு சந்தா செலுத்தவதன் மூலம், ASCAP அல்லது BMI வசம் உள்ள எந்தப் பாடலையும் ஒரு ரேடியோ நிலையம் ஒலிபரப்பு செய்து கொள்ளலாம்.

தேவைப்படும் போதெல்லாம் எந்த ஒரு புத்தகத்தையும் படிக்க விரும்பும் ஒரு ஆய்வு மாணவனுக்கு இந்த நூலகச் சந்தா முறை மிகவும் உதவியாக இருக்கும். ஆனால், மாதம் ஒரு புத்தகம் மட்டும் படிக்கும் தேவை கொண்ட ஒரு மாணவனுக்கு, அவன் படிக்கும் ஒவ்வொரு புத்தகத்துக்கும் தனித்தனிக் கட்டணம் செலுத்துவதே சிக்கனமாக இருக்கும்.

ASCAP மற்றும் BMI பிளாங்கெட் லைசன்ஸ் முறை, மேலே சொன்ன இரண்டு மாணவர்களுக்கும் ஒரே சந்தா தொகை வசூல் செய்யும் நூலகம் ஒன்றைப் போல செயல்பட்டது. ஒரே ஒரு சந்தா முறையை அனைத்து ரேடியோ நிலையங்களுக்கும் கொடுத்தது. பெரும் விளம்பர வருவாய் கொண்ட ரேடியோ நிலையங்களுக்கு இந்த லைசன்ஸ் வசதியானது. ஆனால், சிறிய ரேடியோ நிலையங்களுக்கு கட்டுப்படி ஆகாதது. "நீங்கள் எத்தனை பாடல்களைப் பயன்படுத்துகிறீர்கள் என்பது எங்களுக்கு அவசியம் இல்லை. அனைவருக்கும் ஒரே லைசன்ஸ். ஒரே கட்டணம்." - இது ASCAP ன் நிலைப்பாடு. இந்த சமநிலை அற்ற லைசன்ஸ் முறையில் அரசுத்துறை தலையிட வேண்டிய அவசியம் ஏற்பட்டது. அரசு ASCAP மீது வழக்குத் தொடுத்தது.

வழக்கு: 1941 ஆம் ஆண்டு அமெரிக்க அரசு, ASCAP ன் பிளாங்கெட் லைசன்சுக்கு எதிராக நீதிமன்ற வழக்குத் தொடுத்தது. பிளாங்கெட் லைசன்ஸ் முறை ASCAP இற்கு ஏகபோக அதிகாரத்தை வழங்குவதாக வாதாடியது அமெரிக்க அரசு.

தீர்ப்பு: ASCAP பிளாங்கெட் லைசன்ஸ் மட்டுமல்லாமல், தேவைப்படும் பாடல்களுக்கு தனிக் கட்டணம் செலுத்த உதவிடும் வகையில் லைசன்ஸ் முறைகளை அறிமுகப்படுத்த வேண்டும் என்றும், தேவைப்பட்டால் ரேடியோ நிலையங்கள் ASCAP ஐத் தவிர்த்துவிட்டு இசைக் கலைஞர்களுடன் நேரடியாக ஒப்பந்தம் செய்து கொள்ள வகை செய்ய வேண்டும் என்றும் நீதிமன்றம் உத்தரவிட்டது.

மேலும், சரியான முறையில் ராயல்டி கணக்கிடுவதை உறுதி செய்ய "ரேட் கவுண்டர்" என்ற அமைப்பையும் உருவாக்கியது. *United States v. American Society of Composers, Authors and Publishers - 1941*

இது போலவே, ASCAP ற்கு போட்டியாக உருவாக்கி வளர்ந்திருந்த BMI 1960 ஆண்டு வாக்கில் பிளாங்கெட் லைசன்ஸ் முறையைப் பின்பற்றத் தொடங்கி இருந்தது.

வழக்கு: இந்த முறையும் அமெரிக்க அரசு தானாக முன்வந்து BMI மீது வழக்குத் தொடுத்தது. BMI மீது அதே குற்றச்சாட்டுகள் வைக்கப்பட்டன.

தீர்ப்பு: முந்தைய ASCAP தொடர்பான வழக்கு போலவே, BMI யும் பலவகையான லைசன்ஸ் முறைகளையும் அமல்படுத்த வேண்டும் என்று உத்தரவிடப்பட்டது. *United States v. Broadcast Music, Inc. - 1966*

ஃப்ராக்மெண்டட் லைசென்ஸ்

இரண்டு இசைக் கலைஞர்கள் ஒன்று சேர்ந்து ஒரு பாடலை

உருவாக்குகிறார்கள் என்று வைத்துக் கொள்ளவோம். அவர்களில் ஒருவர் *ASCAP* உறுப்பினர், மற்றொருவர் *BMI* உறுப்பினர் என்று கொண்டால், அந்தப் பாடலின் ஒலிபரப்புக்கான லைசன்ஸ் எந்த அமைப்பிடம் இருந்து பெறப்பட வேண்டும்? *ASCAP* இடமிருந்தா? அல்லது *BMI* இடமிருந்தா? ஒரு பாடலின் உரிமம் இரண்டு ராயல்டி அமைப்புகள் வசமும் இருக்கும். இதனை ஒலிபரப்ப ஒரு ரேடியோ நிலையம் இரண்டு ராயல்டி அமைப்புகளிடம் இருந்தும் லைசன்ஸ் பெறவேண்டும் என்ற சூழ்நிலை இருந்து வந்தது. இந்த "முழுமையற்ற" லைசன்ஸ் முறையே, "பிராக்மெண்டெட் லைசன்ஸ்" *(Fragmented License)* எனப்படும். இந்தப் பிரச்சினையில் *2016* ஆம் ஆண்டில்தான் அமெரிக்க அரசு தலையிட்டது. *BMI* மீது நீதிமன்ற வழக்குத் தொடுத்தது.

அமெரிக்க அரசு மற்றும் BMI வழக்கு

2016 ஆம் ஆண்டு அமெரிக்காவின் நீதித்துறை *BMI* மீது தொடுத்த இந்த வழக்கில், *ASCAP* மற்றும் *BMI* அமைப்புகள் "ஃப்ராக்மென்டட் லைசென்ஸ்" வழங்கக் கூடாது என்று அரசு வாதாடியது. *BMI* தரப்பு, தங்களுக்கான அமைப்புச் சட்டத்தின்படி, "ஃப்ராக்மென்டட் லைசென்ஸ்" வழங்குவது தவறில்லை என்று வாதாடியது. இந்த வழக்கின் தீர்ப்பு *BMI* அமைப்பிற்கு சாதகமாக அமைந்தது. *BMI* நிறுவனம் ஃப்ராக்மென்டட் லைசென்ஸ் வழங்குவதை தடை செய்யும் அதிகாரம் அரசுக்கு இல்லை என்று நீதிமன்றம் தீர்ப்பளித்தது. ***United States v. Broadcast Music, Inc. – 1966***

பொருளாதாரத் தேக்க நிலை இருந்து வந்த காலத்தில் ரேடியோ அமெரிக்க இல்லங்களின் முக்கியப் பொழுது போக்கு சாதனமாக மாறியிருந்த அதே காலகட்டத்தில், இசையை அமெரிக்காவின் வீதிகளுக்கும், பொது இடங்களுக்கும் எடுத்துச் சென்றது " ஜுக் பாக்ஸ்". இது, காசு போட்டுப் பாட்டுக் கேட்கும் கிராமஃபோன் பெட்டி. காசைப் போட்டுத் தனக்கு வேண்டிய பாடலை ஒருவர் தேர்ந்தெடுத்துக் கேட்கலாம். *1940* ஆம் ஆண்டின் இறுதியில், அமெரிக்கா முழுவதும் சுமார் நான்கு லட்சம் ஜுக் பாக்ஸ்கள் இருந்தன. உணவுக்கூடங்கள், மதுக் கூடங்கள், விடுதிகள், சாலையோரங்கள் என்று அனைத்து இடங்களிலும் ஜுக் பாக்ஸ்கள் இடம் பெற்றிருந்தன. இந்த ஜுக் பாக்ஸ் பாடல்களுக்கு ராயல்டி கேட்டு *ASCAP* அமைப்பும், அதனை எதிர்த்து ஜுக் பாக்ஸ் ஆபரேட்டர் அமைப்பும் ஒன்றோடொன்று போராடின. பின்னர், இதற்கு ஒரு 'ஃப்ராக்மென்டட் லைசென்ஸ்' போன்ற ஒரு முறையை அரசு ஏற்படுத்தியது. பின்னாட்களில் தொலைக்காட்சிப் பெட்டிகள் பரவலான போது, ஜுக் பாக்ஸ் உபயோகம் சிறிதுசிறிதாகக் குறைந்து, இறுதியில் தேய்ந்து போனது.

பூமர் : அமெரிக்காவின் புதிய தலைமுறை

இரண்டாம் உலகப்போர் முடிவடைந்த பின் அமெரிக்காவில் பொருளாதார வளர்ச்சி ஏற்படத் தொடங்கியது. போர்க்காலத் தொழிற்சாலைகள், புதிய நுகர்வுப் பொருட்களை உற்பத்தி செய்யும் தொழிற்சாலைகளாக மாறின. வேகமாக வளர்ந்து வரும் நடுத்தர வர்க்கம் ஒன்று உருவாக்கி இருந்தது. பணப்புழக்கம் அதிகரித்திருந்தது. பொருட்செல்வத்துடன், குழந்தைச்செல்வமும் அதிகரித்தது. 1946 முதல் 1964 வரையான காலகட்டத்தில் அமெரிக்காவின் மக்கள் தொகை ஏழரைக் கோடி அதிகரித்தது. இது, அதுவரை அமெரிக்கா கண்டிராத மக்கள்தொகை வளர்ச்சி. இந்தக் காலகட்டம் பேபி பூமர் (Baby Boomer) காலக்கட்டம் என்றும், இந்தக் காலகட்டத்தில் பிறந்தவர்கள் 'பூமர்' என்றும் அழைக்கப்பட்டனர். இந்த பூமர் தலைமுறைக்கு, தங்களது முந்தய தலைமுறைக்குக் கிடைத்திராத கல்வி, வேலைவாய்ப்பு, தொழில் வாய்ப்புகள் கிடைத்தன. ஜனநாயக இயக்கங்கள், பெண் உரிமை இயக்கங்கள் போன்ற அரசியல் செயல்பாடுகள் இந்தத் தலைமுறையின் அடையாளம் ஆனது. இன்றைய இளைஞர்களின் இலட்சியங்கள் என்று கருதப்படும் பலவற்றையும் இந்த பூமர் தலைமுறை உருவாக்கியவையே. இந்த பூமர் தலைமுறை மக்கள், இசை மற்றும் ஆடை அணிகலன்களில் மிகுந்த ஆர்வம் கொண்டிருந்தனர். இந்தக் கால கட்டத்தில் "ரிதம் அன்ட் ப்ளூஸ்" என்ற துள்ளல் இசை வடிவம் உருவானது. இதிலிருந்து "ராக் அண்ட் ரோல்" இசை பிறந்தது. இந்தப் புதிய இசை வடிவங்கள் கருப்பின மக்களின் இசையின் தாக்கத்தால் உருவானவை. தொலைக்காட்சி மூலம் இந்தக் கலைஞர்கள் பெற்ற புகழும், அவர்களின் புதிய கலாச்சாரமும் பழைய தலைமுறை அமெரிக்கர்களிடம் கவலையை ஏற்படுத்தியது. எல்விஸ் பிரெஸ்லி போன்ற கலைஞர்கள் இந்த இளம் தலைமுறையால் கொண்டாடப்பட்டனர், ஆனால் அவர்களின் பெற்றோர்கள் விமர்சித்தனர். எல்விஸின் இடுப்பசைவு நடனக் காட்சிகளை தொலைக் காட்சியில் கண்ட இளம் தலைமுறை ரசித்தபோது, அவர்களது பெற்றோர்கள் முகம் சுளித்தனர். எல்விஸ் பிரெஸ்லி புகழுக்கு இரண்டு முக்கியக் காரணங்கள் முக்கியமானவை. ஒன்று, தொலைக்காட்சி. மற்றொன்று, "டாம் பார்க்கர்" என்ற ஒரு சர்க்கஸ் கலைஞன்.

11

ஒரு சர்க்கஸ் சாகசம்

1983 ஆம் ஆண்டு, அமெரிக்காவின் மெம்பிஸ் நீதிமன்ற வளாகம். மறைந்து போயிருந்த "ராக் அண்ட் ரோல்" இசைக் கலைஞன் எல்விஸ் பிரெஸ்லியின் தந்தை வெர்னன், மனைவி ப்ரஸிலா இருவரும் அந்த நீதிமன்றத்தின் கருங்கல் படிகளில் ஏறிக் கொண்டிருந்தார்கள். 'ராக் அண்ட் ரோல்' இசை உச்சத்தில் இருந்த காலத்தின் முடி சூடா மன்னனாக விளங்கிய பாடகன் "எல்விஸ் பெர்ஸ்லி". அவன் மறைந்திருந்தாலும்கூட, அவனது பாடல்கள் பெரும் செல்வத்தை ஈட்டிக் கொண்டிருந்தன. ஆனால், எல்விஸ் குடும்பத்தினர் கணக்குவழக்கு பார்த்த பின், எல்விஸின் மேலாளர் டாம் பார்க்கர் மீது நம்பிக்கை மோசடி வழக்குத் தொடுத்திருந்தனர். அந்த வழக்கு அன்று நீதிமன்றத்தில் விசாரணைக்கு எடுத்துக் கொள்ளப்பட்டு இருந்தது. நீதிமன்றத்தின் வராண்டாவில் நின்றபடி, சற்றுத் தொலைவில் இருந்த மரம் ஒன்றை வெறித்துப் பார்த்தபடி இருந்த டாம் பார்க்கரின் நினைவுகள் பின்னோக்கிச் சென்றன.

1954, மெம்பிஸ் நகரம்...

'க்ளார்க்ஸ்டன் ப்ரதர்ஸ் சர்க்கஸ்' மெம்பிஸ் புறநகர்ப் பகுதியில் தனது கூடாரங்களை அமைத்திருந்தது. புகையும் சுருட்டைத் தன் பற்களால் கடித்தபடி, சர்க்கஸ் நுழைவாயிலில் நின்றிருந்தான் பார்க்கர். அவன், சர்க்கஸ் பார்க்க வந்து கொண்டிருந்த மக்களைக் கண்களால் அளந்து, அன்றைய வசூலைக் கணக்கிட்டுக் கொண்டிருந்தான்.

அடுத்த சில மாதங்களில் ராக் அண்ட் ரோல் இசைக் கலைஞன் எல்விஸ் பிரெஸ்லியைத் தான் சந்திக்கப் போவது அவனுக்கு அப்போது தெரியாது.

1983, நீதி மன்றம்...

"யுவர் ஆனர்," என்றபடி எழுந்தார் ப்ரஸிலாவின் வழக்கறிஞர். " பார்க்கர் 1955 ல் எல்விஸ் உடன் செய்துகொண்ட ஒப்பந்தத்தின்படி, பார்க்கரின் பங்கு இருபத்தைந்து சதவிகிதம். இப்படி ஆரம்பித்த பார்க்கர்-எல்விஸ் உறவு, இறுதியில் எல்விஸ் முழுமையாகப் பார்க்கரின் கட்டுப்பாட்டில் இருக்கும்படி மாறியது. இந்த 1955 ம் ஆண்டு ஒப்பந்தத்தை உங்கள் பார்வைக்கு வைக்கிறேன்" என்றார். தனது கையில் இருந்த மஞ்சள் நிற கோப்பு ஒன்றை உயர்த்திக் காண்பித்தபடி, "இந்த ஒப்பந்தத்தில் கையெழுத்திடும்போது எல்விஸ் ஒரு அனுபவமற்ற இளைஞன். இசைத் துறை ஒப்பந்தங்கள் பற்றி அவருக்கு எதுவும் தெரியாது. மிஸ்டர் பார்க்கர் தன்னை ஒரு நிபுணர் என்று எல்விஸ் நம்பும்படி செய்திருக்கிறார்" என்றார். இந்த வாதங்களைக் கேட்டுக் கொண்டிருந்த பார்க்கர் அமைதியாக அமர்ந்திருந்தான். அவன் தன் வாழ்க்கையில் இந்த வழக்கை விடப் பெரிய சோதனைகளைக் கடந்து வந்திருக்கிறான். இல்லையென்றால் ஒரு சரக்கு வாகனத்தின் ஓட்டுநராக இருந்த எல்விஸ் பிரெஸ்லியை, அமெரிக்காவே கொண்டாடும் ஒரு நட்சத்திரமாக அவன் உருவாக்கி இருக்கமுடியுமா?

1955 ஆம் ஆண்டு...

பார்க்கர் முதன்முதலில் எல்விஸைச் சந்தித்த நாள் அவனுக்கு இன்று நடந்தது போல நினைவில் இருந்தது. நியூ மெக்சிகோவின் ஒரு கோடைக்கால மாலை நேரம். பார்க்கர் அந்தச் சிறிய அரங்கை அடைந்த போது, வெளிப்புறச் சுவரின் மீது மாலை வெயில் சாயத் தொடங்கி இருந்தது. அவன் அங்கு சென்றது "பாப் நீல்" என்ற தன் நண்பரைச் சந்திப்பதற்காக. அங்குதான் அவன் முதன்முதலாக எல்விஸ் பிரெஸ்லியைச் சந்தித்தான். பாப் நீல் அப்போது எல்விஸின் மேலாளராக இருந்து வந்தார். எல்விஸ் ஒரு தனித்துவம் கொண்ட இசைக் கலைஞன் என்பதை முதல் பார்வையிலேயே கண்டு கொண்டான் பார்க்கர்.

1983, நீதி மன்றம்...

நீதிமன்றத்தில் ப்ரஸிலாவின் வழக்கறிஞர் மூன்று ஒப்பந்தங்களை வரிசையாக விரித்துக் காட்டினார். "பெப்ரவரி 1955: பார்க்கர், வருடத்திற்கு இரண்டாயிரத்து ஐநூறு டாலர் சம்பளத்திற்கு எல்விஸின் ஆலோசகராக நியமிக்கப்படுகிறார். நவம்பர் 1955: பார்க்கரின் பங்கு, எல்விஸின் மொத்த வருவாயில் இருபத்தைந்து சதவிகிதமாக மாறுகிறது. மார்ச் 1956: பார்க்கரே எல்விஸின் ஒரே மேலாளர் ஆனார். ஒவ்வொரு ஒப்பந்தமும் பார்க்கரால் துல்லிய

மாகத் திட்டமிடப் பட்டுள்ளது."

ஒவ்வொரு ஒப்பந்தக் காகிதத்தையும் வழக்கறிஞர் நீதிமன்றத்தில் கொடுத்த போது அதனை அமைதியாகப் பார்த்துக் கொண்டிருந்தான் பார்க்கர்.

நவம்பர் 1955 ...

"எல்விஸ், இதில் கையெழுத்துப் போடு" என்றபடி ஒப்பந்தத்தை நீட்டினான் பார்க்கர். எல்விஸின் கண்களில் இருந்த தயக்கத்தை அவன் பொருட்படுத்தவில்லை. "பாப் நீல் தான் உன்னுடைய மேலாளராக இருப்பார். கவலை வேண்டாம். எங்களுக்குள் நாங்கள் லாபத்தை பிரித்துக் கொள்வோம்." எல்விஸின் தந்தை வெர்னனை ஏற்கனவே சம்மதிக்க வைத்திருந்தான் பார்க்கர்.

எல்விஸ் பிரெஸ்லி

நீதி மன்றம் ...

"யுவர் ஆனர்! முக்கியமான திருப்பம் நடைபெற்றது 1967 ஆம் ஆண்டு ஜனவரி இரண்டாம் தேதியிடப்பட்ட இந்த ஒப்பந்தத்தில்தான்." மற்றொரு காகிதத்தை எடுத்தார் வழக்கறிஞர். "இதில் பார்க்கரின் பங்கு ஐம்பது சதவிகிதமாக அதிகரித்திருக்கிறது" "எனது கட்சிக்காரர் ஒரு எளிய பாடகனை அமெரிக்காவின் உயர்ந்த நட்சத்திரமாக மாற்றியிருக்கிறார். அதற்கு ஐம்பது சதவிகிதப் பங்கு நியாயமானதே" என்று குறுக்கிட்டார் பார்க்கரின் வழக்கறிஞர். "உண்மைதான்" என்றபடி மற்றொரு ஆவணத்தை எடுத்தார் ப்ரஸிலாவின் வழக்கறிஞர் "1973 ல் விக்டர் ரெகார்ட் நிறுவனத்துடன் செய்துகொண்ட ஒப்பந்தத்தில் பார்க்கர் பெற்றது 6.2 மில்லியன் டாலர்கள். எல்விஸ் பிரெஸ்லி பெற்றது 4.65 மில்லியன் டாலர்கள். பார்க்கர் சம்பாதித்தது எல்விஸ் சம்பாதித்ததை விட அதிகம்" இதைக் கேட்டவுடன் நீதிமன்றத்தில் சலசலப்பு எழுந்தது. பார்க்கர் இறுக்கமான முகத்துடன் அமர்ந்து இருந்தான். " யுவர் ஆனர், இந்த ஆவணங்களைப் பாருங்கள்" ஆவணங்களை நீதிபதிக்கு முன் வைத்தார் ப்ரஸிலாவின் வழக்கறிஞர். எல்விஸ் பெயர் பொறித்த கைக்கடிகாரம், லிப்ஸ்டிக், காலணிகள் போன்ற பொருட்களின் விற்பனை பற்றிய ஆவணம். "1957 ல் எல்விஸ் பெயர் பொறித்த பொருட்கள் இருபத்து இரண்டு மில்லியன் டாலர்களுக்கு விற்பனை ஆனது. எல்விஸின் பாடல்கள் விற்பனையை விட இது அதிகம்."

மார்ச் 1956 ஆம் ஆண்டு...

எல்விஸின் புகழ் தொடர்ந்து வளர்ந்து வந்த போது, பார்க்கர் ஒன்றைப் புரிந்து கொண்டான். மக்கள் எல்விஸின் பாடல்களை மட்டும் விரும்பவில்லை. அவனையே விரும்புகிறார்கள். குறிப்பாகப் பெண் ரசிகர்கள். "எது விலைபோகுமோ, அதனை விற்பனை செய்யவேண்டும்" என்று முடிவுசெய்தான் பார்க்கர். எல்விஸ் பெயர் மற்றும் உருவம் பொறித்த பொருட்கள் சந்தைக்கு வந்தன. காலணிகள், வாசனைப்பொருள், லிப்ஸ்டிக், காபிக் கோப்பைகள் என்று எண்ணற்ற வழிகளில் எல்விஸ் பெர்ஸ்லி என்ற பிராண்ட் உருவானது. இன்று "பீடிஎஸ் (BTS) போன்ற இசைக் குழுக்கள், தங்கள் பெயர் பொறித்த பொருட்களை விற்பனை செய்வதைப் போல. அதை முதன்முதலில் பெரிய அளவில் தொடங்கி வைத்தவன் பார்க்கர்தான்.

நீதி மன்றம் ...

வழக்கறிஞர் மேலும் ஒரு கோப்பை எடுத்தார். மூன்று "எட் சலிவன் ஷோ" தொலைக்காட்சி நிகழ்ச்சிகளுக்கு, ஐம்பதாயிரம் டாலர்கள் பெறப்பட்டு இருக்கிறது. இந்தத் தொகை தொலைக்காட்சி வரலாற்றில் முதல் முறையாகக் கொடுக்கப்பட்ட பெருந்தொகை. ஆனால், தொலைக்காட்சி காமிரா கோணங்கள், என்ன கேள்விகள் கேட்கப்பட வேண்டும் என்பதை எல்லாம் முன்கூட்டியே முடிவு செய்திருக்கிறார் பார்க்கர். இது எல்விஸ் மீது பார்க்கர் கொண்டிருந்த கட்டுப்பட்டைத் தெளிவாகக் காட்டுகிறது, யுவர் ஆனர்"

செப்டம்பர் 1956 ஆம் ஆண்டு ...

"கவனமாகக் கேள்," எல்விஸின் வாழ்நாளில் முக்கியமான அந்த "எட் சாலிவன் ஷோ" தொலைகாட்சி நேரலைக்குச் சற்று முன் பார்க்கர் சொன்னான். "மக்கள் இன்று உன் பாடலை கேட்பார்கள் என்பது மட்டுமல்ல. அவர்கள் உன் நடை, உடை, பாவனை என்று ஒவ்வொரு சிறு அசைவையும் பார்க்கப் போகிறார்கள். இது ரேடியோ அல்ல. இது தொலைக்காட்சி. அதிகக் கவனம் தேவை." பார்க்கர் எல்விஸின் தோற்றத்தையும், ஒவ்வொரு அசைவையும் பார்த்துப் பார்த்துச் செதுக்கினான். "சிறு இசை நிகழ்ச்சிகள் கூடாது!" எல்விஸ் ஒப்புக்கொண்ட சில நிகழ்ச்சிகளை ரத்து செய்தான் பார்க்கர். எல்விஸின் இசை நிகழ்சிகள் மற்றும் தொலைக்காட்சி நிகழ்சிகள் அரிதாக இருக்கும்படிப் பார்த்துக் கொண்டான். "நீ மேடையை விட்டு இறங்கும்போது ரசிகர்கள் உன்னை மீண்டும் எப்போது காணப்போகிறோம் என்று ஏங்க வேண்டும்"- இது பார்க்கர் சர்க்கஸ் அனுபவத்தில் கற்றுக் கொண்டது. பற்றாக்குறையே ஒரு பொருளின் மதிப்பைக் கூட்டும். செய்தித்தாள்கள் திடீர் செய்திகளை வெளியிட்டன. "எல்விஸ் ராணுவத்தில் பணியாற்றச்

செல்கிறார்" 1958 ஆம் ஆண்டில் இந்தச் செய்தி பரபரப்பானது. "எல்விஸ் இனி பாடப்போவது இல்லையா?" மக்கள் மண்டையைப் பிய்த்துக் கொண்டார்கள். "எங்கே போனார் என்று தெரியாமல் திடீரென்று மறைந்து போன எல்விஸ்" என்று மற்றொரு செய்தி. எல்விஸ் பற்றிய செய்திகள், கிசுகிசுக்கள் என்று செய்தித்தாள்கள் எப்போதும் எல்விசை ஒரு பேசு பொருளாக வைத்திருந்தன. இவை அனைத்தும் பார்க்கரின் ஏற்பாடு.

நீதிமன்றம்...

"யுவர் ஆனர், இது எல்விஸ் பெயர் பொறித்த பொருட்களைத் தயாரித்துவந்த "பாக்ஸ்கார்" நிறுவனத்தின் ஆவணங்கள். இந்த நிறுவனத்தில் எல்விஸ் வைத்திருந்த பங்கு பதினைந்து சதவிகிதம். பார்க்கரின் பங்கு நாற்பது சதவிகிதம். அது மட்டுமல்ல..." வழக்கறிஞர் சம்பள விவரங்களை எடுத்தார். "1974 ல் பார்க்கர் சம்பளமாக எடுத்துக் கொண்டது 27,650 டாலர்கள், எல்விஸுக்கு கொடுக்கப் பட்டது 2,750 டாலர்கள். 1976 ல், பார்க்கர் எடுத்துக் கொண்டது 36,000 டாலர்கள், எல்விஸுக்கு கொடுக்கப்பட்டது 10,500 டாலர்கள்."

1974 ஆம் ஆண்டு ...

"எல்விஸ்," தனது அலுவலகத்தில் இருந்த எல்விஸிற்கு விளக்கத் தொடங்கினான் பார்க்கர். " இந்த பாக்ஸ்கார் நிறுவனம், உனது பெயர் பொறித்த பொருட்களை உற்பத்தி செய்து விற்பனை செய்யும். உன் பெயர் கொண்ட டி- சர்ட்டுகள், புகைப்படங்கள். தனது பெயரையும், உருவத்தையும் எப்படி வேண்டுமானாலும் பயன்படுத்த அனுமதி கொடுக்கிறோம் என்பது முழுமையாகப் புரியாமலேயே கையெழுத்தைப் போட்டான் எல்விஸ்.

நீதி மன்றம் ...

வழக்கறிஞர் தொடர்ந்து பேசினார் "பாக்ஸ்கர் நிறுவனத்தின் மூலம் கிடைத்த வருவாயில் அறுபத்தொரு சதவிகிதத்தைப் பார்க்கர் எடுத்துக் கொண்டார். ஆனால், ஒப்பந்தப்படி ஐம்பது சதவிகிதமே அவரது பங்கு. இது ஒப்பந்தத்தை மீறிய முறைகேடு" "இது மட்டுமல்ல. 1989 ல் 'லாஸ் வெகாஸ் இன்டெர்னஷனல் ஹோட்டல்' உடன் இசை நிகழ்ச்சி நடத்த ஒப்பந்தம் செய்தார் பார்க்கர். மொத்தம் அறுநூற்று முப்பத்தொன்பது இசை நிகழ்ச்சிகள். ஏழு வருடங்களுக்கான இசை நிகழ்ச்சி." "ஏழு வருடங்கள் ஒரு ஹோட்டலில் எல்விஸ் பிரெஸ்லியை முடக்கிய பார்க்கர், எல்விஸ் விரும்பியபடி வெளிநாட்டு நிகழ்ச்சிகள் நடத்த அனுமதிக்கவில்லை. பார்க்கரின் கட்டுப்பாட்டில் எல்விஸ் ஒரு கூண்டுக்கிளி போல இருந்திருக்கிறார்." வழக்கறிஞர் சொன்னபோது, நீதி மன்றத்தில் அமர்ந்திருந்த எல்விஸின் தந்தை வெர்னனின் கண்கள் கலங்கின....

1969 ஆம் ஆண்டு ...

நெவாடா பாலைவனத்தின் நடுவே உயர்ந்து நின்றது "லாஸ் வெகாஸ் இன்டர்நேஷனல் ஹோட்டல்". வெளியே பாலைவனத்தின் வெப்பம் சுட்டெரித்துக் கொண்டிருந்தது. உள்ளே குளிர்சாதனத்தின் காற்றில், தொங்கவிடப் பட்டிருந்த எல்விஸின் போஸ்டர்கள் அசைந்து கொண்டிருந்தன. ஹோட்டல் லாபியில் கூடி இருந்த மக்கள் கூட்டம் எல்விஸின் நிகழ்ச்சிக்கான டிக்கெட்டுகளை வாங்க வரிசையில் நின்று கொண்டிருந்தனர். "ஐந்து வாரங்களுக்கான டிக்கெட்கள் விற்றுத் தீர்ந்து விட்டன எல்விஸ்" என்று சொல்லியபடி வந்தான் பார்க்கர்.

நீதி மன்றம்...

"யுவர் ஆனர், இந்த லாஸ் வெகாஸ் நிகழ்ச்சிகள் மூலம் பல மில்லியன் டாலர்கள் வருமானம் கிடைத்தது." என்று சொன்ன வழக்கறிஞர் தொடர்ந்தார், "ஆனால், லாஸ் வெகாஸ் இன்டெர்னஷனல் ஹோட்டல்' எல்விசுக்கு ஒரு சிறையானது. எல்விஸ் அந்த ஒரே அரங்கில் மொத்தம் 639 இசை நிகழ்ச்சிகளை நடத்திச் சலித்துப் போனார்." "வெளிநாட்டு நிகழ்ச்சிகளுக்குப் பல வாய்ப்புகள் வந்தன. எல்விஸ் வெளிநாட்டு நிகழ்ச்சிகள் நடத்தப் பெரிதும் விரும்பினார். ஆனால் பார்க்கர் அதனை அனுமதிக்கவில்லை." என்றபடி பார்க்கரைப் பார்த்தார் வழக்கறிஞர். முதல் முறையாகப் பார்க்கரின் முகத்தில் சிறு பதட்டம் வெளிப்பட்டது.

லாஸ் வெகாஸ், 1969 ஆம் ஆண்டு...

"பார்க்கர், ஆஸ்திரேலியா இசை நிகழ்ச்சிக்கு மூன்று மடங்கு பணம் தரச் சம்மதித்து இருக்கிறார்கள்" என்றான் எல்விஸ். அப்போது அவன் வயது முப்பத்து நான்கு. முதன்முதலில் பார்க்கரின் ஒப்பந்தத்தில் கையெழுத்தைப் போட்டபோது இருந்தது போல ஒன்றும் தெரியாத இளைஞன் அல்ல. "எல்விஸ், வேகாஸில் இவ்வளவு பணம் கிடைக்கும்போது, நாம் ஏன் அனாவசியமாக உலகைச் சுற்ற வேண்டும்?" என்று சிரித்தபடி மறுத்தான் பார்க்கர். எல்விஸ் முகம் வாடினான். ஆனால் எல்விஸுக்கு அவன் வாழ்நாளின் இறுதிவரை தெரியாத ரகசியம் ஒன்று இருந்தது. அது - வெளிநாட்டுச் சுற்றுப் பயணத்தைப் பார்க்கர் தவிர்த்ததற்கான உண்மையான காரணம் என்ன எனபதே.

நீதி மன்றம்...

"யுவர் ஆனர், பார்க்கர் எல்விஸை வெளிநாட்டு நிகழ்ச்சிகளில் கலந்து கொள்ள அனுமதிக்கவில்லை. ஏனென்றால், பார்க்கர்

எல்விஸ் பிரெஸ்லி நிகழ்ச்சி

வெளிநாடு செல்ல முனைந்து இருந்தால், அவர் விமான நிலையத்திலேயே வைத்துக் கைது செய்யப்பட்டு இருப்பார்." "ஆவணங்களின்படி, அவர் சட்டவிரோதமாக அமெரிக்காவில் குடியேறியவர். இவரது உண்மைப் பெயர் டாம் பார்க்கர் அல்ல. இவர் பெயர் 'ஆண்ட்ரியாஸ் கொர்னேலிஸ் வான் கர்க்'. நெதர்லாந்து நாட்டைச் சேர்ந்தவர்" ஒரு பாடகனாகவும், ஹாலிவுட் நடிகனாகவும் புகழ் அடைந்த எல்விஸின் இதயம் அவனது 42 வைத்து வயதில் நின்று போனது. மாரடைப்பு என்றும், போதை மருந்து என்றும் பின்னாளில் காரணங்கள் சொல்லப்பட்டன. எல்விஸின் பாடல்கள் பெரும் புகழ் பெற்றிருந்தன. லட்சக்கணக்கான டாலர்கள் ராயல்டி ஈட்டிய அவனது பாடல்களின் உரிமை தொடர்பான இந்த வழக்கு சிக்கலானது. இறுதியில் எல்விஸ் குடும்பம், பார்க்கர் மற்றும் விக்டர் ரெகார்ட் நிறுவனம் மூவருக்கும் இடையே ஒரு ஒப்பந்தம் ஏற்பட்டு, அந்த வழக்கு நீதிமன்றத்திற்கு வெளியே தீர்த்துக் கொள்ளப்பட்டது. அவர்களது ஒப்பந்தத்தின்படி, ஒரு மில்லியன் டாலர்கள் பார்க்கருக்குக் கொடுக்கப்பட்டது. எல்விஸ் குடுப்பத்திற்கு 1.1 மில்லியன் கொடுக்கப்பட்டது. எல்விஸ் பாடல்களின் மாஸ்டர் உரிமையைத் தன்வசம் பெற்றுக்கொண்டது விக்டர் ரெகார்ட் நிறுவனம்.

இரண்டேகால் லட்சம் டாலர்களை பாக்ஸ்கார் நிறுவனத்திற்காகப் பெற்றுக் கொண்ட எல்விஸின் குடும்பம், பார்க்கர் மேல் தொடர்ந்த வழக்கைத் திரும்பப் பெற்றுக்

கொண்டது. நீதிமன்றம் பார்க்கரின் குடியுரிமை ஆவணங்களை சரிபார்த்து உறுதி செய்தபோது, அமெரிக்க மக்களின் கனவு நாயகன் எல்விஸ்ஐ உருவாக்கிய சிற்பி, ஒரு டச்சுக் குடிமகன் என்று தெரிந்து கொண்டது. டாம் பார்க்கர் நெதர்லாந்தில் இருந்து வந்து அமெரிக்காவின் சர்க்கஸ் கூடாரங்களில் தனது வாழ்கையைத் தொடங்கியவன். அவன் எல்விஸ்ஐ, ஒரு வியாபாரப் பொருள் ஆக்கி இருந்தான் அதற்கு தொலைக்காட்சி முக்கிய காரணமானது. எல்விஸ் ப்ரெஸ்லி மற்றும் அவனுக்குப் பின் வந்த பிரிட்டிஷ் இசைக் குழு பீட்டில்ஸ் ஆகியோர் பாடல்களை தொலைக்காட்சிகள் ஒளிபரப்பின. பாடகன் எப்படித் தோற்றமளிப்பான் என்றும் வரையறை செய்தன. இவர்களது இசை நிகழ்ச்சிகள் ஸ்டூடியோ ஒன்றின் அறையிலோ, இசை அரங்கம் ஒன்றிலோ அடங்கிவிடவில்லை. இவர்கள் அலங்கரித்த மேடை முந்தைய தலைமுறை இசைக் கலைஞர்கள் சந்தித்திராதது.

செய்திகள், கிசுகிசுக்கள், பெயர் பொறித்த காபிப் கோப்பைகள் என்று இவர்கள் ஒரு வியாபாரப் பொருளாக மாறியிருந்தனர். தொலைக்காட்சிகள் இவர்கள் பாடுவதைப் படம்பிடித்த அதே நேரத்தில், உணர்வு மிகுதியால் கூச்சலிடும் பெண் ரசிகைகளையும் படம்பிடித்தன. எல்விஸ் போலவே பீட்டில்ஸ் குழுவும் கருப்பினக் கலைஞர்களின் இசைக் கூறுகளைத் தனதாக்கிக் கொண்டது. அதனை இளம் தலைமுறை கொண்டாடுவதை, “கலாச்சாரச் சீரழிவு” என்று அமெரிக்கர்கள் பலரும் கருதினர். எல்விஸ் அல்லது பீட்டில்ஸ் போன்ற இசைக் கலைஞர்களின் காலகட்டம் ஒரு வகையில் திருப்புமுனை என்றே சொல்லலாம். இவர்கள் அடைந்தது பெரும் புகழ் மற்றும் பெரும் விமர்சனங்கள்.

தொலைக்காட்சி ஒளிபரப்பு ஒரு தொடக்கம் மட்டுமே. பின்னாட்களில் வந்த புதிய தொழில்நுட்பங்கள், இசைக் கலைஞர்கள் சந்தித்த சவால்களை அதிகரித்தன. சில கண்டுபிடிப்புகள் வரலாற்றில் அச்சு இயந்திரங்கள் கொடுத்தது போன்ற அதே அளவு அதிர்ச்சியைக் கொடுத்தன. அவற்றுள் முதன்மையானது- கையடக்க டேப் கேஸட்டுகள்.

12

கைக்கு அடக்கமான டேப் கேஸட்கள்

டேப் கேஸட்

1963 ஆம் ஆண்டில் ஜெர்மனியின் "பெர்லின் ரேடியோ ஷோ" என்ற நடைபெற்ற தொழில்நுட்பக் கண்காட்சி முக்கியத்துவம் வாய்ந்தது. அந்தக் கண்காட்சியில், பிலிப்ஸ் நிறுவனம் கையடக்க "டேப் கேஸட்" ஐ அறிமுகம் செய்தது. அந்தக் கேஸட் இசைத் துறையையே புரட்டிப் போட்டது. அதுவரை இருந்து வந்த கேஸட்டுகளும், டேப் ரெக்கார்டர் கருவிகளும், அளவில் பெரியவை. டேப் சுருள், ஒரு பெரிய உணவருந்தும் தட்டு ஒன்று போல அளவில் பெரிதாக இருக்கும். புதிதாக அறிமுகமான இந்தக் "கையடக்கக் டேப் கேஸட்" சிறியதாக மட்டுமல்லாமல், விலை குறைவானதாகவும் இருந்தது. டேப் கேஸட் வீட்டில் பதிவு செய்வது, பிரதி எடுப்பது, ஒலிப்பதிவு செய்வது என எல்லாம் சாத்தியமானது.இதன் விளைவாகப் பைரஸி பெருகியது. இந்தப் பைரஸி கேஸட்டுகள், ரெகார்ட் நிறுவனங்களால் கட்டுப் படுத்த முடியாததாக மாறின. காலம் செல்லச்செல்ல டேப் கேஸட் பைரஸி, ரெகார்ட் நிறுவனங்களுக்கு பெரும் தலைவலியாக மாறியது. 1981 ஆம் ஆண்டு லண்டன் நகரில், "பிரிட்டிஷ் போனோகிராபிக் இண்டஸ்ட்ரி அசோசியேஷன் (BPI)" அமைப்பின் கூட்டம் கூடியது. "வீடுகளில் ரெகார்ட் செய்யப்படும் டேப் கேஸட்டுள் நமக்கு அச்சுறுத்தல்" என்ற பிரச்சார முழக்கத்துடன் அன்றைய கூட்டம் கூடி இருந்தது.

"ஹோம் டேப்பிங் இஸ் கில்லிங் ம்யூசிக்" (*Home Taping Is Killing Music*) என்ற வாக்கியம் ஒரு போராட்ட

இயக்கம் ஆனது. ரெகார்ட் நிறுவனங்கள் அப்போது வெளியிட்ட கேஸட்டுகள் ஒரு மண்டை ஓட்டின் படத்துடன், மேற்சொன்ன வாசகம் அச்சிடப்பட்டு வெளிவந்தன. இந்த பிரச்சார வாசகங்களின் பின் இருந்த உண்மை, புரிந்து கொள்வதற்கு எளிமையானது. கேஸட் விற்பனையில் சுமார் எண்பத்தைந்து சதவிகித லாபம் ரெகார்ட் நிறுவங்களைச் சென்றடைந்து கொண்டிருந்தது. இசைக் கலைஞர்கள் பெற்ற லாபம் மிகக் குறைவானது. டேப் கேஸட்டுகள் முதல் முறையாக,ரெகார்ட் நிறுவனங்கள் பெற்று வந்த லாபத்திற்குப் பெரிய அளவில் சவால் விடுத்தன. இந்த கையடக்க கேஸட் உருவாவதற்கு முன் இத்தகைய நிலை இருக்கவில்லை. கேஸட்டுகளின் விலையைக் குறைக்கவோ, இசைக் கலைஞர்களின் பங்கை அதிகரிக்கவோ முயற்சி செய்யாத ரெகார்ட் நிறுவனங்கள், கேஸட் பைரஸியைக் கட்டுப்படுத்தத் தங்களால் முடிந்த எல்லா வழிகளையும் முயற்சி செய்து பார்த்தனர். புதிய, காலி டேப் கேஸட்டுகளுக்கு அதிக வரி விதிக்க அரசை வலியுறுத்தினர். காப்பி செய்ய முடியாத வகையில் தொழில் நுட்ப உத்திகளை முயற்சி செய்து பார்த்தனர்.

இந்த நேரத்தில்தான் ,ஒரு புதிய ஆல்பத்தின் வடிவில், ஒரு புதிய பிரச்சினை வார்னர் ப்ரதர்ஸ் ரெகார்ட் நிறுவனத்திற்கு ஏற்பட்டது. அந்த ஆல்பம், "ப்ளாக் ஆல்பம்" என்று பெயரிடப்பட்ட ஒரு இசைத் தொகுப்பு.

ப்ளாக் ஆல்பம்

1987 ஆம் ஆண்டின் டிசம்பர் மாதம். "ப்ரின்ஸ்" என்ற பாடகனின் புதிய "ப்ளாக் ஆல்பம்" வார்னர் ப்ரதர்ஸால் வெளியிடப்பட இருந்தது. ஐந்து லட்சம் புதிய டேப் கேஸட்டுகள் தயாராக இருந்தன. ஆனால்கடைசி நேரத்தில் ப்ரின்ஸிடம் இருந்து வந்த செய்தி வார்னர் ப்ரதர்ஸ் அலுவலகத்தையே அதிர வைத்தது. "ப்ளாக் ஆல்பம்" வெளியிடுவதை நிறுத்தச் சொன்னான் இசைக் கலைஞன் ப்ரின்ஸ். அவன் அந்த ஆல்பத்தை குழி தோண்டிப் புதைக்க விரும்பினான். ஏன் என்பதைப் பார்ப்பதற்கு முன்... ப்ளாக் ஆல்பத்தின் தயாரிப்பிலும், ஐந்து லட்சம் கேஸட்டுகளை உருவாக்கியதிலும் வார்னர் ப்ரதர்ஸ் பெரும் பொருளைச் செலவு செய்திருந்தது. ஆனாலும் அவர்களுக்கு வேறு வழியில்லை. ஏழு பிளாட்டினம் அந்தஸ்து பெற்ற ஹிட் ஆல்பங்களும், தங்கள் வெளியீட்டில் அப்போது ஒரு ஹிட் திரைப்படமும் கொடுத்திருந்த கலைஞன் ப்ரின்ஸ். வார்னர் நிறுவனத்தின் மிக முக்கியமான கலைஞன். அவன் கட்டளையை வார்னரால் மீற முடியவில்லை.

ப்ரின்ஸ்

ஒரு ஜாஸ் இசைக் கலைஞனுக்கு மகனாய்ப் பிறந்த ப்ரின்ஸ், ஃபங்க் இசையைத் தனக்கென்று தேர்ந்தெடுத்திருந்தான். ஜாஸ் இசை, கோட்டும் சூட்டும் போட்ட கருப்பினக் கலைஞர்களின்

ப்ரின்ஸ்

இசை. நுட்பமான இசை வடிவங்கள் மூலம் கருப்பினத்தின் பெருமிதத்தை வெளிப்படுத்தும் இசை. ஆனால், ப்ரின்ஸ் போன்ற அடுத்த தலைமுறைக் கலைஞர்கள் தேர்ந்தெடுத்தது துள்ளலான தாளக்கட்டும், உரக்கப் பேசும் பாடல் வரிகளும் கொண்ட ஃபங்க் இசை (*Funk Music*). இன்று ப்ரின்ஸ் ஒரு சர்வதேசப் புகழ் கொண்ட நட்சத்திரக் கலைஞன். ஹாலிவுட் புகழ், பிளாட்டினம் இசைத்தட்டுகள், விருதுகள். சில விமர்சகர்கள் கடுமை காட்டினர் "ப்ரின்ஸ் ஒரு வெள்ளைக் கலைஞராகவே ஆகிவிட்டார்" "ப்ரின்ஸ் தனது மரபுகளை மறந்து விட்டார். பொருளாதார வெற்றி அவரை மாற்றிவிட்டது" இந்தப் புதிய ப்ளாக் ஆல்பம் இத்தகைய விமர்சனங்களுக்குப் பதிலாக அமைந்தது. எட்டு பாடல்கள். சுத்தமான ஃபங்க் இசையின் குரல். கருப்பினக் கலைஞன் ஒருவனின் குரல். ப்ரின்ஸ் தன்னைத் தானே பகடி செய்து கொண்ட பாடல் ஒன்றும் உண்டு. மேலும், "ராப்" இசையை விமர்சிக்கும் பாடல் ஒன்று. "ஹிப் ஹாப் கலைஞர்கள் பாடத் தெரியாதவர்கள், இசை நுணுக்கங்கள் அறியாதவர்கள்..."

வார்னர் நிறுவனத்திடம் ஆல்பம் வெளியிடுவதை நிறுத்தச் சொல்வதற்குச் சில மணி நேரங்களுக்கு முன்... தனது ஸ்டுடியோ அறையில் தனியே அமர்ந்து கொண்டிருந்தான் ப்ரின்ஸ். அவன் எதிரே மேஜையில் இருந்த 'பிளாக் ஆல்ப'த்தின் அட்டை வடிவமைப்பைப் பார்த்துக் கொண்டிருந்தான். அது வெறுமையாக, பெயர்கள் எதுவும் எழுதப்படாமல், கருப்பு வண்ணத்தில் இருந்தது.- பிளாக் ஆல்பம். திடீரென்று ஒருநாள் ப்ரின்ஸின் மனம் அவனையே கேள்வி கேட்டது "இதைத்தானே ஜாஸ் கலைஞர்கள் உன்னைப் போன்ற ஃபங்க் கலைஞர்களைப் பார்த்துச் சொன்னார்கள்!" ஜாஸ், பங்க், ராப் என்று மூன்று தலைமுறைப் பாடல்களும் ப்ரின்ஸ் மனத்தைச் சூழ்ந்தன. இந்தத் தலைமுறைத் தொடர்ச்சியில் தான் எங்கே நிற்கிறோம் என்ற கேள்வி அவன் மனதிற்குள் எழுந்தது. பிரின்சின் மனம் பல துண்டுகளாகப் பிரித்து ஒன்றோடொன்று சண்டை போட்டுக் கொண்டிருந்தது. எது தன்

குரல்? தலையைப் பிடித்துக் கொண்டு அமர்ந்தான் ப்ரின்ஸ். எவ்வளவு நேரம் அப்படி அமர்ந்திருந்தான் என்பது தெரியவில்லை. திடீரென்று பிறந்தது அந்த எண்ணம். அது கடவுளின் குரல் என்று நம்பினான் ப்ரின்ஸ். “இந்தப் பாடல்களின் கோபமும் கொந்தளிப்பும் நியாயமற்றவை. பாவத்தின் படைப்பு. இந்த ப்ளாக் ஆல்பத்தின் கருமை சூழாமல் தன் ரசிகர்களைக் காப்பாற்ற வேண்டும். ” ப்ளாக் ஆல்பத்தை வெளியிடாமல் நிறுத்தவேண்டும் என்று முடிவுசெய்தான். அந்த இரவு நேரத்தில், தான் கடவுளின் குரலைக் கேட்டதாக நம்பினான்ப்ரின்ஸ். ஆனால் அப்போது அவன் போதை மருந்தின் கட்டுப்பாட்டில் இருந்ததாகப் பலரும் நம்பினார்கள்.

பைரஸி

வார்னர், ப்ளாக் ஆல்பத்தை நிறுத்தி இரண்டு மாதங்கள் இருக்கும். எங்கோ யாரிடமோ கொடுத்து வைத்திருந்த ஒரு கேஸட் காப்பி மூலம் உருவான பைரஸி கேஸட் பிரதிகள் புற்றீசல்கள் போல் புறப்பட்டன. அடுத்தடுத்த பிரதிகளில் ஒலித்தரம் குறைந்து கொண்டே வந்தாலும் கூட அவை தொடர்ந்து பிரதிகள் எடுக்கப்பட்டன. இந்தக் கேஸட் பரவலைக் கட்டுப்படுத்த வார்னர் நிறுவனம் எடுத்த ஒவ்வொரு முயற்சியும் தோல்வியில் முடிந்தது. தனது கேஸட்டை வெளியிட வேண்டுமா இல்லையா என்ற ஒரு கலைஞனின் முடிவோ, அதன் மேல் ஒரு ரெகார்ட் நிறுவனத்திற்கு இருந்த அதிகாரமோ, பைரஸி கேஸட் சந்தைகளில் செல்லுபடியாகவில்லை. “பிளாக் ஆல்பம்” பைரஸி கேஸட்டுகள் விற்பனையில் சக்கைபோடு போட்டுக் கொண்டிருந்த அதே நேரம், வார்னர் நிறுவனம் முதலீடு செய்திருந்த ஐந்து லட்சம் கேஸட்டுகள் கேட்பாரற்றுக் கிடங்குகளில் பூட்டி வைக்கப்பட்டிருந்தன.

ரெகார்ட் நிறுவனங்களுக்கு எதிர்க் குரல்

சான் பிரான்சிஸ்கோவைச் சேர்ந்த டெட் கென்னடீஸ் (*Dead Kennedys*) என்ற ஃபங்க் இசைக்குழு, தங்கள் புதிய பாடல் கேஸட்டை வெளியிட்டது. அந்த கேஸட்டின் இரண்டு பக்கங்களில் ஒன்றைப் பதிவு செய்யாமல் வெறுமையாக விட்டிருந்தனர். மேலும் “டேப் கேஸட் பைரஸி ரெகார்ட் நிறுவனங்களின் லாபத்தை பாதிக்கின்றது. எனவே ஒரு பக்கத்தை நீங்கள் பயன்படுத்திக் கொள்வதற்காக நாங்கள் காலியாக விட்டுள்ளோம்” என்று குறிப்பிப்பிட்டு இருந்தனர். அது நகைச்சுவையான குறிப்பு என்றாலும் கூட, ரெகார்ட் நிறுவங்களின் பிரச்சாரத்திற்கு எதிரான வலிமையான குரலாக ஒலித்தது. ஆனால், இதை விடப் பெரிய அதிர்ச்சி ஒன்று ரெகார்ட் நிறுவங்களுக்குக் காத்திருந்தது. 1985 ஆம் ஆண்டு ரெகார்ட் நிறுவங்களின் கூட்டமைப்பு, அமெரிக்க பாராளுமன்றக் குழுவின் முன் டேப் கேஸட் பைரஸி பிரச்சினையை எடுத்து வைத்தது. அப்போது தனது முறை வந்த போது எழுந்து

நின்றார் "ஃப்ராங்க் சாப்பா" *(Frank Zappa)* என்ற புகழ் பெற்ற இசைக் கலைஞர். அவர் தங்களுக்குச் சாதகமாகப் பேசப்போகிறார் என்று எதிர் பார்த்துக் கொண்டிருந்த ரெகார்ட் நிறுவனங்களுக்கு அதிர்ச்சி கொடுத்தார் 'ஃப்ராங்க் சாப்பா. "ரசிகர்கள் தங்கள் கேஸட்டுகளை பிரதி எடுத்துப் பயன்படுத்தினால் என்ன கெட்டுவிடும்? ரெகார்ட் நிறுவனங்கள் இசைச் சந்தையையும், இசைக் கலைஞர்களையும் தங்கள் கட்டுப் பாட்டில் வைத்திருக்கின்றன. அந்தக் கட்டுப்பட்டைத் தக்கவைத்துக் கொள்வதே அவர்கள் நோக்கம்." என்று பேசினார் "லூ ரீட் "*(Lou Reed)* என்ற மற்றொரு நட்சத்திரக் கலைஞன், "நான் சிறுவனாக இருந்தபோது எனது நண்பர்களிடம் இசைத்தட்டுகளை இரவல் பெற்றேன். இப்போது இளைஞர்கள் அதனையே டேப் கேஸட் பிரதி எடுப்பதன் மூலம் செய்து கொள்கிறார்கள். இதில் தவறு ஏதுமில்லை. நாம் இதனை பைரஸி என்று கருதுவது தவறு" என்றார். இந்த டேப் பைரஸி விவகாரம் ஒரு உண்மையை உணர்த்தியது. இசையை உருவாக்குவதால் ரெகார்ட் நிறுவங்களின் முக்கியத்துவம் பெறுவதில்லை. மாறாக, சந்தையைக் கட்டுப் படுத்துவதாலேயே அவை முக்கியத்துவம் பெறுகின்றன. கேஸட் பைரஸி, ரெகார்ட் நிறுவனங்களின் இந்தக் கட்டுப்பாட்டைக் கேள்விக்குள்ளாக்கியது. ரெகார்ட் நிறுவனங்கள் தங்கள் சாம்ராஜ்யம் ஆட்டம் கண்டு வருவதைக் கவலையுடன் பார்த்துக் கொண்டிருந்த நேரத்தில், அமெரிக்க இளைஞர்கள் டேப் ரெக்காடர்கள் கொடுத்த புதிய சுதந்திரத்தைக் கொண்டாடி வந்தனர். 'லூ ரீட்' மற்றும் 'ஃப்ராங்க் சாப்பா' போன்ற கலைஞர்கள், ஒரு ரசிகனுக்கு இந்தக் கேஸட்டுகள் கொடுத்த இந்தப் புதிய சுதந்திரத்தை அங்கீகரித்தனர். அதே நேரம் நியூயார்கில் இருந்து நைஜீரியா வரை டேப் கேஸட்டுகள் புதிய தொழில்நுட்பமாக மட்டு மல்லாமல், ஒரு புதிய கலாச்சார மாற்றமாகவும் அமைந்தது நைஜீரியாவில் இசைக் கலைஞன் "ஃபெலா குடீ" *(Fela Kuti)* பாடிய அரசுக்கு எதிரான, தடை செய்யப்பட்ட பாடல்களை, டேப் கேஸட்டுகள் நாடெங்கும் கொண்டு சேர்த்தன. வீடுகளில் பிரதி எடுக்கப்படும் இந்தக் கேஸட்டுகளைக் கண்கா ணிப்பதும், கைப்பற்றுவதும் நைஜீரிய அரசுக்குப் பெரிய சவாலானது. நியூயார்க்கின் ஹிப் ஹாப் கலைஞர்கள், தாங்களே பாடல்களைப் பதிவு செய்து ரசிகர்களிடம் விநியோகம் செய்தனர். டேப் கேஸட்டுகளால் ஹிப் ஹாப் கலாச்சாரம் செழுமைடையத்

தொடங்கி இருந்தது. இந்தக் கலாச்சார மாற்றங்கள் இந்தியாவிலும் உருவாகத் தொடங்கி இருந்தது.

டீ சீரிஸ்

வார்னர் பிரதர்ஸ் அலுவலகத்தில் நடைபெற்ற கூட்டத்தில் பிளாக் ஆல்பம் பைரஸி குறித்தும், அதனை வெளியிடாமல் நிறுத்திய ப்ரின்ஸின் முடிவு குறித்தும் விவாதங்கள் நடைபெற்றுக் கொண்டிருந்த போது, சென்னை பர்மா பஜாரில், புதிய சோனி கேஸட்டுகள் பெட்டிகளில் வந்து இறங்கியிருந்தன. இந்தியாவில் " ரெக்கார்டிங் சென்டர்" என்று அழைக்கப்பட்ட புதிய தொழில் தோன்றியது. ஒரு இசைத்தட்டில் இருந்து தேர்ந்தெடுக்கப்பட்ட பாடல்களை ஒரு டேப் கேஸட்டில் பதிவு செய்து தருவார்கள். அப்போதெல்லாம் 'பைரஸி' என்ற வார்த்தையை யாரும் கேள்விப் பட்டிருக்கவில்லை. இப்படி 'ரெக்கார்டிங் சென்டர்கள்' பெருகி இருந்தபோது டெல்லியில், தரியாகஞ் பகுதியில் பழக்கடை ஒன்றை நடத்தி வந்த குல்ஷன் குமார், பெரிய ரெகார்ட் நிறுவனங்கள் எளிய இந்தியனை முற்றிலும் மறந்திருந்தன என்பதையும், 'ரெக்கார்டிங் சென்டர்'களின் தேவையையும் புரிந்து கொண்டார். குல்ஷன் குமார் "டீ சீரிஸ்" (T Series) என்ற பெயரில் குறைவான விலைக்கு கேஸட்டுகளை விற்கத் தொடங்கினார். "டீ சீரிஸ்" க்கு பெரும் வெற்றியைக் கொடுத்தது பக்திப் பாடல்கள் என்றே சொல்லலாம். பக்தியும், வழிபாடும் முக்கியத்துவம் பெற்ற இந்திய மக்களின் வாழ்வில் டீ சீரிஸ் கேஸட்டுகள் முக்கிய அங்கமாகின. நீண்ட தூரப் பயணங்கள் செய்யும் டிரைவர்கள் தங்கள் லாரிகளில் இந்தக் கேஸட்டுகளைக் ஓடவிட்டபடிப் பயணம் செய்தனர். சாலையோரக் கடைகளில் காலையில் இருந்து மாலை வரை டீ சீரிஸ் கேஸட்டுகள் பாடின. நடுத்தர வர்க்க வீடுகளில் வெள்ளிக்கிழமை மாலை நேரங்களிலும், பூஜை நேரங்களிலும் டீ சீரிஸ் பக்திப் பாடல்கள் முக்கிய இடம் பிடித்தன. வார்னர் ப்ரதர்ஸ் ப்ளாக் ஆல்பம் பைரஸியைக் கையாள முடியாமல் தவித்தது போலவே, இந்தியாவில் எச்.எம்.வீ நிறுவனம், டீ சீரிஸ் இன் போட்டியைச் சமாளிக்க முடியாமல் தடுமாறியது. அமெரிக்காவிற்கு அடுத்தபடியாக உலகின் இரண்டாவது பெரிய டேப் கேஸட் சந்தையாக இந்தியா மாறிக் கொண்டிருந்த காலம் அப்போது டீ சீரிஸ் ஒரு ரெகார்ட் நிறுவனமாக உருவாகி இருக்கவில்லை. அது கலைஞர்களுடன் ஒப்பந்தம் செய்து கொள்ளவில்லை. பாடல்களைச் செலவு செய்து ரெகார்ட் செய்யவும் இல்லை. தயாராக இருந்த திரைப்படப் பாடல்களைப் பதிவு செய்து விற்பனை செய்வது ஒன்றையே, தொழிலாகக் கொண்டிருந்தது. இதனால் விக்டர் மற்றும் எச் எம் வீ போன்ற ரெகார்ட் நிறுவனங்கள் தொடுத்த நீதிமன்ற வழக்குகளையும், கடுமையான விமர்சங்களையும் டீ சீரிஸ் சந்தித்தது. நீதிமன்றத் தீர்ப்புகள் டீ சீரிஸ் க்கு மேலும் அழுத்தத்தைக்

கொடுத்தன. பின்னாட்களில் டீ சீரிஸ் ஒரு ரெகார்ட் நிறுவனமாக உருவெடுத்தது தனிக்கதை. பைரஸி கேஸட்டுகளாகவே இருந்தாலும் , அவை இசையைப் பரவலாக மக்களிடையே கொண்டு சென்றது. முதன்முறையாக எளிய இந்தியன் ஒருவன் தன் வீட்டில் இருந்தபடி பாடல் கேட்க முடிந்தது. அந்த முதியவர், அன்று இரவு உணவை முடித்தபின், தனது வீட்டின் முன்பகுதியில் இருந்த கயிற்றுக் கட்டிலில் படுத்தபடி, தலைக்கு மேலே இருந்த நிலவை ரசித்தபடி இருந்தார். சற்றுத் தொலைவில் இருந்த மாட்டுத் தொழுவத்தின் மணம் காற்றை நிறைத்திருந்தது. கட்டிலின் பக்கவாட்டில் வைக்கப்பட்டிருந்த அந்தப் பழைய மரப் பெட்டியின் மேல் ஒரு தண்ணீர்ச் செம்பும் ஒரு கொசுவர்த்தியும். அவற்றின் அருகே விரிக்கப்பட்ட செய்தித்தாளின் மேல் ஒரு சிறிய டேப் ரெகார்ட்டர். ஸ்பீக்கரில் இருந்து வெளிப்பட்ட கண்ணதாசனின் பாடல் வரிகளைக் கேட்டபோது அவர் பார்வையில் நிலவு கலங்கலாகத் தெரிந்தது. அவர் ஒரு புன்னகையுடன் கண்களை மூடியபோது ஒரு கோடு போல வழிந்தது கண்ணீர். டேப் ரெகார்ட்டர் தொடர்ந்து கண்ணதாசனைப் பாடிக்கொண்டிருந்தது. நிலவு ஒளிவீசிக் கொண்டிருந்தது.

குறுந்தகடு – CD

ரெகார்ட் நிறுவனங்கள், பிலிப்ஸ் உருவாக்கிய கையடக்க கேஸட்களால் உருவான மாற்றங்களைக் கையாளத் திணறிக் கொண்டிருந்த நேரத்தில், பிலிப்ஸ் தனது நெதர்லாந்து ஆய்வுக் கூடத்தில், மற்றொரு புதிய தொழில் நுட்பத்தைப் பரிசோதித்துக் கொண்டிருந்தது. 1979 ஆம் ஆண்டு. நெதர்லாந்தின் பிலிப்ஸ் ஆய்வுக் கூடம். பொறியாளர்களின் ஒரு சிறு குழு ஒரு பளபளக்கும் வட்டத் தட்டைச் சூழ்ந்திருந்தனர். அந்தக் குழுவின் தலைவர் “யோப் சின்ஜோ”. குழுவின் முக்கிய உறுப்பினர் “கெய்ஸ்”. அவர்கள் ஆய்வகத்தில் உருவாக்கிய அந்தப் புதிய சீடீ (CD) கொடுத்த இசை, டேப் கேஸட் போன்றோ, இசைத்தட்டு போன்றோ இல்லாமல், சிறு ஒலிப் பிழையும் இல்லாமல் நேர்த்தியாக இருந்தது. அந்தச் சிறு தட்டு ஒன்று, பல இசைத்தட்டுகளில் அடங்கக் கூடிய எண்ணிக்கையிலான பாடல்களைத் தன்னிடம் கொண்டிருந்தது. 1982 ஆம் ஆண்டில் பிலிப்ஸ், சோனி நிறுவனத்தின் உதவியுடன் வடிவமைத்த குறுந்தகடு (CD) தொழிநுட்பம் சந்தைக்கு வந்தது. இப்போது ரெகார்ட் நிறுவனங்களுக்கு ஒரு புதிய நம்பிக்கை உருவாகி இருந்தது. இந்த சீடீ தட்டுக்கள் கொடுக்கும் ஒலித்தரம், பைரஸி டேப் கேஸட்டுகளுக்கு மதிப்பில்லாமல் செய்து விடும். இப்போது வார்னர் ப்ரதர்ஸ் ஒரு முடிவை எடுத்தது. ப்ரின்ஸின் எதிர்ப்பையும் மீறி, ப்ளாக் ஆல்பத்தை வெளியிடுவது என்பதே அது. .இந்த முறை சீடீ வடிவில்.

13

சிறை பிடிக்கப்பட்ட கலைஞன்

1993 ஆம் ஆண்டு, அமெரிக்காவின் லாஸ் ஏஞ்சல்ஸ் நகரம்...

மேடையின் பின் இருந்த ஒப்பனை அறையில், கண்ணாடியின் முன் அமர்ந்திருந்தான் ப்ரின்ஸ். அறையில் குறுக்கும் நெடுக்குமாக நடந்து கொண்டு இருந்த இசைக் குழுவினரின் பேச்சுக் குரல் எங்கோ தொலைவில் இருந்து கேட்பது போல் கேட்டது அவனுக்கு. கண்ணாடியில் தெரிந்த தன் உருவத்தை வெறித்துப் பார்த்தபடி, இந்த உலகத்தை மறந்திருந்தான். அவன் முன்னே மேக்கப் சாதனங்கள் சிதறிக் கிடந்தன. அதில் இருந்து அந்தக் கருப்புப் பென்சிலைத் தன் கையில் எடுத்தான். இப்போது அறையில் பேச்சுக் குரல்கள் நின்றிருந்தன. அனைவரும் அவனையே பார்த்துக் கொண்டிருந்தனர். அவன் கையில் சிறிதும் நடுக்கம் இருக்கவில்லை. மிக... மெதுவாக... அந்த கருப்புப் பென்சிலைத் தன் கன்னத்தின் அருகில் கொண்டு சென்று, ஒவ்வோரு எழுத்தாக எழுதத் தொடங்கினான். அ ..டி ..மை ..*(SLAVE)* இன்னும் சில நிமிடங்களில், தன் கன்னத்தில் அடிமை என்று எழுதிக் கொண்டு ரசிகர்கள் முன் தோன்றுவதற்குத் தயாரானான் ப்ரின்ஸ். அவன் யாருக்கு அடிமை? வார்னர் ப்ரதர்ஸ் நிறுவனத்திற்கு. மறுநாள் செய்தித்தாள்கள் 'அடிமை' என்று கன்னத்தில் எழுதிக்கொண்ட ப்ரின்ஸின் புகைப்படத்தை முதல் பக்கத்தில் வெளியிட்டு இருந்தன. சிலர், அது ஒரு விளம்பர உத்தி என்றார்கள். வேறு சிலரோ,

ப்ரின்ஸுக்கு மனநிலை சரியில்லை என்றார்கள். வெகு சிலர் மட்டுமே ஒரு இசையடிமை, சங்கிலிகளால் பிணைக்கப்பட்டு இருப்பதை உணர்ந்து கொண்டார்கள்.

ப்ரின்ஸ்

எம்டீவீ (MTV)

ப்ரின்ஸ் போன்ற ஒரு புகழ் பெற்ற கலைஞன், இப்படி அடிமையானது எப்படி? இதைப் புரிந்து கொள்ள, நாம் காலத்தில் சற்றுப் பின்னோக்கிச் செல்ல வேண்டும். இசை எப்போது ஒரு காட்சிப் பொருள் ஆனது என்பதைத் தெரிந்து கொள்ள வேண்டும்.

1981 ஆம் ஆண்டு ஆகஸ்ட் முதல் நாள். "எம்டீவீ" (MTV) என்ற புதிய கேபிள் தொலைக்காட்சி தனது முதல் ஒளிபரப்பைத் அன்று தொடங்கியது. முதன்முதலாக இருபத்து நான்கு மணி நேர இசை ஒளிபரப்பு தொடங்கியது. எம்டீவி தோன்றுவதற்கு முன், மக்கள் ரேடியோ, இசைத்தட்டு, இவற்றில் பாடல் பாடல் கேட்பார்கள். அவர்களுக்குப் பாடகர்களை நேரில் பார்க்கும் வாய்ப்பு அரிதாகவே இருந்தது. ஆனால் எம்டீவி, பாடகர்களை ரசிகர்களின் வீட்டிற்கே கொண்டு சென்றது. பாடகரின் குரல் போலவே தோற்றமும் முக்கியமானது என்று ஆக்கியது. ஒவ்வொரு பாடல் காணொளியும் பல மில்லியன் டாலர்களைக் கொட்டி உருவாக்கப்பட்டது. புகழ் வெளிச்சத்திற்கான விலை அதிகரித்திருந்தது. டேப் கேஸட்டுகள் போல் இல்லாமல், புதிய சீடீக்கள் துல்லியமான ஒலியைக் கொடுத்தன. மேலும் நீண்ட காலம் உழைத்தன. அன்றைய நாளில் டேப் கேஸட் ஒன்றைப் பிரதி எடுப்பது போல சீடி ஒன்றை ஒருவர் தன் வீட்டில் இருந்தபடி எளிதாக பிரதி எடுக்க முடியாது. இது, ரெகார்ட் நிறுவனங்களுக்கு ஒரு நம்பிக்கையைக் கொடுத்தது. அவர்கள் சந்தை மீது கொண்டிருந்த கட்டுப்பாடு உறுதியானது. ரெகார்ட் நிறுவங்களின் பிடி மீண்டும் இறுகத் தொடங்கியது. ப்ரின்ஸிடம், "உனது பாடல்கள் அடிக்கடி வெளிவரக் கூடாது. அப்போதுதான் அவற்றுக்கு மரியாதை இருக்கும் " என்றது வார்னர் ப்ரதர்ஸ். டாம் பார்க்கர், எல்விஸ் ப்ரெஸ்லியிடம் சொன்ன அதே வசனம். தொடர்ந்து பாடல்களைப் படைத்து வந்த ப்ரின்ஸ், வெளியிட முடியாத பாடல்களை ஊமையாக்கித் தனது அலமாரியில் பூட்டி வைத்தான். பாடகன் ப்ரின்ஸை ஊமையாக்கித் தனது அலமாரியில் பூட்டி வைத்தது வார்னர்

ப்ரதர்ஸ். வார்னர் நிறுவனத்தின் ஒப்பந்தத்தில் இருந்து தன்னை விடுவித்துக் கொள்ள அவன் எடுத்த முயற்சிகளில் ஒன்றுதான், தன் முகத்தில் "அடிமை" என்று எழுதிக் கொண்டு மேடையில் தோன்றியது. எம் டீ வீ அந்தக் காட்சியை உலகெங்கும் கொண்டு சென்றது. ப்ரின்ஸ் மற்றும் வார்னர் நிறுவனத்திற்கு இடையேயான முரண்பாடுகள் பேசுபொருள் ஆயின. ப்ரின்ஸ் தன் முகத்தில் எழுதிக்கொண்டு மேடையேறிப் போராடிக் கொண்டிருந்த அதே நேரத்தில், இங்கிலாந்தில் வேறொரு கலைஞன் நீதிமன்றப் படிகள் ஏறிப் போராடிக் கொண்டிருந்தான். அது வேறு ஒரு ரெகார்ட் நிறுவனம். வேறு ஒரு பிரச்சினை.

கலைஞனா? காட்சிப் பொருளா?

1990களின் தொடக்கத்தில் இசை உலகைத் தன் காலடியில் வைத்திருந்தான் பிரிட்டிஷ் கலைஞன் ஜார்ஜ் மைக்கேல். அவனது தோற்றப் பொலிவும், மேடைக் கவர்ச்சியும் அவனை எம்டீவீயின் அரசனாக ஆக்கி இருந்தது. இறுக்கமான ஜீன்ஸ், லெதர் ஜாக்கெட் என்று, தன்னை "சோனி ம்யூசிக்" ஒரு 'கவர்ச்சிப் பொருள்' போன்று பதிவு செய்வதை அவன் வெறுத்தான். ஸ்டுடியோவில் பதிவு செய்த தனது பாடலுக்கு, ஒரு நடிகனைப் போல உதடசைத்து நடிக்க மறுத்தான். அதற்குப் பதிலாக "நெவோமி கேம்பல்" உட்பட ஐந்து புகழ்பெற்ற மாடல்களைக் கொண்டு தன் பாடலுக்கு உதடசைத்து நடிக்கச் செய்தான். இதன் மூலம் தன் தோற்றத்தைவிடத் தன் பாடலுக்கு முக்கியத்துவம் கிடைக்கும் என்று நம்பினான். தனது ஆல்பத்தின் அட்டைப்படத்தைத் தன் உருவத்தால் அலங்கரிக்க மறுத்தான். சோனி ம்யூசிக் அவன் கையெழுத்துப் போட்டிருந்த ஒப்பந்தத்தைக் காட்டி வற்புறுத்தியது. சோனியின் ஒப்பந்தத்தில் இருந்து விடுபட, லண்டன் நீதிமன்றத்தை நாடினான் மைக்கேல். அந்த வழக்கை நடத்த சுமார் மில்லியன் பவுண்டுகள் செலவு செய்தான். இது பெருந்தொகை. ஆனாலும், தன்னை ஒரு இசைக் கலைஞனாக அன்றி, ஒரு கவர்ச்சி நாயகனாக அணுகும் சோனி நிறுவனத்தின் ஒப்பந்தத்தை முறித்துக் கொள்வதே, தான் விடுதலை பெற ஒரே வழி என்ற முடிவுக்கு வந்திருந்தான். ஆனால் வழக்கின் தீர்ப்பு சோனி ம்யூசிக் நிறுவனத்திற்குச் சாதகமாக வந்தது. மைக்கேல் தன் கையிருப்பு கரைந்து, வழக்கிலும் தோற்றுப் போனான். சோனி ம்யூசிக் தனது கட்டுப்பாட்டில் இருந்து மைக்கேலை விடுவிக்க மறுத்தது. அதே நேரம் வார்னர் ப்ரதர்ஸ், ப்ரின்ஸின் ப்ளாக் ஆல்பத்தை சீடீ வடிவில் வெளியிடப் போவதாக உலகிற்கு அறிவித்தது.

மீண்டும் ப்ளாக் ஆல்பம்

1994 ஆம் ஆண்டு, "ப்ளாக் ஆல்பம்" சீடீ வெளியானது. ஏழு வருடங்களுக்கு முன் ஒரு நடு இரவில் 'கடவுளின் குரலை'க் கேட்டு, "ப்ளாக் ஆல்ப"த்தை தடுத்த நிறுத்தினான் ப்ரின்ஸ் என்று பார்த்தோம். அது கடவுளின் குரல் என்று கருத்தாவிட்டாலும்

கூட, அது ப்ரின்ஸின் குரல் என்ற அளவில் அந்தக் குரலை மதித்தது வார்னர். ஆனால், இந்த முறை ப்ரின்ஸின் குரலைப் பொருட்படுத்தும் தேவை வார்னர் நிறுவனத்திற்கு இருக்கவில்லை. காலம் மாறியிருந்தது.

இப்போது, ப்ரின்ஸுக்குக் கேட்ட "கடவுளின் குரல்" ப்ளாக் ஆல்பத்திற்கு நல்ல விளம்பரம் ஆகிப்போனது. ப்ரின்ஸ் வெளியிட மறுத்த பாடல்கள் அவனை மீறி வெளியிடப்படுகிறது என்ற செய்தி ஒரு பரபரப்பை உண்டாக்கியது. பைரஸி கேஸட்டுகளில் கேட்ட பாடல்கள் இப்போது புதிய சீடீ ஒலித்தரத்தில் வெளியாகப் போகிறது. ரசிகர்களின் எதிர்பார்ப்பு கூடியது. ப்ளாக் ஆல்பம் வெளிவரும் செய்தி அறிந்த ப்ரின்ஸ் சில நாட்கள் தனது ஸ்டூடியோ அறைக்குள் முடங்கி இருந்தான். "ப்ளாக் ஆல்பம்" ஒரு பாவச் செயல் என்று அவன் நம்பினாலும் கூட, அதன் உரிமை வார்னர் நிறுவனத்தின் வசம் இருந்தது. பாடல்கள் மட்டுமல்ல "ப்ரின்ஸ்" என்ற பெயரே அவர்கள் உரிமையில் இருந்தது. இல்லையென்றால் தான் வெளியிட விரும்பாத பாடலைத் தன் பெயரில் வெளியிட முடியுமா?. "ப்ரின்ஸ்.... இந்தப் பெயரும் கூடத் தனக்குச் சொந்தமில்லையோ?" என்ற கேள்வி எழுந்தது அவன் மனதில்.

தன் பெயரைத் துறந்த ப்ரின்ஸ்

அடுத்த வாரம் மேடையில் தோன்றிய ப்ரின்ஸ் தனது முகத்தில் அடிமை என்று எழுதிக் கொண்டிருந்ததோடு, தனது பெயரையும் மாற்றியிருந்தான். உச்சரிக்க முடியாத ஒரு சின்னத்தைத் தன் பெயராகப் பயன்படுத்தினான். அதனை "அன்பின் சின்னம்" (*Love Symbol*) என்று அழைத்துக் கொண்டான். "உன் பாடல்களின் உரிமை உன்னிடம் இல்லையென்றால், உனக்கு ஒரு உரிமையாளர் இருக்கிறார் என்று பொருள்" என்று தனக்குத் தானே சொல்லிக் கொண்டான் ப்ரின்ஸ். உச்சரிக்க முடியாத புதிய பெயருக்கு இப்போது வார்னர் உரிமை கோர முடியாது என்று நம்பினான்.

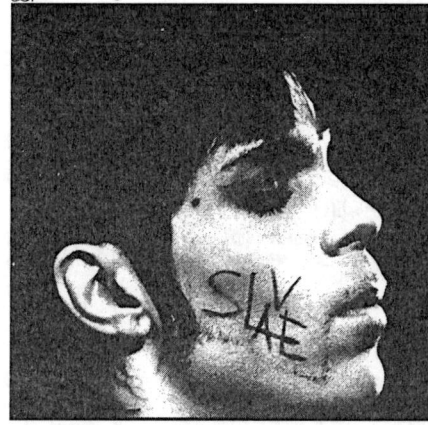

அவன் தனது தொழிலின் எதிர்காலத்தைக் குழிதோண்டிப் புதைக்கிறான் என்று விமர்சகர்கள் கருதினர். ஆனால், தான் விடுதலை பெற்றதாக அவன் கருதினான். வார்னரிடம் இருந்த பழைய பாடல்களின் உரிமையை அப்படியே விட்டுவிட்டு, புதிய பாடல்களை அடுத்தடுத்தது வெளியிட்டான். தானே "என்பீஜீ" என்ற பெயரில் ஒரு ரெகார்ட் நிறுவனத்தை உருவாக்கி, அதன் மூலம் தனது பாடல்களைத் தானே வெளியிட்டான். சந்தையில் அவன் பாடல்கள் பின்னடைவைச் சந்தித்தன. விற்பனை வீழ்ச்சி கண்டது. வார்னரின் ஒப்பந்தங்கள் காலாவதி ஆகி, இறுதியில் ஒரு வழியாக விடுதலை பெற்றான் ப்ரின்ஸ். ப்ரின்ஸைத் தலைகீழாகச் சுழற்றிக் கொண்டிருந்த ரங்க ராட்டினம், இறுதியில் அவனைத் தூக்கி வீசியிருந்தது. அதே நேரம், அந்த ராட்டினம் வேறு மூன்று பெண் பாடகிகளை உயரத்திற்குக் கொண்டு சென்றிருந்தது.

தன் எதிர்ப்புக் குரலைப் பதிவு செய்ய தன் முகத்தில் எழுதிக் கொண்டு பாடும் மேடைகளைத் தேர்ந்தெடுத்தான் ப்ரின்ஸ். நீதிமன்றத்தின் சாட்சிக் கூண்டைத் தேர்ந்தெடுத்தான் ஜார்ஜ் மைக்கேல். ஆனால், இந்த மூன்று பெண் பாடகிகள் கிராமி விருது வழங்கும் மேடையைத் தேர்ந்தெடுத்தார்கள்.

டியோன், லீசா, சிலி - இவர்களது இசைக்குழு டீஎல்சீ (TLC) . புகழின் உச்சத்தில் இருந்தனர். லட்சக் கணக்கான இசைத்தட்டுகள் விற்பனை ஆகின. உலகெங்கும் ரசிகர்கள் இவர்களை ஆரவாரத்துடன் வரவேற்றனர். இவர்கள் பாடல்களை எம்டீவீ நாள் முழுதும் ஒளிபரப்பியது. அவர்கள் பெற்ற வெற்றிக்கு சாட்சியாக இருந்த கிராமி மேடையில் அவர்கள் சொன்ன உண்மை அமெரிக்காவை அதிரவைத்தது.

கடனாளியான கலைஞர்கள்

1996 ஆம் ஆண்டு லாஸ் ஏஞ்சல்ஸ் நகரம். கிராமி விருது வழங்கும் விழா. சினிமாவிற்கு ஆஸ்கர் விருது எப்படியோ, அது போலவே இசைக்கு கிராமி விருது. அரங்கம் விழாக்கோலம் பூண்டிருந்தது. பேச்சொலியும், சிரிப்பொலியும் அரங்கை நிறைத்திருந்தன. பகட்டும் வெற்றியும் கோப்பைகளை நிறைத்தன. காமிராக்கள் மின்னிக் கொண்டிருந்தன. தொலைக்காட்சிகள் நேரடி ஒளிபரப்பில் ஈடுபட்டு இருந்தன. டீ எல் சீ இசைக்குழு வரலாற்றுச் சாதனை படைத்திருந்தது. இரண்டு கிராமி விருதுகள். ஒரு கோடி ஆல்பங்கள் விற்றுச் சாதனை படைத்த முதல் பெண் இசைக்குழு என்ற பெருமை. விருதுக்குப் பின், டீஎல்சீ குழுவினர் பேச்சைக் கேட்கப் பத்திரிகையாளர்கள் காத்துக் கொண்டிருந்தனர்.

மைக் முன் சென்ற குழுவின் பாடகி சிலி, "நாங்கள் ஒரு கோடி பாடல்கள் விற்பனை செய்திருக்கிறோம், இந்த விருது பெறுவது எங்களுக்கு மகிழ்ச்சி." என்று சொல்லி ஒரு நொடி தயங்கியபின், "நாங்கள் ஒரு கோடி ஆல்பங்கள் விற்பனை செய்தது ஒரு

சாதனை. ஆனால் இன்று நாங்கள் திவாலாகி நிற்கிறோம்" என்றார். அரங்கம் அதிர்ந்தது. "இது எப்படி சாத்தியம்?" என்று அதிர்ச்சியுடன் கேட்ட ஒரு பத்திரிக்கையாளரிடம் லிசா, "உங்களைச் சுற்றிப் பேராசை பிடித்த மனிதர்கள் இருப்பார்களேயானால், இது போன்ற ஒன்று சாத்தியம்." என்றார். "உங்கள் மேலாளர் உங்களை முறைத்தபடி அமர்ந்திருக்கிறார்." என்று சிரித்தபடியே சொன்ன அந்தப் பத்திர்கையாளரிடம், "நாங்கள் யாரையும் குற்றவாளி ஆக்கும் பொருட்டு இவற்றைச் சொல்லவில்லை." என்றாள் டியோன் என்ற பாடகி, "நீங்கள் கற்பனை செய்வது போல ஒரு வசதியான வாழ்க்கையை நாங்கள் வாழவில்லை. நீங்கள் தெரிந்து கொள்ள வேண்டும் என்பதற்காகவே இதைச் சொல்கிறோம்" என்றார்.

"இதற்கு என்ன காரணம்?" என்று கேட்ட ஒருவரிடம், பாடகி லிசா, "ஒப்பந்தங்கள்... நாங்கள் ரெகார்ட் நிறுவனத்துடன் செய்துகொண்ட ஒப்பந்தங்கள் விளக்குவதற்கு மிகவும் சிக்கலானவை" என்றார். அவர்களது புதிய ஆல்பம் 175 மில்லியன் டாலர்களுக்கு விற்பனை ஆகியிருந்தது. ஆனால் அவர்கள் கைகளில் எஞ்சியிருந்தது, அரசு அலுவலகத்திற்குக் கொடுக்கத் தயாராக இருந்த மஞ்சள் கடுதாசி மட்டுமே. இரண்டு கிராமி விருதுகள் பெற்ற, ஒரு கோடி ஆல்பங்கள் விற்ற, நாள் முழுதும் எம்டீவீ ஒளிபரப்பும் ஹிட் பாடல்களைக் கொடுத்த, அந்தப் பெண்கள், தங்கள் அன்றாடச் செலவுகளைக் கூடச் சமாளிக்க முடியாத நிலைக்குப் போனது எதனால்? இதனைப் புரிந்து கொள்ள நாம், அமெரிக்க நட்சத்திரக் கலைஞர்களின் வாழ்க்கையைப் புரிந்து கொள்ள வேண்டும்.

கடன் வலை

அலங்கார வார்த்தைகள் எதுவும் இன்றி, உண்மையைப் பேசுவதென்று நாம் முடிவு செய்துகொண்டால் மட்டுமே, நாம் இந்தப் பிரச்சினையைப் புரிந்து கொள்ள முடியும். விக்டர் கம்பனி, கரூஸோ போன்ற பாடகர்களுடன் ஒப்பந்தம் செய்துகொண்ட காலம் தொடங்கி, ரெகார்ட் நிறுவனங்களின் தொழில் காலத்திற்கேற்பத் தொடர்ந்து மாற்றமடைந்து வந்தது. அந்த மாற்றங்களுக்கு இடையே மாறாமல் இருந்தது அவர்களின் லாப நோக்கம் மட்டுமே. 1970 காலகட்டத்தில், இசைத்தட்டுகள் விற்பனை முக்கியமானதாக இருந்தது. அப்போது ஆறு ரெகார்ட் நிறுவனங்ள் மட்டுமே சந்தையில் ஆதிக்கம் செலுத்தின. ஒன்றை ஒன்று விழுங்கியும், ஒன்றோடொன்று இணைந்தும், இந்த ஆறு, நான்காகி, இறுதியில் மூன்று நிறுவனங்கள் மட்டுமே எஞ்சின.

யூனிவர்சல், சோனி, வார்னர். இவை மூன்றும் இன்றைய இசைச் சந்தையைக் கட்டியாளும் நிறுவனங்கள். 2000 ஆம் ஆண்டின் கணக்குப்படி, இந்த மூன்று நிறுவனங்களும் சேர்ந்து உலக அளவில் %80 சந்தையைத் தங்கள் கட்டுப்பாட்டில்

வைத்திருந்தன.. இந்த நிறுவனங்கள் ஒன்றை மட்டும் நன்றாகப் புரிந்து கொண்டன. கலைஞன் மீதும், சந்தை மீதும் தாங்கள் வைத்திருக்கும் கட்டுப்பாடு ஒன்றே முக்கியமானது என்பதே அது. ரெகார்ட் நிறுவனங்கள் தங்கள் ஒப்பந்தங்களைக் கடன் ஒப்பந்தங்களாக மாற்றியிருந்தன. இந்த நிறுவனங்கள் பாடலை உருவாக்க முதலீடு செய்யவில்லை. மாறாக, கடன் கொடுத்தன.

இந்தக் கடன் தொகை, "முன்தொகை" (advance) என்று கணக்கெழுதப்படும். இசைக் கலைஞன் இந்தத் தொகையை, தனது வருவாயில் இருந்து திரும்பிச் செலுத்த வேண்டும். (Advances and Recoupment) பாடல் தயாரிப்புச் செலவுகள் கலைஞன் கணக்கில் எழுதப்படும். வருவாயில் தனது பங்கிலிருந்து அந்தக் கடனை அந்தக் கலைஞன் அடைக்க வேண்டும். இப்போது டீஎல்சீ என்ற அந்தப் பெண் பாடகிகள் குழு நொடித்துப் போனது ஏன் என்று பார்ப்போம். 1991 ஆம் ஆண்டில் டீஎல்சீ குழுவினர்" லாஃபேஸ்" ரெகார்ட்ஸுடன் ஒப்பந்தம் செய்துகொண்டனர். கூட்டிக் கழித்துப் பார்த்தால், ஒரு ஆல்பம் விற்பனையில் அவர்களுக்குக் கிடைத்தது 56 செண்ட்டுகள் மட்டுமே. செலவுகள் டீஎல்சீ குழுவின் ராயல்டி வருவாயில் இருந்து கழித்துக் கொள்ளப்பட்டது. என்ன வகையான செலவுகள்? எம்டீவீ வீடியோக்கள் தயாரித்த செலவு, இசை நிகழ்ச்சிகளில் அவர்கள் அணிந்த ஆடம்பர ஆடைகளுக்கான செலவு, விளம்பரச் செலவுகள், சீடீ தயாரிப்புச் செலவு, என்று இந்தச் செலவுப் பட்டியல் நீள்கிறது.

எதற்கு எவ்வளவு செலவு செய்ய வேண்டும் என்று முடிவு செய்வது ரெகார்ட் நிறுவனம். ஆனால் அதற்கான பொறுப்பு டீஎல்சீ குழுவைச் சாரும். "எங்கள் ரெகார்ட் நிறுவனத்தைத் தவிர அனைவரும் எங்களை நட்சத்திரங்களாகவே நடத்துகின்றனர்" என்றார் பாடகி டியோன். நாளுக்கு நாள் பெருகிய அவர்களது புகழ் அவர்களது கடனையும் பெருக்கியது. இந்தக் கடன்சுமை, 1995 ஆம் ஆண்டு டீஎல்சீ குழு, தங்கள் திவாலானதாக ஒரு கடிதத்தை அமெரிக்க அரசுத்துறைக்கு அளித்தது. இந்தக் கதை இத்துடன் முடிந்து விடவில்லை. எண்ணற்ற கலைஞர்கள் ரெகார்ட் நிறுவனங்களின் ஒப்பந்தங்களால் சிறைப்படுத்தப் பட்டனர். சிலர் சிதைக்கப் பட்டனர். எனினும், யாரும் அசைத்துப் பார்க்க முடியாத கோட்டை ஒன்றைக் கட்டி எழுப்பி இருந்தன ரெகார்ட் நிறுவனங்கள். அந்தக் கோட்டையின் அடித்தளத்தை ஆட்டம் காணச் செய்யும் கம்ப்யூட்டர் ப்ரோக்ராம் ஒன்றை ஒரு அமெரிக்க மாணவன் தனது ஹாஸ்டல் அறையில் இருந்து எழுதிக் கொண்டிருந்தான். அது நாப்ஸ்டர் என்று பெயரிடப்பட்டது. புதிய நூற்றாண்டு நெருங்கிக் கொண்டிருந்தது.

14

புதிய பூகம்பம்

ஷான் பான்னிங்

1999 ஆம் ஆண்டு, அமெரிக்காவின் பாஸ்டன் நகரின் நார்த் ஈஸ்டர்ன் பல்கலைக்கழக மாணவன் "ஷான் பான்னிங்". அவன் வயது பதினெட்டு. அவன் உருவாக்கிய "நாப்ஸ்டர்" என்று பெயரிடப்பட்ட கம்ப்யூட்டர் ப்ரோக்ராம், அமெரிக்க இளைஞர்கள் புதிய இசையைக் கண்டடைவதையும், பகிர்ந்து கொள்வதையும் முற்றிலுமாக மாற்றியது.

நாப்ஸ்டர் பெற்ற வெற்றியைப் புரிந்து கொள்ள, அன்றைய காலகட்டத்தில் இன்டர்நெட் எப்படிச் செயல்பட்டது என்பதைப் புரிந்து கொள்ளவேண்டும்.

.டயல் அப் நெட்வொர்க்

இணையத்தை உபயோகிக்க, தொலைபேசி மூலம் இன்டர்நெட் சேவை கொடுக்கும் ஒரு தொலைபேசி எண்ணுடன், கம்ப்யூ டர் மூலம் தொடர்பு ஏற்படுத்திக் கொள்ளவேண்டும். இணைப்புக் கிடைத்தவுடன், தொலைபேசி முழுதுமாக இன்டர்நெட்டுக்கென்று பயன்படுத்தப்படும். யாரும் அந்த எண்ணை அழைத்துப் பேசவோ, இந்த எண்ணில் இருந்து பிறரை அழைக்கவோ முடியாது. இந்த "டயல்-அப்" இன்டர்நெட் மூலம் இன்று நமது போனில் நாம் எடுக்கும் சுமார் 12 MB அளவுள்ள ஒரு போட்டோவை டவுன்லோட் செய்ய சுமார் 30 நிமிடங்கள் ஆகும். 5 MB அளவுள்ள ஒரு பாடலை டவுன்லோட் செய்ய 10 முதல் 15 நிமிடங்கள் ஆகும்.

திரைப்படங்கள் பார்ப்பதையோ, டவுன்லோட் செய்வதையோ கற்பனை கூடச் செய்துபார்க்க முடியாது.

இன்டர்நெட் மூலம் பாடல்களைக் கேட்கும் தொழில்நுட்பச் சாத்தியம் இருந்தாலும்கூட நடைமுறைச் சவால்கள் அதிகம் இருந்தன. ஒரு சீடீ அல்லது எம்டீவீ பாடல்களே புகழ்பெற்று இருந்தன. ஆனால், இளைஞர்கள் இணையத்தின் மூலம் பாடல்களை டவுன்லோட் செய்து கேட்பதில் இயல்பாகவே ஆர்வம் காட்டினர். அவர்கள் தங்களுக்கு விருப்பமான பாடல்களை இணையத்தில் கண்டறிவது சவாலானதாக இருந்தது. அப்படிக் கிடைக்கும் பல லிங்குகள் வேலை செய்யவில்லை. பாடல்களின் பெயர்கள் தவறாக இருந்தன. அப்படியே லிங்க் கிடைத்தாலும் இடையூறின்றி அவை டவுன்லோட் ஆவது அரிது.

பல்கலைக்கழகங்கள், ஆராய்ச்சி மையங்கள் மற்றும் அரசுத் துறைகள் ஆகியவை மட்டுமே வேகம் கொண்ட இணைய வசதி (Broadband) கொண்டவைகளாக இருந்தன. சாதாரண மக்கள் பயன்படுத்திய இன்டர்நெட் இணைப்புகள் மிகவும் வேகம் குறைந்தவை. இந்த நடைமுறைப் பிரச்சினைகளை, நாப்ஸ்டர் தீர்த்து வைத்தது.

நாப்ஸ்டர்

நாப்ஸ்டர் பயன்படுத்தும் ஒருவருக்கு ஒரு பாடல் தேவை என்று வைத்துக் கொள்வோம். அவர் நாப்ஸ்டரில் லாகின் செய்து, தனக்கு வேண்டிய பாடலின் பெயரைக் கொடுத்துத் தேட வேண்டும். அந்த நேரத்தில் எந்தெந்த நாப்ஸ்டர் பயனாளர்கள் இணைப்பில் இருக்கிறார்களோ, அவர்களது கம்ப்யூட்டரில் குறிப்பிட்ட பாடல் இருக்கிறதா என்பதை நாப்ஸ்டர் சோதனை செய்யும். யார்யாரிடம் அந்தப் பாடல் இருக்கின்றதோ, அவர்களைப் பட்டியல் போட்டுத் திரையில் காட்டும்.

MP3 பைலின் பெயர், பைலின் அளவு, அவர்கள் பயன்படுத்தும் இன்டர்நெட்டின் வேகம், ஆகியவற்றின் அடிப்படையில், திரையில் தோன்றும் பட்டியலில் இருந்து ஒன்றைத் தேர்வு செய்வார் பாடலைத் தேடுபவர். அந்தப் பாடல் டவுன்லோட் செய்யப்பட்டு அவரது கம்ப்யூட்டரில் சேமிக்கப்படும். அடிப்படையில், ஒருவர் தன்னிடம் உள்ள பாடல்களை மற்றவர்களுடன் பகிர்ந்து கொள்ளவும், தனக்குத் தேவையான பாடல்களை மற்றவர்களிடம் இருந்து பெறவும் நாப்ஸ்டர் உதவியது. இப்படிப் பகிரப்படும் பாடல்கள் பெரும்பாலும் ஒரு சீடீயில் இருந்து பிரதி எடுக்கப்பட்ட பாடல்களாக இருக்கும். பயனாளர்கள் பாடல்களை இலவசமாகப் பெறலாம்.

நாப்ஸ்டர், முதலில் கல்லூரி மற்றும் பல்கலைக் கழகங்களில் பயன்படுத்தப்பட்டது. பல்கலைக் கழகத்தின் ஆராய்ச்சிக்கென்று இருந்த வேகம் கொண்ட இன்டர்நெட் இணைப்புகள் மாணவர்களுக்கு வசதியாக இருந்தன. மாணவர்களின் கம்ப்யூட்டர் ஹார்ட் டிஸ்க்குகள் பாடல்களைச் சேமித்து வைத்து, மற்றவர்களுக்குத் தேவைப்படும்போது எடுத்துக் கொடுக்கும் வேலையைச் செய்தன. பல்கலைக் கழகங்கள் தங்கள் இன்டர்நெட் பயன்பாடு திடீரென்று அதிகரித்திருப்பதையும், அவை *MP3* பாடல்களைப் பரிமாறிக்கொள்ளப் பயன்படுத்தப் படுவதையும் குறித்துக் கவலை கொண்டன. ஆரிகன் பல்கலைக்கழகம் தங்கள் மாணவர்களுக்கு இது குறித்து

எச்சரிக்கைக் கடிதங்கள் அனுப்பியது.

அமெரிக்காவின் கல்விநிலையங்கள் முழுதும் நாப்ஸ்டர் பற்றிய செய்தி பரவியது. மாணவர்கள் கல்லூரிகளில் தங்களுக்குள் பேசிக்கொண்டனர்.

"நீ நாப்ஸ்டர் பயன்படுத்திப் பார்த்தாயா?"

"புதிய பாடல்கள் கிடைக்கின்றன"

"மொத்த ஆல்பத்தையும் டவுன்லோட் செய்துவிட்டேன்"

"அனைத்துப் பாடல்களும் இலவசம். இனி CD க்கு செலவு செய்யத் தேவையில்லை"

சீடீ விற்பனையிலும், இளைஞர்களின் மனம் கவரும் பாப் பாடல்களை வெளியிடுவதிலும் முனைப்பாக இருந்த ரெகார்ட் லேபிள்கள், நாப்ஸ்டரைக் கவனிக்கவில்லை. மிகவும் வேகம் குறைந்த டயல்-அப் இன்டர்நெட் இணைப்புகள் பைரஸிக்கு உதவாது என்று அவர்கள் கருதினர். 80 களில் டேப் கேஸட்டுகள், 90 களில் சீடீ பைரஸி என்று பல பிரச்சினைகளில் இருந்து ரெகார்ட் நிறுவனங்கள் வெற்றிகரமாக மீண்டு வந்திருக்கின்றன. ஒவ்வொரு புதிய தொழில் நுட்பமும் ஒரு சலசலப்பைக் கொடுக்கும். நாப்ஸ்டரும் அது போன்ற ஒரு சலசலப்பு மட்டுமே என்று ரெகார்ட் லேபிள்கள் கருதின. ஆனால், உண்மையில் நாப்ஸ்டர் அவ்வளவு எளிதான பிரச்சினையாக இருக்கவில்லை.

விலை கொடுக்காமல் பாடல்களைச் சொந்தம் கொண்டாடவும், அதனைப் பிறருடன் பகிர்ந்து கொள்ளவும் பழகியிருந்த ஒரு புதிய தலைமுறை உருவாகி இருந்ததது.

பல்கலைக் கழகங்கள், தங்கள் இன்டர்நெட் பயன்பாடு குறித்துக் கவலை கொண்டிருந்த போதும், ரெகார்ட் நிறுவனங்கள் தங்கள் கட்டுப்பாடு கைநழுவிப் போவது குறித்துப் பதட்டம் கொண்டிருந்த போதும், கலிபோர்னியாவில் தன் ஸ்டூடியோவில் இருந்த "லார்ஸ் உல்ரிக்", தன் முன் இருந்த கம்ப்யூட்டர் திரையை வெறித்துப் பார்த்துக் கொண்டிருந்தான். உல்ரிக் "மெட்டாலிகா" என்ற இசைக்குழுவின் இசைக் கலைஞன்.

"என்னால் நம்ப முடியவில்லை!" என்று கோபத்துடன் உரத்த குரலில் சொன்னபடி மேஜையின் மேல் அறைந்தான் உல்ரிக்.

"டாம் க்ரூஸ்" நடிப்பில் வெளிவர இருந்த 'மிஷன் இம்பாஸிபிள் 2" திரைப் படத்திற்கென்று மெட்டாலிகா குழு பதிவு செய்திருந்த பாடல் இணையத்தில் வலம் வந்து கொண்டிருந்தது. உண்மையில், அந்தப் பாடலைப் பற்றிய செய்தியை, மெட்டாலிகா ரகசியமாகவே வைத்திருந்தது.

"நாப்ஸ்டர்", என்று உல்ரிகின் காதின் அருகில் வந்து சொன்னார் இசைக்குழுவின் நிர்வாகி.

மெட்டாலிகா

உல்ரிக் நாப்ஸ்டர் தளத்தைப் பார்வையிட்டான். தங்களது இன்னமும் வெளியாகாத பாடல், ஒரு புகழ்பெற்ற திரைப் படத்திற்கென்று பதிவு செய்து வைத்திருந்த பாடல், இறுதிப் பதிவு, வெள்ளோட்டம் பார்த்தவை என்று அனைத்தும் கூறுகட்டி வைக்கப்பட்டு இருந்தது நாப்ஸ்டர் தளத்தில்.

"எப்படி? எப்படி?" குறுக்கும் நெடுக்குமாக நடந்து கொண்டிருந்தான் உல்ரிக். மெட்டாலிகா பொதுவாகத் தங்கள் பாடல் ரெக்கார்டிங்கை பத்திரமாகக் கையாள்பவர்கள். இன்று அவர்களது முக்கியமான பாடல் நாப்ஸ்டர் மூலம் யாருக்கும் கிடைக்கும்படி இருக்கிறது. சில மணி நேரங்களில் அங்கு மெட்டாலிகாவின் வழக்கறிஞர்கள் கூடினர். அடுத்த வாரத்தில் நாப்ஸ்டர் அலுவலகம் நோக்கிப் புறப்பட்டான் உல்ரிக். அவன் கைகளில் காகிதங்கள் அடுக்கப்பட்ட ஒரு அட்டைப் பெட்டியைக் கொண்டு சென்றான். அந்தக் காகிதங்களில், மெட்டாலிகாவின் பாடல்களை டவுன்லோட் செய்த, மூன்று லட்சத்திற்கும் அதிகமான நாப்ஸ்டர் உறுப்பினர்களின் பட்டியல் இருந்தது. நாப்ஸ்டரிடம், அந்தப் பட்டியலில் இருந்த உறுப்பினர்களைத் தடை செய்யக் கோரினான் உல்ரிக். இந்தச் செய்தி ஊடகங்களில் பரபரப்பானது. 2000 ஆம் ஆண்டு ஏப்ரல் மாதம் மெட்டாலிகா இசைக்குழு, நாப்ஸ்டர் மீது வழக்குத் தொடுத்தது. ஆனால் மெட்டாலிகாவின் இளம் ரசிகர்கள் இதனைக் கடுமையாக விமர்சித்தனர். மெட்டாலிகா ஒரு 'ஹெவி மெட்டல்' இசைக்குழு.

'ஹெவி மெட்டல்' என்பது ஒரு வகை ராக் இசை. ஆதிக்க அமைப்புகளுக்கு எதிரான குரல், தனிமனித உணர்வுகள், புதிய இலட்சியங்கள், என்ற வகையிலான பாடல்களைப் பாடுவதே ஒரு 'ஹெவி மெட்டல்' குழுவின் வழக்கம்.

நாப்ஸ்டருக்கு எதிரான மெட்டாலிகாவின் நிலைப்பாடு, அதன் 'ஹெவி மெட்டல்' பிம்பத்திற்கு எதிரானதாக இருந்தது. அல்லது மெட்டாலிகாவின் இளம் ரசிகர்கள் அவ்வாறு கருதினர். ஆதிக்க அமைப்புகளுக்கு எதிராகப் பாடும் மெட்டாலிகாவே நாப்ஸ்டருக்கு எதிரான ஆதிக்க அமைப்பாகத் மாறியதாகத் தோன்றியது அவர்களுக்கு. மெட்டாலிகா இசை நிகழ்ச்சிகளில் "மெட்டாலிகா நாப்ஸ்டரின் குரல்வளையை நெறிக்கிறது" என்று எழுதிக் கொண்டு வந்தார்கள் ரசிகர்கள். சுவர்களிலும், டீ சர்ட்டுகளிலும் இது போல எழுதிக் கொண்டார்கள். உல்ரிக் பேராசை கொண்ட மனிதன் என்று சொல்லி மீம்கள் வெளிவந்தன.

தடை செய்யக் கோரிய பட்டியலில் தன் பெயரும் இருந்ததை அறிந்து கொண்ட ஒரு ரசிகன், "மெட்டாலிகா, நான் பதினைந்து ஆண்டுகளாக உங்கள் குழுவின் ரசிகனாக இருக்கிறேன். இதுவரை நீங்கள் வெளியிட்டுள்ள ஒவ்வொரு ஆல்பமும் என்னிடம் உள்ளது. நான் இதுவரை 27 முறை உங்கள் இசைநிகழ்ச்சிகளில் கலந்து கொண்டிருக்கிறேன். ஆனால், நீங்கள் இன்று ஒரு உண்மையான ரசிகனை நிரந்தரமாக இழந்துவிட்டீர்கள்." என்று எழுதினான். ஆனால், மெட்டாலிகா தனது நிலைப்பாட்டில் உறுதியாக இருந்தது. "நீங்கள் மெட்டாலிகாவின் பாடல்களைப் பகிர்வதில் தவறில்லை. ஆனால் அதனை நீங்கள் விலை கொடுத்து வாங்கியிருக்க வேண்டும். இல்லையென்றால் அது திருட்டு" என்றார் மெட்டாலிகா உறுப்பினர் " ஜேம்ஸ் ஹெட்பீல்ட்" . வாஷிங்டனில் அரசுக் கமிட்டியின் முன் தன் வாதங்களை வைத்தான் உல்ரிக். வழக்கில் மெட்டாலிகா வெற்றி பெற்றது. நாப்ஸ்டர் மெட்டாலிகாவின் பாடல்களைத் தனது தளத்தில் தடை செய்தது. *Metallica v. Napster, Inc. -2:00cv03914-*

நாப்ஸ்டரைக் கொன்ற ரெகார்ட் நிறுவனங்கள்

மெட்டாலிகா நாப்ஸ்டரின் குரல்வளையை நெறித்தது என்று ரசிகர்கள் நினைத்தாலும் கூட, நாப்ஸ்டரை உண்மையில் கொன்றது அமெரிக்க ரெகார்ட் நிறுவனங்களின் அமைப்பான, "ரெக்கார்டிங் இண்டஸ்ட்ரி அசோசியேஷன் ஆஃப் அமெரிக்கா" *(RIAA)* தான். மெட்டாலிகாவின் வழக்கின் போக்கைக் கவனித்துக் கொண்டிருந்த இந்த அமைப்பு, தனது உறுப்பினராக இருந்த "ஏ அண்ட் எம் ரெகார்ட்ஸ்" மூலம் நாப்ஸ்டர் மீது வழக்குத் தொடுத்தது.

சான் பிரான்சிஸ்க்கோ நீதிமன்றத்தில் வழக்கு நடந்தது. 'ரெக்கார்டிங் இண்டஸ்ட்ரி அசோசியேஷன் ஆஃப் அமெரிக்கா'

தனது வாதங்களை வைத்தது. "நாம் இங்கு பேசிக் கொண்டிருக்கும் ஒவ்வொரு வினாடியிலும், ஒரு புதிய உறுப்பினர் நாப்ஸ்டாரில் இணைகிறார்" "ஒவ்வொரு நாளும் சுமார் பதினான்கு மில்லியன் பாடல்கள் டவுன்லோட் செய்யப்படுகின்றன." "இன்றைய கணக்கின்படி சுமார் ஐந்தரைக் கோடி உறுப்பினர்கள்" "நாப்ஸ்டரால் இசைக் கலைஞர்களுக்கும், ரெகார்ட் நிறுவனங்களுக்கும் இழப்பு"

நாப்ஸ்டார் வழக்கறிஞர்கள் தங்கள் வாதத்தை வைத்தனர். "பாடல்களை உறுப்பினர்களே பரிமாற்றம் செய்து கொள்கிறார்கள். நாங்கள் இணைப்பு மட்டுமே ஏற்படுத்திக் கொடுக்கிறோம். அந்தப் பாடல்கள் நாப்ஸ்டார் கம்ப்யூட்டரில் இருப்பதில்லை." நீதிபதி மெர்லின் 'ஹால் படேல்', இருதரப்பு வாதங்களையும் கேட்டபின், "நாப்ஸ்டார் காப்பிரைட் விதி மீறலுக்குத் துணை போகிறது. எனவே நாப்ஸ்டார் தளத்தைத் தடை செய்து தீர்ப்பளிக்கிறேன்" என்றார். *A&M Records, Inc. v. Napster, Inc., 2001* அன்று இரவு முழுதும் இளைஞர்கள், எத்தனை பாடல்கள் முடியுமோ அத்தனை பாடல்களை நாப்ஸ்டாரில் இருந்து டவுன்லோட் செய்து கொண்டார்கள். அதுவே நாப்ஸ்டாரின் கடைசி நாள். மறுநாள் காலை பொழுது விடிந்தபோது, நாப்ஸ்டார் மறைந்து போயிருந்தது.

ரெகார்ட் நிறுவனங்கள் வெற்றி பெற்றிருந்தன. ஆனால், நாப்ஸ்டார் மூலம் பாடல்களை எளிமையாகப் பரிமாறிக் கொண்ட ஒரு புதிய தலைமுறை உருவாகி இருந்தது. அது, ரெகார்ட் நிறுவனங்களின் வழக்கமான வழிமுறைகளை ஏற்றுக் கொள்ளாத தலைமுறையாக இருந்தது. "லைம்வயர்", "காசா", "நியூட்டலா" (*gnutella*) போன்ற புதிய பெயர்களில் நாப்ஸ்டார் போன்ற தளங்கள் மீண்டும் பிறந்தன. புதிய தலைமுறை நாப்ஸ்டாரை விரும்பியது இலவச இசைக்காக அல்ல- விரல் சொடுக்கில், விரும்பிய பாடலைக் கேட்கும் சுதந்திரத்திற்காக. இந்தச் சுதந்திரமே பின்னாளில் உருவான ஸ்ட்ரீமிங் தளங்களுக்கு அடிப்படையானது. இசைத்தட்டு, டேப் கேஸட், சீடீ போன்றவை காண்காட்சிகளில் காணும் பழம்பொருட்கள் போன்று ஆயின.

ஏமி ஸ்ட்ரீட் (Amie Street)

நாப்ஸ்டார் மறைந்திருந்தாலும், அது உருவாக்கிய வழிமுறை, தொடர்ந்து வாழ்ந்து வந்தது. வெவ்வேறு வடிவங்களில். அதில் முக்கியமான ஒன்று, 2006 ஆம் ஆண்டில் ப்ரவுன் பல்கலைக் கழகத்தைச் சேர்ந்த மூன்று மாணவர்கள் உருவாக்கிய "ஏமி ஸ்ட்ரீட்" என்ற இணையத்தளம். இது நாப்ஸ்டார் போன்ற தளங்களின் பைரஸிக்கு ஒரு சட்டபூர்வ மாற்றாக உருவானது. இசைக் கலைஞர்கள் ஏமி ஸ்ட்ரீட்டில் பாடல்களை வெளியிடலாம். முதலில் அதனைக் கண்டறியும் ரசிகர்களுக்கு அந்தப் பாடல் இலவசமாகக் கிடைக்கும். அதிக ரசிகர்கள் அதனை டவுன்லோட்

செய்யச் செய்ய, அதன் விலை ஒவ்வொரு செண்டாக உயர்ந்து அதிகபட்சமாக, 99 செண்டுகளைத் தொடும். இன்றைய சமூக வலைத்தளங்களில் புகழ் பெற்ற பாடல்கள், மேலும் மேலும் புகழ் பெறும். இதுவே அந்த அல்காரிதங்கள் வேலை செய்யும் விதம். ஆனால் ஏமி ஸ்ட்ரீட், இந்த ட்ரெண்டிங் முறைக்கு முற்றிலும் மாறானது. ஒவ்வொரு பாடலுக்கும் முக்கியத்துவம் கொடுத்தது.

இன்று ஸ்பாட்டிஃபை போன்ற தளங்களில் இருக்கும் பாடல்களை, அந்த தளத்தில் மட்டுமே கேட்க முடியும். ஒரு ஸ்பாட்டிஃபை பாடலை ஸ்பாட்டிஃபைக்கு வெளியே எடுத்து, ஒரு கம்ப்யூட்டரிலோ, காரிலோ கேட்க முடியாது. இது டிஜிட்டல் ரைட்ஸ் மேனேஜ்மென்ட் (DRM) எனப்படும். ஏமி ஸ்ட்ரீட் DRM முறையைப் பயன் படுத்தவில்லை என்பது குறிப்பிடத்தகுந்தது. அது, பாடல்களை டவுன்லோட் செய்து கொள்ளவும், தேவையான வகையில் பாடலைக் கேட்கவும் ரசிகர்களை ஊக்குவித்தது. இந்தக் காரணங்களால் ஏமி ஸ்ட்ரீட் மக்களிடையே வரவேற்பைப் பெற்றது. பெரிய ரெகார்ட் நிறுவனங்களுக்கு, ஏமி ஸ்ட்ரீட் ஒரு போட்டி இல்லை என்றாலும் கூட, அது முளையிலேயே கிள்ளி எறியப்பட்டது.

2010 ஆம் ஆண்டில், ஏமி ஸ்ட்ரீட் தொடங்கி நான்கு ஆண்டுகள் நிறைவடைந்திருந்தது. ஆமசான் நிறுவனம் (Amazon) ஏமி ஸ்ட்ரீட்டை விலை கொடுத்து வாங்கி, அதனை முடக்கி வைத்தது. இதை எழுதும் நேரம் வரை, amiestreet.com என்ற முகவரி, ஆமசான் இணையத் தளத்திற்கே இட்டுச் செல்கிறது. இது நமக்குப் பல செய்திகளைச் சொல்லாமல் சொல்கிறது. நாப்ஸ்டர், மாற்றத்திற்கான முதல் அடியை எடுத்து வைத்துப் பின் மறைந்து போனது. ஏமி ஸ்ட்ரீட் அந்தப் பாதையில் நடக்கத் தொடங்கித் தோல்வி கண்டது. ஆனால், ஸ்பாட்டிஃபை அதே வழியில் வெற்றிகரமாக நடைபோட்டது. அதே நேரத்தில், ஸ்பாட்டிஃபை பிறந்த அதே ஸ்வீடனின் ஸ்டாஹோம் நகரில் பிறந்த வளர்ந்த “பைரேட் பே” என்ற இணையத்தளம் பைரஸியைப் புதிய எல்லைகளுக்கு எடுத்துச் சென்றிருந்தது. ஸ்வீடன் சட்டமும், ஸ்வீடன் இளைஞர்களும் “பைரேட் பே” தளத்தை அங்கீகரித்தனர். பின்னாட்களில் சர்வதேச அழுத்தம் காரணமாகவே “பைரேட் பே” முடக்கப்பட்டது. பைரேட் பே பிறந்த அதே ஸ்வீடன் மண்ணில், ஸ்பாட்டிஃபை பிறந்தது. ஆனால், ஏமி ஸ்ட்ரீட் பெற முடியாத வெற்றியை ஸ்பாட்டிஃபை பெற்றது எப்படி? தெரிந்து கொள்வோம்...

15

ஸ்பாட்டிஃபையின் வெற்றிக்குக் காரணம் எது?

2006 ஆம் ஆண்டு, ஸ்வீடனின் ஸ்டாக்ஹோம் நகரம். “டேனியலின் எக்” என்ற இளைஞனின் வயது இருபத்து மூன்று. வெற்றிகரமாக இயங்கி வந்த தனது விளம்பர நிறுவனத்தை விற்றுக் கையில் கொஞ்சம் காசும் வைத்திருந்தான். அடுத்த தொழில் முயற்சி தொடர்பான கேள்விகள் டேனியல் மனதில் தொடர்ந்து ஓடிக்கொண்டு இருந்தன. “நாப்ஸ்டர் போன்று வசதியான ஒரு இணையத் தளம். ஆனால், முழுவதுமாகச் சட்டப்பூர்வமானது. அது எப்படி இருக்கும்? எப்படி செயல்படும்?” இதுவே டேனியல், மார்ட்டின் என்ற ஒரு கூட்டாளியுடன் சேர்ந்து உருவாக்கிய “ஸ்பாட்டிஃபை” தளத்திற்கான விதை. அவர்களது முதல் சவாலே மிகவும் பெரிய சவால். “ரெகார்ட் லேபிள்கள்” என்று இசைத்துறையில் அழைக்கப்படும் ரெகார்ட் நிறுவனங்கள், இந்த இரண்டு ஸ்வீடன் இளைஞர்களை நம்பித் தங்கள் வசம் இருக்கும் பாடல்களை ஒப்படைக்குமா?

பெரும் ரெகார்ட் லேபிள்களிடமிருந்து இசையை வாங்குவது டேனியல் மற்றும் மார்ட்டினுக்கு எளிதான காரியமாக இருக்கவில்லை. அவர்களது இந்த முயற்சி, இரண்டு ஆண்டு காலம் எடுத்துக் கொண்டது. இது, டேனியல் எதிர்பார்த்த கால அளவை விட அதிகம். முதலில், ரெகார்ட் லேபிள்கள் ஸ்பாட்டிஃபை மீது சந்தேகம் கொண்டன. “ஸ்பாட்டிஃபை” மூலம் வருவாய் கிடைக்கும் என்பதை அவர்களால் எளிதாக நம்ப முடியவில்லை. ஆனால்,

🎵 டேனியல் எக்

அவர்கள்தான் உலகின் புகழ் பெற்ற பாடல்களின் உரிமையைத் தங்கள் வசம் வைத்திருப்பவர்கள்.

டேனியலும் மார்ட்டினும் தங்கள் இறுதி ஆயுதத்தைப் பயன்படுத்தினர். 'ரெகார்ட் லேபிள்களுக்கு ஸ்பாட்டிஃபையில் ஒரு பங்கு' என்பதே அது. ஸ்பாட்டிஃபையில் கிடைக்கும் ஒரு பங்கு, லாபத்தை மட்டுமல்ல, ஸ்பாட்டிஃபை மீது ஒரு கட்டுப்பாட்டையும் கொடுக்கும். 'கட்டுப்பாடு' என்பது எப்போதுமே ரெகார்ட் லேபிள்களுக்கு பிடித்த சொல். ஒரு வேளை ஸ்பாட்டிஃபை வெற்றி பெற்றால் அவர்களுக்கு லாபமும் கிடைக்கும். இப்போது லேபிள்கள் ஸ்பாட்டிஃபைக்குப் பாடல்களைக் கொடுக்க ஒப்புக்கொண்டன. 2008 ஆம் ஆண்டு ஸ்பாட்டிஃபை இயங்கத் தொடங்கியது. ஸ்பாட்டிஃபை, இலவச மற்றும் சந்தா சேவையைக் கொடுக்கும் (*freemium*). விளம்பரங்களை ஏற்றுக்கொள்ளும் ரசிகர்கள், இலவசமாகப் பாடல்களைக் கேட்கலாம். இன்டர்நெட் தொடர்பு இல்லாமல் பாடல் கேட்பதற்கும், அதிக ஒலித்தொழில்நுட்பத்தில் (*High quality audio*) கேட்பதற்கும் சந்தா செலுத்தவேண்டும். இத்தகைய சந்தா அமைப்பு ஸ்பாட்டிஃபைக்கு அதிகப் பயனாளர்களைக் கொடுத்தது. எண்ணற்ற பாடல்களில் இருந்து, தங்களுக்குப் பிடித்தவற்றைத் தேர்ந்தெடுத்து, அவற்றை இலவசமாகக் கேட்க வழி செய்த ஸ்பாட்டிஃபையை மக்கள் வரவேற்றனர்.

ஸ்பாட்டிஃபை பெரும் வளர்ச்சி பெற்றபோது ரெகார்ட் லேபிள்கள் ஒன்றைப் புரிந்து கொண்டன. 'ஸ்பாட்டிஃபை போன்ற இன்டர்நெட் இசையே, இனி வருங்காலம்' என்பதே அது. இப்போது ஸ்பாட்டிஃபை உடன் ஒப்பந்தம் செய்து கொள்வது பெரிய ரெகார்ட் நிறுவனங்களுக்குத் தவிர்க்க முடியாததானது.

ஸ்பாட்டிஃபையின் வெற்றிக்குக் காரணம் என்ன?

ஸ்பாட்டிஃபை, மக்கள் பாடல் கேட்கும் வழிமுறையை பெருமளவு மாற்றியது. ஸ்பாட்டிஃபையில் கிடைக்கும் எண்ணற்ற பாடல்களும், "பிளே லிஸ்ட்" எனப்படும் பாடல் தொகுப்புகளும் முக்கிய அம்சங்கள் ஆகின. தேவைக்கு ஏற்ப பாடல்களை பிளே லிஸ்ட் களாகத் தொகுத்துக் கொள்ளலாம். உதாரணமாக, கிடார் இசை கேட்டுக் கொண்டே வீட்டுப் பாடங்களை எழுத விரும்பும் ஒரு மாணவன், ஸ்பாட்டிஃபையின் 'கிடார் பிளே லிஸ்ட்' என்ற தொகுப்பு ஒன்றை ஓட விடலாம். மாலை நேரத்தில் உடற்பயிற்சி செய்யவோ, ஓடவோ, "ஸ்போர்ட்ஸ் பிளே லிஸ்ட்" நல்ல தேர்வாக இருக்கும். ஓடும்போது, கவனத்தைச் சிதறவைக்கும் பாடல் வரிகள் இருக்காது. ஒரே மாதிரியான, ஒரே தாளகதியில் ஒலிக்கும் இசை. ஒருவரின் ஓட்டத்தைப் போலவே ஒலித்தபடி, துணையாக ஓடிவரும். ஸ்பாட்டிஃபை கொடுக்கும் பிளேலிஸ்டுகள் தவிர, ஒவ்வொரு பயனாளரும் தனக்கென்று பிளே லிஸ்ட்களை உருவாக்கிக் கொள்ளலாம். ஒரு வேலைக்கு, ஒரு குறிப்பிட்ட மனநிலைக்கு என்று ஒவ்வொன்றிற்கும் ஒவ்வொரு பிளே லிஸ்ட் உருவாக்கிக் கொள்ளலாம். ஒருவர் உருவாக்கும் பிளே லிஸ்ட், மற்ற பலருக்கும் விருப்பமானதாக இருக்கலாம். உதாரணமாக, இசையறிவும், ரசனையும் கொண்டவர்கள் உருவாக்கும் ப்ளே லிஸ்ட், ஒரு இசை ரசிகனுக்கு, தயாராகப் பரிமாறப்பட்டிருக்கும் விருந்து போன்றது. ஒரு 'பிளே லிஸ்ட்'டை உருவாக்கி, அதனை ஒருவருக்குப் வாழ்த்துச் செய்தியாகக் கூடக் கொடுக்கலாம்.

அந்த வயதான தம்பதிகள் ஒரு ஹெட் போனை ஆளுக்கொரு காதாகப் பகிர்ந்து கொண்டு, அவர்கள் மண நாளுக்கென்று பேரப் பிள்ளைகள்உருவாக்கிய இருந்த பிளே லிஸ்ட் பாடல்களைக் கேட்டுக் கொண்டிருந்தனர். அவர்கள் வாழ்வின் ஒவ்வொரு கட்டத்தையும் நினைவு படுத்தும் பாடல்கள். ஒருவரை ஒருவர் பார்த்துச் சிரித்துக் கொண்டவாறே பாடல்களைக் கேட்டுக் கொண்டிருந்த அவர்கள் கண்களில் காதலுடன் சேர்ந்து கண்ணீரும் தளும்பியது. ஸ்பாட்டிஃபை பிளே லிஸ்ட்கள், வெறும் பாடல் தொகுப்புகள் அல்ல. அது உணர்வுகளைப் பகிர்ந்து கொள்ளும் வழி. ஸ்பாட்டிஃபை ஆல்பங்களைத் தனித்தனிப் பாடல்களாக உதிர்த்துக் கொடுத்தது. அந்தப் பாடல்களை முப்பது வினாடிகள் மட்டும் கேட்டுப் பார்க்கும் வசதியையும் கொடுத்தது. கடையில் பழங்கள் வாங்குவதற்கு முன்

கொஞ்சம் ருசித்துப் பார்ப்பது போல. பிடித்த பாடல்களை பின்னர் கேட்பதற்காகச் சேமித்து வைத்துக் கொள்ள வழி செய்தது. பிடித்த பாடல்களை நண்பர்களுடன் பகிர்ந்து கொள்ளலாம். ஸ்பாட்டிஃபை, பாடல்களை உலகெங்கும் உள்ள ரசிகர்களுக்கு ஒன்று போலவே கிடைக்கச் செய்தது. உலக அளவில் சில பாடல்கள் புகழ் பெறவும், திறமையான இசைக் கலைஞர்கள் உலக அளவில் அடையாளம் காணப்படவும் ஸ்பாட்டிஃபை உதவுகிறது. உலகெங்கும் உள்ள சிறிய, சுயாதீனக் கலைஞர்களுக்கு ஸ்பாட்டிஃபை உலகளாவிய மேடை ஒன்றைக் கொடுக்கிறது. பல்வேறு நாடுகளுக்கு இடையேயான கலாச்சார உரையாடல் ஒன்றை அந்த மேடைகளில் நடத்திக் காட்டுகிறது. முன்னெப்போதும் இருந்திராத வகையில், நாடுகளின் எல்லைகள் தகர்க்கப்பட்டு இருக்கின்றன- ஸ்பாட்டிஃபையின் இசையுலகத்தில்.

இந்த வசதிகள் எதுவும் நாப்ஸ்டர் தலைமுறைக்கோ, கடைக்குச் சென்று சீடீ வாங்கிய தலைமுறைக்கோ கிடைத்திராத வசதிகள். இவை ஒரு இசை ரசிகனுக்கு ஸ்பாட்டிஃபை கொடுப்பவை. இசைக் கலைஞர்களுக்கும், ரெகார்ட் லேபிள்களுக்கும் ஸ்பாட்டிஃபை என்ன கொடுக்கிறது?

ஸ்பாட்டிஃபை ராயல்டி

நாம் ஏற்கனவே பார்த்தபடி, ஸ்பாட்டிஃபை இரண்டு வகையான பயனாளர் கணக்குகளை வழங்குகிறது. இலவச மற்றும் சந்தாக் கணக்குகள். இலவசக் கணக்கில் விளம்பரங்கள் இருக்கும். சந்தாக் கணக்கில் (Premium account) விளம்பரங்கள் இருக்காது. விளம்பர வருவாய், மற்றும் சந்தா மூலம் கிடைக்கும் வருவாய் இவற்றில் சுமார் %30 ஐ ஸ்பாட்டிஃபை தனது செலவுகளுக்கு எடுத்துக் கொள்ளும். இது முழுவதும் லாபத்தொகை அல்ல. நிர்வாக செலவுகள், ஊதியம், மார்க்கெட்டின் செலவுகள் போன்ற அனைத்தும் இந்த முப்பது சதவிகிதத்தில் இருந்தே எடுத்துக் கொள்ளப்படும். சில நேரங்களில் ஸ்பாட்டிஃபை நட்டக் கணக்குக் காட்டியதும் உண்டு. ஒரு அமெரிக்க ரசிகன் "எட் ஷீரன்" என்ற பாடகரின் பாடலைக் கேட்கிறார் என்று வைத்துக் கொள்வோம். அந்தப் பாடல் ஒரு முறை கேட்கப்பட்டால், அதற்கு 0.004 டாலர் என்று ஸ்பாட்டிஃபை குறித்துக் கொள்ளும். இது, பெருக்கெடுத்து ஓடும் ஆற்றின் ஒரு சொட்டு நீர் போன்றது. எட் ஷீரன் பாடல்கள் ஒவ்வொரு முறை ஒருவர் கேட்கும் போதும், அவரது கணக்கில் ஒரு சொட்டு நீர் சேர்க்கப்படும்.

ராயல்டி – விகிதாசாரக் கணக்கு (pro–rata)

ஸ்பாட்டிஃபை ராயல்டி கணக்கிடும் முறை, "ப்ரோ ராடா" என்று அழைக்கப்படும் முறையாகும். "ப்ரோ ராடா" (Pro rata) என்றால் லத்தீன் மொழியில் "விகிதாச்சாரம்" என்று பொருள்படும். இந்த முறையின்படி, ஸ்பாட்டிஃபையில் மொத்தமாகப் பாடிய

பாடல்களில் ஒரு இசைக் கலைஞனின் பாடல்கள் எத்தனை சதவிகிதம் என்று கணக்கிட்டு விளம்பர வருவாயில் பங்கு கொடுக்கப்படும். ஒரு மாதத்தில் ஸ்பாட்டிஃபையின் மொத்த வருமானம் 100 ரூபாய் என்று வைத்துக் கொள்வோம். அந்த மாதத்தில் ஸ்பாட்டிஃபையில் கேட்கப்பட்ட பாடல்களில் எட் ஷீரனின் பாடல்கள், %2 என்று கொண்டால், அவருக்கு 2 ரூபாய் ராயல்டியாகக் கொடுக்கப்படும். எத்தனை ரசிகர்கள் எட் ஷீரனின் பாடல்களைக் கேட்டார்கள் என்பது கணக்கில் கொள்ளப்படாது. இந்த "ப்ரோ ராடா" கணக்கீட்டில், பிரபலமான பாடகர்கள், அதாவது, அதிகம் கேட்கப்பட்ட கலைஞர்கள் அதிகப் பலன் பெறுவார்கள். இப்போது நீங்கள் ஸ்பாட்டிஃபைக்கு நூறு ரூபாய் செலுத்தி இருக்கிறீர்கள் என்று வைத்துக் கொள்வோம். நீங்கள் வழக்கமாக விரும்பிக் கேட்பது ஒரு சுயாதீனத் தமிழ்க் கலைஞன் (Indie musician) என்றும் வைத்துக் கொள்வோம். உலக அளவில், ஒரு மாதத்தில் பாடிய மொத்த பாடல்களில், உங்கள் சுயாதீனத் தமிழ் கலைஞனின் பங்கு மிகமிகக் குறைவானதாக இருக்கலாம். விகிதாச்சார ராயல்டி கணக்கீட்டின்படி, உங்களது சந்தா தொகையின் ஒரு பகுதி, நீங்கள் கேட்டே இருக்காத எட் ஷீரனுக்குப் போய்ச்சேரும். நீங்கள் விரும்பிக் கேட்கும் கலைஞனுக்கு உங்கள் பணத்தில் இருந்து சில பைசாக்களே கிடைக்கலாம். இது விகிதாச்சாரக் கணக்கீட்டில் உள்ள குறைபாடு. இப்போது வேறு ஒரு முறையைக் கற்பனை செய்வோம்.

ஒவ்வொரு சந்தாதாரர் செலுத்தும் பணமும், அவர் எந்தக் கலைஞர்களின் பாடல்களைக் கேட்டாரோ, அவர்களுக்கு மட்டும் பிரித்துக் கொடுக்கப்படுகிறது என்று வைத்துக் கொள்வோம். இந்த முறையில், உங்கள் பணம், உங்கள் விருப்பப் பாடகருக்கு அதிகமாகக் கிடைக்கும். நீங்கள் கேட்டேயிராத எட் ஷீரனுக்கு உங்கள் பணத்தில் ஒரு பைசாவும் செல்லாது. இந்த முறை 'சந்தாதாரர் அடிப்படை'க் கணக்கீட்டு முறை (user centric) எனப்படும். இது போன்ற ராயல்டி கணக்கீடு முறை வேண்டும் என்று கோரிக்கைகள் எழுந்த போதும், விகிதாச்சார முறையே தங்களுக்கு எளிதானது என்று சொன்னது ஸ்பாட்டிஃபை. சந்தாதாரர் அடிப்படையில் ராயல்டி கணக்கிடுதல் எளிமையானது அல்ல. மேலும், சந்தாதாரர் விவரங்கள் சேகரிக்கப்பட வேண்டும். இத்தகைய நடைமுறைக் காரணங்களால், விகிதாச்சார முறையே ஸ்பாட்டிஃபையால் கடைபிடிக்கப் படுகிறது. ஸ்பாட்டிஃபையின் ராயல்டி கணக்கீடுகள் இன்றுவரை விவாதங்களுக்கு உள்ளானதாகவே இருக்கிறது. இதனால் உருவான எதிர்ப்பு இயக்கம் ஒன்றைப் பற்றிப் பார்ப்பதற்கு முன், ரெகார்ட் லேபிள்கள் பெறும் ராயல்டி பங்கு என்ன என்பதைப் பார்த்துவிடுவோம்.

ராயல்டியில் ரெகார்ட் லேபிள்களின் பங்கு

"எட் ஷீரன்" என்ற கலைஞனின் பாடல் ஒவ்வொரு முறை பாடும்போதும் ஒவ்வொரு சொட்டு நீர் போல ராயல்டி பங்கு சேர்க்கப்படும் என்று பார்த்தோம். இப்படிச் சேரும் ராயல்டி தொகை எட் ஷீரனுக்கு நேரடியாகச் செல்லாது. முதலில், எட் ஷீரனின் ரெகார்ட் லேபிளுக்குச் செல்லும். எட் ஷீரன் பாடல்களின் மாஸ்டர் உரிமை பெற்றுள்ள "அட்லான்டிக் ரெகார்டஸ்", வார்னர் நிறுவனத்திற்குச் சொந்தமானது. எட் ஷீரனின் ஸ்பாட்டிஃபை ராயல்டியின் ஒரு பகுதி, அட்லான்டிக் ரெகார்டுக்குச் சென்று சேரும். எவ்வளவு? சுமார் 50 முதல் %80 வரை. இது போக மீதமுள்ள தொகை எட் ஷீரனுக்குக் கிடைக்குமா? - இல்லை. எட் ஷீரனின் பதிப்பாளர், அதாவது பப்ளிஷருக்கு ஒரு பங்கு செல்லும். எட் ஷீரனின் பப்ளிஷர் சோனி/ஏடிவி (Sony / ATV). (ராயல்டி பங்கு பெறும் "பப்ளிஷர்" என்பது பாடல்களின் உரிமைகளை நிர்வாகம் செய்யும் நிறுவனம் என்று புரிந்து கொள்வோம்.) இப்போது ஸ்பாட்டிஃபை சம்பாதித்த நூறு ரூபாய் எப்படிப் பிரித்துக் கொள்ளப்படும் என்று பார்ப்போம். -

30 ரூபாய் ஸ்பாட்டிஃபை எடுத்துக் கொள்ளும் தொகை
35 முதல் 55 ரூபாய் அட்லான்டிக் ரெகார்ட்ஸ் பெறும் தொகை
7 முதல் 17.5 ரூபாய் சோனி / ஏ டீவி பெறும் தொகை
7 முதல் 17.5 ரூபாய் எட் ஷ்ரீன், மற்றும் உடன் பணியாற்றிய, இசைத்த இசைக் கலைஞர்கள் யாரேனும் இருந்தால் அவர்கள் அனைவருக்கும் சேர்த்து.

சரி. இப்போது இவை எல்லாம் கழித்தது போக, மீதமுள்ள தொகையாவது எட் ஷீரனுக்கு அப்படியே சென்று சேருமா? - இல்லை. எட் ஷீரனுக்கு, ரெகார்ட் லேபிள் கொடுத்திருக்கும் "முன்தொகை" ஒன்று இருக்கும் இல்லையா? கிராமி விருது வாங்கிய டீஎல்சீ பெண் இசைக்குழுவினர் போலவே, எட் ஷீரனும் அந்தக் கணக்கை நேர் செய்ய வேண்டி இருக்கும். எட் ஷீரன் பெறும் ராயல்டி அந்தக் கணக்கிற்கென்று ரெகார்ட் லேபிளால் எடுத்துக் கொள்ளப்படும். இது ராயல்டி கணக்கீட்டின் அடிப்படையில் உருவாக்கப்பட்ட ஒரு யூகக் கணக்கு. நாம் புரிந்து கொள்வதற்காக மட்டுமே. இந்தக் கணக்கின் நோக்கம், ஸ்பாட்டிஃபை போன்ற ஸ்ட்ரீமிங் தளங்கள், மற்றும் ரெகார்ட் லேபிள்கள் செயல்படும் தன்மையையும், ராயல்டி பங்கிடும் முறையையும் புரிந்து கொள்வதற்கு மட்டுமே. "எட் ஷீரன்" என்ற கலைஞர் இங்கு பொருத்தமான உதாரணம் என்பதன் காரணமாகவே அவரது பெயர் பயன்படுத்தப் பட்டுள்ளது. இது கலைஞர் "எட் ஷீரன்" பற்றிய உண்மைத் தகவல் அல்ல. அவர் ஒரு புகழ்பெற்ற பிரிட்டிஷ் இசைக் கலைஞர்.

உலகளவில் வெற்றிகரமான, எட் ஷீரன் போன்ற ஒரு கலைஞனின் உதாரணமே இப்படி என்றால், உங்கள் விருப்ப சுயாதீனத் தமிழ்க் கலைஞனின் நிலையை நினைத்துப் பாருங்கள். இந்த ராயல்டி கணக்கீடுகளுக்கு எதிராகச் சில புகழ்பெற்ற கலைஞர்கள் குரல் கொடுத்திருக்கின்றனர். பாடகி டெயிலர் ஸ்விப்ட் ஒரு பொருத்தமான உதாரணம்.

ஸ்பாடிப்பையும் டெயிலர் ஸ்விப்டும் (Taylor Swift)

ஸ்பாட்டிஃபை கொடுக்கும் குறைவான ராயல்டி காரணமாக டெய்லர் ஸ்விஃப்ட், 2014 ஆம் ஆண்டில், தனது பாடல்களை ஸ்பாட்டிஃபையில் இருந்து நீக்கிக் கொண்டார். ஸ்பாட்டிஃபை கொடுக்கும் இலவசக் கணக்குகள் மூலம் கிடைக்கும் ராயல்டி வருவாய் மிகவும் குறைவானது என்பது டெய்லரின் குற்றச்சாட்டு. டெய்லர் ஸ்விட்ப், எண்ணற்ற ரசிகர்களைக் கொண்ட புகழ் பெற்ற பாடகி. டெய்லரின் இந்த ஸ்பாட்டிஃபை புறக்கணிப்பு, பெரிய செய்தியானது. ஸ்பாட்டிஃபை ராயல்டியை சற்றுச் சீரமைத்த பின் டேனியல் டெய்லர் ஸ்விஃப்ட்டை சமாதானம் செய்து மீண்டும் ஸ்பாட்டிஃபைக்கு கொண்டு வர முடிந்தது 2017ஆம் ஆண்டில்தான். டெயிலர் ஸ்விப்டின் எதிர்ப்பு ஸ்பாட்டிஃபையுடன் மட்டும் நிற்கவில்லை.

“ஆப்பிள் மியூசிக்” (Apple music), தனது வாடிக்கையாளர்களுக்கு, முதல் மூன்று மாதங்களுக்கு இலவசமாக சேவை வழங்கும் (Free trial). இந்தக் காலத்தில் அவர்கள் கேட்கும் பாடல்களுக்கு ராயல்டி கணக்கிடாது ஆப்பிள் ம்யூசிக். டெய்லர் ஸ்விஃப்ட் “நாங்கள் உங்களிடம் இலவச ஐபோனை எதிர்பார்ப்பதில்லை. அது போலவே நீங்களும் இலவச இசையை எங்களிடம் எதிர்பார்க்காதீர்கள்” என்று சொன்னார். இது பரபரப்பான செய்தியானது. ஆப்பிள் தனது வழக்கத்தை மாற்றிக் கொண்டு அதனை அறிவித்தது. டெய்லர் ஸ்விஃப்ட் போன்ற புகழ் பெற்ற கலைஞர்களின் உரிமைக்குரல் எப்போதும் முக்கியத்துவம் பெறும். அது எண்ணற்ற எளிய கலைஞர்களின் குரலாகவும் இருக்கும். "இசை ஒரு கலை, கலை முக்கியமானது மற்றும் அரிதானது. அதனால் அவை மதிப்புமிக்கவை. மதிப்புமிக்கவற்றுக்கு நாம் ஒரு விலை கொடுக்க வேண்டும்." - டெய்லர் ஸ்விஃப்ட் , 2014 “வால்ஸ்ட்ரீட் ஜர்னல்”

ராயல்டி பிரச்சினை இணையத்தை உலுக்கியபோது... #BrokenRecord

"கோவிட்19-" (COVID 19) காலத்தில், கலைஞர்களின் வருமானத்திற்கு இசை நிகழ்ச்சிகள் எதுவும் இல்லாமல் போனது. ஸ்பாட்டிஃபை போன்ற “ஸ்ட்ரீமிங்” ராயல்டி ஒன்றே பல இசைக் கலைஞர்களின் வாழ்வாதாரம் ஆக இருந்து வந்தது. அப்போது திடீரென்று “ட்விட்டர்” (இன்றைய X) தளத்தில் தோன்றியது #BrokenRecord என்ற ஹாஷ்டேக் இயக்கம்.

"டாம் க்ரே" என்ற பிரிட்டிஷ் இசைக் கலைஞன் தொடங்கிய இந்த இயக்கம், விரைவில் உலகெங்கும் புகழ்பெற்றது. பிரிட்டிஷ் ராயல்டி அமைப்பு PRS போன்றவை இந்த இயக்கத்தை ஆதரித்தன. இந்த இயக்கம் "ப்ரோ ராடா" விகிதாச்சார ராயல்டி கணக்கீட்டை எதிர்த்தது. பிரிட்டிஷ் அரசு இந்த விவகாரத்தில் தலையிட வேண்டும் என்று கோரிக்கை வைத்தது.

இசைக் கலைஞர்கள் தங்கள் ஸ்பாட்டிஃபை ராயல்டி தகவலை ட்வீட்டர் தளத்தில் வெளியிடத் தொடங்கினர். சிறு கலைஞர்கள், தாங்கள் இந்த விகிதாச்சார ராயல்டியால் பாதிப்பு அடைவதைப் பற்றி விவாதித்தனர். பிரிட்டிஷ் "விளையாட்டு மற்றும் கலாச்சாரத் துறை", இது குறித்த தனது ஆய்வறிக்கையை அரசுக்குக் கொடுத்தது. இந்தப் போராட்ட இயக்கத்தின் பலனாக, சோனி நிறுவனம், 2020 க்கு முன் தங்கள் கடன் வலையில் இருந்த இசைக் கலைஞர்களைக் "கடன் தள்ளுபடி" செய்து விடுவிப்பதாக அறிவித்தது. சவுண்ட்கிளவுட் (SoundCloud) தளம், தனது ராயல்டி கணக்கீட்டை சீரமைத்தது. இதனால் %56 இசைக் கலைஞர்களின் ராயல்டி அதிகரித்தது. "டீஸிர்" (Deezer) என்ற ஸ்ட்ரீமிங் தளம் தனக்கென்ற ஒரு புதிய ராயல்டி கணக்கீட்டை நடைமுறைப் படுத்தியது. இவை அனைத்தையும் விட, #BrokenRecord இயக்கம் மிக முக்கியமான ஒன்றைச் சாதித்தது. அது, இசைக் கலைஞர்கள் பெறும் குறைவான ராயல்டி குறித்த விழிப்புணர்வை மக்களிடையே ஏற்படுத்தியதுதான். இணையத் தளங்களின் ஸ்ட்ரீமிங் ராயல்டி முறைகள், இன்னமும் சீர்படுத்தப் படவேண்டிய ஒன்றாகவே இருந்து வருகின்றன. இது தொடர்பான விமர்சனங்கள், முயற்சிகள் இன்றளவும் தொடர்ந்து வருகிறது. மாறிவரும் இன்றைய சூழலில், ரெகார்ட் லேபிள்கள் தங்கள் கட்டுப்பாட்டை உறுதி செய்து கொள்ளப் புதிய உத்திகளை யோசித்து வருகிறது.

இசைக் கலைஞர்களின் ராயல்டி மட்டுமல்ல, சகலவிதமான வருவாயிலும் பங்கு பெறும் வழிவகைகளைச் சோதித்து உருவாக்கியும் இருக்கின்றன லேபிள்கள். " 360 கோண ஒப்பந்தம்" *(360 degree deals)* என்று அழைக்கப்படும் ஒப்பந்தம் அத்தகைய வழிகளில் ஒன்று.

எப்படி என்று பார்ப்போம்...

16

360 கோண ஒப்பந்தம்

360 கோண ஒப்பந்தம்

2000 ஆம் ஆண்டிற்குப் பின், ரெகார்ட் லேபிள்கள் தங்கள் வருவாய் குறைந்து வருவதை உணர்ந்தன. இன்டர்நெட் காரணமாக, இரண்டு பெரிய மாற்றங்கள் உருவாகியிருந்தன. ஒன்று, 'பைரஸி' என்பது கட்டுப்படுத்த முடியாத ஒன்றாகி இருந்தது. மற்றொன்று, "இன்டர்நெட் ஸ்ட்ரீமிங்" எனப்படும் இணையவழிப் பாடல் கேட்டல் பெருகி இருந்தது. சீடி போன்றவற்றின் விற்பனை பெருமளவு குறைந்திருந்தது. இந்தப் புதிய சூழ்நிலைக்குத் தங்களை தகவமைத்துக் கொள்ள வேண்டிய தேவை ரெகார்ட் லேபிள்களுக்கு ஏற்பட்டது. அப்படி உருவானவைகளில் ஒன்று, "360 கோண ஒப்பந்தம்" என்று அழைக்கப்படும் ஒப்பந்தம். இந்தப் புதிய ஒப்பந்தப்படி, ஒரு இசைக் கலைஞனின் பாடல் ஆல்பங்கள் மட்டுமல்லாமல், அவனது பெயர் பொறித்த பொருட்கள் விற்பனை, மேடை நிகழ்ச்சிகள், விளம்பரங்கள், என்று அவனது ஒவ்வொரு வருவாயிலும் ரெகார்ட் லேபிள்களுக்குப் பங்கு இருக்கும். சில கலைஞர்களுக்கு இந்த ஒப்பந்தங்கள் பெரும்புகழ் பெறவும் உதவின. "இன்டர்ஸ்கோப்" நிறுவனத்துடன் செய்து கொண்ட இப்படிப்பட்ட ஒப்பந்தம், ஒரு சாதாரணப் பாடகியாக இருந்த "லேடி காகா"வை, உலகம் கொண்டாடும் நட்சத்திரம் ஆக்கியது. ஹிட் ஆல்பங்கள், உலகச் சுற்றுப் பயணங்கள், மாடலிங் என்று ஒவ்வொன்றிலும் உச்சம் தொட வைத்தது. ரெகார்ட் லேபிளின்

மார்க்கெட்டிங், லேடி காகா அடைந்த வெற்றிகளுக்குப் பக்கபலமானது. "ஜே-சீ" என்ற பாடகன் "லைவ் நேஷன்" நிறுவனத்துடன் செய்து கொண்ட 150 மில்லியன் டாலர் ஒப்பந்தம், அவனை ஒரு நட்சத்திர ஹிப்ஹாப் கலைஞனாக மட்டுமல்லாமல், ஒரு தொழிலதிபராாகவும் ஆக்கியது. ஆனால், எல்லாக் கலைஞர்களுக்கும் ரெகார்ட் லேபிள் ஒப்பந்தங்கள் லேடி காகா போலவோ, ஜே-சீ போலவோ அமைவதில்லை. இதனை, 2020 ஆம் ஆண்டு " க்ரேஷான்" என்ற பாடகி செய்த ட்விட்டர் பதிவு ஒன்று உலகிற்கு உரத்துச் சொன்னது.

என் பாடலைக் கேட்காதீர்கள் ! "Gucci Gucci"

"எனது 'கூசீ கூசீ' பாடலைக் கேட்காதீர்கள். அதிலிருந்து பத்துப் பைசா கூட எனக்கு வருவதில்லை. அதே நேரம் சோனி நிறுவனத்திடம் நான் பட்டிருக்கும் கடன் தொகை எண்ணூறாயிரம் டாலர்கள்" - ட்விட்டரில் தெரிவித்தார் ஹிப்ஹாப் பாடகி க்ரேஷான். 2020 இல் இந்த ட்விட்டர் பதிவு இணையத்தை உலுக்கியது. பத்து வருடங்களுக்கு முன் "கூசீ கூசீ" என்ற தனது முதல் பாடல் மூலம் உலகையே திரும்பிப் பார்க்கவைத்த நட்சத்திரப் பாடகி க்ரேஷான். எப்படி இவ்வளவு கடன் ஏற்பட்டது?... ரசிகர்கள் விவாதித்தனர். அந்தப் பாடல் பிறந்தது 2011 ஆம் ஆண்டு. தான் எழுதி, பாடி, யூட்யூப் தளத்தில் வலையேற்றிய பாடல் ஒரு மில்லியன் பார்வையாளர்களைப் பெற்று வைரல் ஆகும் என்று அந்தப் பெண் தன் கனவிலும் நினைத்திருக்கவில்லை. "Gucci" போன்ற ஆடம்பரப் பொருட்களைப் பயன்படுத்துவதைக் கேலி செய்யும் இந்தப் பாடல், ரசிகர்களைக் கவர்ந்தது. காட்டுத்தீ போல இன்டர்நெட்டில் பரவியது.

அமெரிக்காவின் ஒக்லான்டில் வாழ்ந்து வந்த இருபத்தொரு வயது நிரம்பிய "நடாஸியா கோலட்" என்ற பெண், இந்தப் பாடல் மூலம், 'க்ரேஷான்' என்ற பெயரில் நாடறிந்த பாடகியானாள். வீடு தேடி வந்தன ரெகார்ட் லேபிள்கள். க்ரேஷான், ஒரு மில்லியன் டாலர்கள் பெற்றுக் கொண்டு, சோனி கொலம்பியா நிறுவனத்தின் ஒப்பந்தத்தில் கையெழுத்துப் போட்டாள். க்ரேஷான் கவனமில்லாமல் இருந்தபோது, அவரது மேனேஜர் செய்த முறை கேடுகளால் பொருளாதாரப் பிரச்சினைகள் ஏற்படத் தொடங்கின. இந்தச் சூழ்நிலையில், 'பட்ட காலிலே படும்' என்பது போல, க்ரேஷானின் முதல் ஆல்பம் விற்பனையில் தோல்வி அடைந்தது. முதல் வார விற்பனை

"சான்ஸ் த ராப்பர்"

வெறும் 3,900 மட்டுமே. மேலும் க்ரேஷான், தான் கர்ப்பம் அடைந்ததை அறிவித்த ஐந்தாம் நாள், சோனி நிறுவனம், க்ரேஷானுடனான தனது ஒப்பந்தத்தை முறித்துக் கொண்டது. சோனி கொடுத்த ஒரு மில்லியன் டாலர் கடன் சுமையாக க்ரேஷானின் தலையில் விழுந்தது. அந்தக் கடனில் எட்டு லட்சம் டாலர்கள் மீதம் இருந்தது. அதைச் சொன்னதுதான், 2020 இல் க்ரேஷான் செய்த அந்த ட்வீட்டர் பதிவு. க்ரேஷான் வரி பாக்கி வைத்து இருப்பதாகச் சொல்லி அரசும் நடவடிக்கை எடுத்தது. லட்சக் கணக்கில் ஸ்ட்ரீமிங் ஆகிவந்த க்ரேஷனின் பாடல்களுக்கு, ASCAP மூலம் கிடைத்து வந்த ராயல்டி, வெறும் நூறு டாலர்கள், அதுவும் மூன்று மாதங்களுக்கு ஒருமுறை. இதை எழுதும் நேரத்தில், நீண்ட இடைவெளிக்குப் பின் அவரது இசை நிகழ்ச்சி ஒன்று 2025 ஆம் ஆண்டிற்கு அறிவிக்கப் பட்டுள்ளது. இப்போது க்ரேஷான் தனது ஊக்கத்தால் மீண்டு வருகிறார். .மீண்டு வரட்டும். பல புதிய பாடல்களை நமக்குத் தரட்டும். ஆனால் க்ரேஷானுக்கு நடந்தது என்னவென்று நாம் புரிந்து கொள்ள முயற்சி செய்வோம்.

ரெகார்ட் லேபிள் ஒப்பந்தங்கள்

க்ரேஷான் கதையில், சோனி ம்யூசிக் எந்தத் தவறும் செய்யவில்லை. க்ரேஷானின் பாடல் வெற்றி பெறவில்லை, பணம் மேலாளர் ஒருவரால் முறைகேடு செய்யப்பட்டது, வரி செலுத்தச் சொல்லி அரசு வங்கி கணக்குகளை முடக்கியது. ஆனால், க்ரேஷான் கடனாளி ஆனது, ஒருவர் தொழிலில் தோல்வியடைந்து கடனாளி ஆவதைப் போன்றதா? நிச்சயமாக இல்லை. ராயல்டி, ஆல்பம் விற்பனை, என்று அனைத்திலும் இசைக் கலைஞர்களை விட அதிகப் பங்கு பெற்றுக் கொள்வது ரெகார்ட் லேபிள்களே. இதற்கு அவர்கள் தொடர்ந்து சொல்லிவரும் காரணங்களில் முக்கியமானது, அவர்களது முதலீட்டின் பாதுகாப்பில் இருக்கும் நிச்சயமற்ற தன்மை. சுருக்கமாகச் சொல்வதென்றால், அவர்கள் எடுக்கும் 'ரிஸ்க்'. ஆனால், க்ரேஷான் விஷயத்தில் நடந்தது என்ன? ஆல்பம் தோல்வி அடைந்ததால் ஏற்பட்ட நட்டத்தை சோனி ஏற்றுக் கொள்ளவில்லை. அது க்ரேஷான் கணக்கில் கடனாக எழுதப்பட்டது. இப்படி எழுதப்படும் கடன், அடுத்த இசை வெளியீட்டில் இருந்து அடைக்கப்பட வேண்டும். அதே நேரம், அடுத்த இசை வெளியீட்டுக்கென்று செலவு செய்யப்பட்ட தொகையும் கடனில் ஏறியிருக்கும். இது ஒரு கடன் சூழலில் ஒரு கலைஞனைப் பிடித்துத் தள்ளும். பொதுவாக இந்தக் கடன் நெருக்கடி, கலைஞனின் படைப்புத் திறனைக் கொன்று, ஹிட் பாடல்கள் படைக்க வேண்டிய கட்டாயத்தை உண்டாக்கும். இது கலைஞர்களுக்குப் பெரும் மன அழுத்தத்தை ஏற்படுத்தும். இளம் வயதில், கையில் கிடைக்கும் முன்பணம், பாடலை ரெகார்ட்

செய்ய வாய்ப்பு போன்றவைகளுக்காக ஒப்பந்தம் செய்து கொள்ளும் ஒரு கலைஞன், அந்தக் கடனை அடைக்கும் வரை ராயல்டி போன்ற வருவாய் பெற முடியாது. ரெகார்ட் லேபிள்கள், உண்மையில் ரிஸ்க்கை ஏற்றுக் கொள்வதில்லை. மாறாக, தங்கள் ரிஸ்க்கை கலைஞன் மீதே சுமத்துகின்றன.

பாடலை ரெகார்ட் செய்வதும், வெளியிடுவதும் ஐம்பது வருடங்களுக்கு முன் கடினமான தொழில்நுட்பப் பணிகளாக இருந்தன. அன்றைய நாளில் ரெகார்ட் லேபிள்களின் பங்களிப்பு முக்கியமானதாக இருந்தது உண்மை. ஆனால், இன்று நிலைமை தலை கீழாக மாறியிருக்கிறது. வீடுகளில் பாடல்கள் ரெக்கார்டிங் செய்யப்படுகின்றன. ஒரு பாடலை லட்சக் கணக்கான ரசிகர்களிடம் கொண்டு சேர்ப்பதற்கு, இன்டர்நெட் தொடர்பு ஒன்றே போதுமானது என்ற நிலை உருவாகி இருக்கிறது. க்ரேஷான் ஒரு புறம் தன் கைக் குழந்தையை வளர்த்துக் கொண்டு, மறுபுறம் இணையத்தில் தன் ரசிகர்களுடன் ஒரு பலமான உறவைக் ஏற்படுத்திக் கொண்டு இருந்தபோது, ஒரு சிகாக்கோ பள்ளியிலிருந்து பத்து நாட்களுக்கு இடை நீக்கம் செய்யப்பட்ட மாணவன் ஒருவன், இசைத் துறையின் புதிய அத்தியாயம் ஒன்றை எழுதத் தொடங்கி இருந்தான்.

பென்னட் : ரெகார்ட் லேபிள் ஒன்று இல்லாமல் கிராமி வென்ற கலைஞன்

2011 ஆம் ஆண்டு. சிகாகோவின் ஒரு பள்ளியில், விதிமுறைகளை மீறியதற்காக, பதினெட்டு வயது "பென்னட்" என்ற மாணவனை, பத்து நாட்களுக்கு இடைநீக்கம் செய்தது பள்ளி நிர்வாகம். அந்தப் பத்து நாட்கள் அவன் வாழ்வின் முக்கியமான நாட்கள் ஆகின. இடைநீக்கம் ஆன பத்து நாட்களில், வீட்டில் தன் கம்ப்யூட்டர் முன் அமர்ந்து பாடல்களை உருவாக்கினான் பென்னட். அந்த ஆல்பத்திற்கு "பத்து நாட்கள்" (10 Day) என்றே பெயரும் வைத்தான். இன்டர்நெட்டில் பதிவேற்றம் செய்தான். அது ஒரு விலையில்லா ஆல்பம். எவர் வேண்டுமென்றாலும் டவுன்லோட் செய்து கொள்ளலாம். பென்னட் தன்னை "சான்ஸ் த ராப்பர்" (Chance The Rapper) என்று அழைத்துக் கொண்டான் இந்த "பத்து நாட்கள்" ஆல்பம் பெரும் வெற்றி பெற்றது என்று சொல்ல முடியாது. ஆனாலும் அவனுக்குச் சில ரசிகர்களைக் கொடுத்தது.

2013 ஆம் ஆண்டு "ஆசிட் ராப்" என்ற பெயரில் இரண்டாவது ஆல்பத்தை வெளியிட்டான். இதுவும் இலவச ஆல்பமே. இந்த ஆல்பம், பென்னட்டைப் பலரும் கவனிக்கும்படி செய்தது. அவனது தனித்துவமான பாணியை ரசிகர்கள் விரும்பினர். சில ரெகார்ட் லேபிள்களும் கூட பென்னடைத் தேடி வந்தன. ஆனால், பென்னட் ரெகார்ட் லேபிள் வாய்ப்புகளை மறுத்து விட்டான்.

2016 ஆம் ஆண்டு "கலரிங் புக்" என்ற பெயரில் மூன்றாவது ஆல்பத்தை வெளியிட்டான். இந்த ஆல்பம் பெரும் வெற்றி பெற்றது. இந்தக் "கலரிங் புக்", பென்னட்டின் வாழ்க்கையை மாற்றியது. அதுமட்டுமல்ல, இசைத் துறையில் வேறொரு பெரிய மாற்றத்திற்கும் காரணமானது. ரெகார்ட் லேபிள் மூலம் வெளியிடப்படாத ஆல்பம் ஒன்று, முதன் முறையாக கிராமி விருது பெற்றது அப்போதுதான். அதுவரை, கிராமி விருது பெறுவதற்கு, இசைத்தட்டு அல்லது சீடீ ஒன்று வெளியாகி இருக்க வேண்டும். மேலும், அது விற்பனையிலும் வெற்றி பெற்று இருக்கவேண்டும். பென்னட்டின் "கலரிங் புக்" ஆல்பம் இணையத்தில் மட்டுமே வெளியானது. வழக்கம் போலவே இலவச ஆல்பமாகவும் இருந்தது. இந்த ஆல்பத்தின் வெற்றியினால், கிராமி விருது வழங்கும் "ரெக்கார்டிங் அகாடமி", தனது விதிமுறைகளை மாற்றியமைத்தது. அந்த வருடம் பென்னட் கிராமி விருதை வென்றான். ஒன்றல்ல, மூன்று கிராமி விருதுகள்.

பென்னட்டின் கிராமி விருது அவனது வெற்றி மட்டும் அல்ல. மாறிவரும் உலகை, இசைத் துறை புரிந்து கொண்டதன் அடையாளம். பென்னட், தனது பாடல்களின் பதிப்புரிமை, மாஸ்டர் உரிமை போன்றவற்றைத் தன்னிடமே வைத்திருந்தான். பென்னட்டின் பாடல் ஒன்று ஸ்பாட்டிஃபையில் பாடினால், அதன் ராயல்டி முழுவதும் பென்னட்டையே சென்று சேரும். பதிப்புரிமை, மாஸ்டர் உரிமை குறித்து நாம் வரும் அத்தியாயங்களில் விரிவாக்கப் பார்க்க இருக்கிறோம். இப்போதைக்கு, பென்னட் பெற்ற ராயல்டி தொகைக்கு, எட் ஷீரன் பெற்று இருந்தது போல பங்குதாரர்கள் இருக்கவில்லை என்று புரிந்து கொள்ளலாம். இந்தப் புதிய வழியைத் தேர்ந்தெடுத்தது பென்னட் மட்டுமல்ல.

சுய பப்ளிஷிங் கலைஞர்கள்

2012 ஆம் ஆண்டு "அமென்டா பாமர்" என்ற பாடகி, தனது புதிய ஆல்பத்திற்கான நிதியைத் தனது ரசிகர்களிடம் இருந்து திரட்டினாள். "கிக்-ஸ்டார்ட்டர்" என்று அழைக்கப்படும் இணையத்தளம் மூலம் (crowdfunding) இதனை அவர் செய்தார். அமென்டா கேட்டது ஒரு லட்சம் டாலர்கள். அவருக்கு ரசிகர்கள் கொடுத்ததோ பன்னிரண்டு லட்சம் டாலர்கள். முன்பு அமென்டாவுக்கு ரெகார்ட் லேபிள்கள் கொடுத்த முன் பணம் கடன். இப்போது ரசிகர்கள் கொடுத்த பணம் அவருடைய பாடல்களுக்கான பரிசு. 2014 ஆம் ஆண்டில் பாடகி "இமோஜென்

ஹீப்" தனது ரெகார்ட் லேபிளைத் துறந்து, இணையத்தை நம்பிப் பாடல்களைப் படைக்க முடிவு செய்தார். வீட்டில் இருந்தபடியே லைவ் ஸ்ட்ரீமிங் கச்சேரிகள் நடத்தினார். இந்தக் கச்சேரிகளுக்கான டிக்கெட்டை இணையத்தில் வாங்கிக் கொண்டனர் ரசிகர்கள். (இசைத்துறையில் புதிய தொழில்நுட்பங்களைச் சோதிப்பதில் ஈடுப்பட்டு வருகிறார் இமோஜென் ஹீப். "மைசீலியா ப்ராஜக்ட்" என்று அழைக்கப்படும் இவரது முயற்சி, "ப்ளாக் செயின்" தொழில்நுட்பம் மூலம் பாடல் உரிமைகளை நிர்வாகம் செய்து பார்க்கிறது. இது வெற்றிகரமாகவும், எளிதாகவும் நடைமுறைப் படுத்தப்பட்டால், அது பெரிய மாற்றங்களை உருவாகக் கூடியது.)

இப்படிப் புதுயுக அவதாரம் எடுத்த கலைஞர்களின் பட்டியல் நீண்டது. அது பென்னட், அமெண்டா , இமோஜென் போன்ற எண்ணற்ற கலைஞர்களைக் கொண்டது. தொழில்நுட்பம் வீடுகளில் ஸ்டுடியோக்களைக் கொண்டுவந்தது. லாப்டாப் ஒன்றுடன் மைக் இணைக்கப்பட்டு பாடல்களைப் பதிவு செய்ய முடிந்தது. "பேட்ரியான்" போன்ற இணையத்தளங்கள் மாதச் சந்தா செலுத்தும் ரசிகர்களைக் கண்டடைய உதவின. "பேண்ட் கேம்ப்" போன்ற தளங்கள் நேரடியாக ரசிகர்களிடம் ஆல்பம் விற்பனை செய்ய வழி செய்தன.

இன்ஸ்டாகிராம் லைவ் ஸ்ட்ரீமிங்கள், கச்சேரிகள் ஆயின. பெரும் ரெகார்ட் லேபிள்கள் கொடுக்க முடியாத ரசிகர் எண்ணிக்கையை யூட்யூப் சானல்கள் கொடுத்தன. இன்று ஒரு ஸ்டூடியோ அமைக்கத் தேவைப்படும் கருவிகளை ஒரு தோள் பையில் சுமந்து செல்லலாம். முக்கியமாக, சமூக வலைத்தளங்கள் மூலம், ரசிகர்கள் நேரடித் தொடர்பில் இருப்பார்கள்.

பிளே லிஸ்ட்கள் : "ஹிட்" பாடல்களுக்கான புதிய வழிமுறை

ஐம்பதுகளில் ரேடியோ ஒன்றே பாடல் கேட்க முக்கியமான ஊடகமாக இருந்தது. அப்போது, ரேடியோவில் பாடல்களை இசைக்கும் பொறுப்பில் இருப்பவர்கள் (DJ) நினைத்தால், சில பாடல்களை மீண்டும் மீண்டும் ஒலிபரப்ப முடியும். மீண்டும் மீண்டும் கேட்கப்பட்ட பாடல்கள் "ஹிட்" ஆயின. அதற்குக் கொஞ்சம் செலவு செய்ய வேண்டி இருந்தது. சிலருக்கு "அன்பளிப்பு" கொடுப்பதன் மூலம் அதனை சாதித்தன சில ரெகார்ட் லேபிள்கள். அரசு தலையிட்டு, அதனைத் தடை செய்யும் வரை அந்த உத்தி பலன் கொடுத்தது. இது அமெரிக்க ரேடியோ வரலாற்றில் "பேயோலா ஊழல்" என்று அழைக்கப்படுகிறது. இது போன்ற உத்திகள் இன்றைய நாளில் சாத்தியமா? இன்று ஒரு ரசிகன் புதிய பாடல்களைக் கண்டறியும் வழிகளில் முக்கியமான ஒன்று, பிளே லிஸ்ட்கள். ஸ்பாட்டிஃபை முதல் யூட்யூப் வரை, சில புகழ் பெற்ற ப்ளே லிஸ்ட்கள் பெருமளவு ரசிகர்களை ஈர்க்கக் கூடியவை. இவற்றில் இடம்

பெறும் பாடல்கள் கோடிக் கணக்கான முறை கேட்கப்படும். இத்தகைய ப்ளே லிஸ்ட் ஒன்றில், ஒரு பாடலை 'இடம் பெற'ச் செய்வதால் அந்தப் பாடலை "ஹிட்" ஆக்கலாம். பிளே லிஸ்ட்களில் பாடல்கள் எப்படித் தேர்வு செய்யப் படுகின்றன? வெளிப்படையான தேர்வு முறைகள் கிடையாது. "இது ரேடியோ காலத்துப் பேயோலா ஊழல் போன்றது" என்று விமர்சிப்பவர்கள் உண்டு. "இது விளம்பரம். சட்டத்திற்கு உட்பட்ட விளம்பர உத்தி" என்று வாதாடுபவர்களும் உண்டு.

பிளே லிஸ்ட்கள் இந்த இரு தரப்பினருக்கும் புதியது. அவர்கள் அவற்றை சிறிது சிறிதாகப் புரிந்து கொண்டு வருகிறார்கள். பிளே லிஸ்ட் என்பது ஒரு உதாரணம் மட்டுமே. இன்றைய டிஜிட்டல் உலகில், ஒரு பாடலை ஹிட் ஆக்க, செல்வாக்கு ஒன்றே போதுமானதா என்ற கேள்வி முக்கியமானது. இன்று லேபிள்கள் சமூக வலைத் தளங்களைக் கண்காணிக்கின்றன. அவர்கள் வசம் உரிமை உள்ள ஒரு பாடல் எங்கேனும் கண்ணில் பட்டால், அதனை நீக்க, இன்றைய தொழில்நுட்பம் வழி செய்து கொடுத்துள்ளது. சில நேரங்களில், எளிய ரசிகர்ளும் கூட இவர்களின் நடவடிக்கைகளுக்கு ஆளாவது உண்டு. ஒரு முறை, இவர்கள் ஒரு குழந்தை நடனமாடும் வீடியோ ஒன்றைக் கூட விட்டு வைக்கவில்லை.

டான்சிங் பேபி வழக்கு : கண்காணிக்கும் ரெகார்ட் லேபிள்கள்

2007 ஆம் ஆண்டு. கலிபோர்னியாவைச் சேர்ந்த ஒரு தாய், தன் பதினோரு வயதுக் குழந்தை நடனமாடும் அழகைப் படம் பிடித்து, யூட்யூபில் வலையேற்றினாள். அந்த வீடியோ வெறும்

29 வினாடிகள் நீளம் கொண்ட அந்த வீடியோவின் பின்னணி இசையாகப் பயன்படுத்தப் பட்டிருந்தது, இசைக் கலைஞன் ப்ரின்ஸின் பாடல் ஒன்று. “அடிமை” என்று தன் கன்னங்களில் எழுதிக் கொண்டு, வார்னர் ப்ரதர்ஸ்க்கு எதிராகப் போராடிய அதே ப்ரின்ஸ்தான். ஆனால், இந்த முறை அவன் பாடலின் மாஸ்டர் உரிமை “யூனிவர்சல்” நிறுவனத்தின் வசம் இருந்தது.

யூனிவர்சல் ஸ்டுடியோஸ் கேட்டுக் கொண்டதால் யூட்யூபும் அந்தக் குழந்தை வீடியோவை நீக்கிவிட்டது. இதனை எதிர்த்து நீதிமன்றம் சென்றாள் அந்தத் தாய். தனது வீடியோ “"ஃபேர் யூஸ்” (Fairuse) என்ற வகையில் வரும் என்றும், அந்த வீடியோவை நீக்கியது தவறு என்றும் வாதங்களை வைத்தாள். எட்டு ஆண்டுகளுக்குப் பின் அந்தத் தாய்க்கு ஆதரவாக நீதிமன்றத்தின் தீர்ப்பு வந்தது. ஒரு வீடியோவை நீக்கச் சொல்வதற்கு முன் அது "ஃபேர் யூஸ்” வரையறையில் அடங்குமா என்று பார்க்கவேண்டும் என யூனிவர்சல் நிறுவனத்துக்கு அறிவுறுத்திய நீதிமன்றம், அந்த வீடியோ நீக்கப் பட்டது தவறு என்று தீர்ப்பளித்தது. *Lenz v. Universal Music Corp., 801 F.3d 9) 1126th Cir. 2015)*

("ஃபேர் யூஸ்” Fairuse என்பது, சரியான காரணத்திற்காக, முன் அனுமதி இன்றி ஒரு பாடலைப் பயன்படுத்த அனுமதிக்கும் சட்ட வரையறை) இந்தத் தீர்ப்பை எதிர்த்து, யூனிவர்சல் நிறுவனம், அமெரிக்க உச்ச நீதிமன்றத்தில் மேல்முறையீடு செய்தது. உச்சநீதி மன்றம் அந்த மேல்முறையீட்டை விசாரிக்க மறுத்துவிட்டது. இந்த வழக்கில் கவனிக்க வேண்டிய இரண்டு விஷயங்களில் ஒன்று, தன் குழந்தையின் வீடிவிற்காக எட்டு வருடங்கள் வழக்கு நடத்திய ஒரு தாயின் உணர்வு. மற்றொன்று, முப்பது வினாடி வீடியோ என்றாலும் அதை முளையிலே கிள்ளி எறிய வேண்டும் என்ற ரெகார்ட் லேபிள்களின் முனைப்பு. நாம் இதுவரை மேலை நாடுகளில் ரெகார்ட் லேபிள்களின் ஒப்பந்தங்கள், வியாபார வழிமுறைகள் இவை குறித்துப் பார்த்தோம். “இளையராஜா ராயல்டி கேட்பது சரியா?” என்று நமது அடிப்படையான கேள்விக்கு விடைகாண, திரைப்படங்களில் பாடல்கள் எப்படிப் பயன்படுகிறது என்பதைப் புரிந்து கொள்ளவேண்டும். ஹாலிவுட் திரைப்படங்களில் பாடல்கள் அரிதாகவே இடம் பெறும். உதாரணமாக, டிஸ்னி தயாரித்த “லயன் கிங்” திரைப்படத்தை எடுத்துக் கொள்வோம்.

1994 ஆம் ஆண்டில் வெளிவந்த இந்தத் திரைப்படத்தில் இடம்பெற்ற பாடல் பிறந்தது தென் ஆஃப்ரிக்காவில். அதுவும் “ஸுலூ” மொழியில். அந்தப் பாடல் ஹாலிவுட் திரைப்படத்தில் இடம்பிடித்தது எப்படி? அந்தப் பாடலின் உரிமை யாரிடம் இருந்தது?

பார்ப்போம்...

17

பல்ப் ஃபிக்ஷனும் மஞ்சுமல் பாய்ஸும்

1939 ஆம் ஆண்டு தென் ஆஃப்ரிக்காவின் "ஜொஹன்னஸ்பர்க்" நகரம். கொளுத்தும் வெயிலில் நடந்து வந்த "ஸோலமன் லிண்டா", "கேலோ ரெகார்ட்ஸ்" அலுவலகத்திற்குள் நுழைந்தான். ஸோலமன், கேலோ ரெகார்டின் துப்புரவுப் பணியாளன்அன்று அவன் தன் குழுவுடன் வந்திருந்தது அந்த அலுவலகத்தைச் சுத்தம் செய்வதற்கு அல்ல. தனது பாடலை ரெகார்ட் செய்வதற்காக.

ரெகார்டிங் என்ஜினியர், தன் கைக் கடிகாரத்தைப் பார்த்துக் கொண்டார். ஸோலமன் போன்ற "ஸுலூ" இனப் பாடகர்களின் ரெகார்டிங் எளிதானது. அதிகபட்சம் ஐந்து நிமிடங்கள். கொடுப்பதை வாங்கிக் கொண்டு போய்விடுவார்கள். ரெகார்ட் செய்த பாடல் கேலோ ரெகார்ட்ஸுக்குச் சொந்தமாகும்.

ஸோலமன், மைக் முன் நின்று, தன் கண்களை மூடிக் கொண்டான். ஸுலூ மக்களின் இரவு நேரக் கிராமங்கள், அவற்றைச் சுற்றி இருக்கும் சவானா புல்வெளியின் சிங்கங்கள், என்று அவன் மனக்கண்ணில் சித்திரங்கள் தோன்றின. சட்டென்று ஓங்கிய குரலில் பாடத் தொடங்கினான் "ஊயிம்பூபே...ஊயிம்பூபே... "சிங்கம், நீதான் அந்தச் சிங்கம்" என்று பொருள்படும் அந்தப் பாடல் "ம்பூபே" என்று பெயர் பெற்றது.

அந்தச் சிறிய ஸ்டுடியோ அறையில் பாடி முடித்த பின், பத்து ஷில்லிங் (இரண்டு அமெரிக்க டாலர்களை விடக் குறைவானது) வாங்கிக் கொண்டான் ஸோலமன் . சிங்கத்தின் பாடலைப் பாடி முடித்த அவன் மீண்டும்

அந்த ஸ்டுடியோவின் துப்புரவுப் பணியாளன் ஆகி இருந்தான். அந்தப் பாடல் ஒரு லட்சம் பிரதிகள் தென் ஆஃப்ரிக்காவில் விற்பனை ஆனபோதும், கடல் கடந்து அமெரிக்கா சென்று ஆங்கிலப் பாடலாக மாறியபோதும், பல கைகள் மாறி மேலும் மேலும் புகழடைந்தபோதும், ஸோலமன் துப்புரவுப் பணியாளனாகவே இருந்தான். அந்தப் பாடல், ஹாலிவுட் திரைப்படங்களில் இடம்பெறும் என்றோ, பல மில்லியன் டாலர்களைச் சம்பாதிக்கும் என்றோ அப்போது ஸோலமனுக்குத் தெரியாது. அந்தப் பாடல் “லயன் ஸ்லீப்ஸ் டுநைட்” என்ற ஆங்கில வடிவம் பெற்று, 1994 ஆம் ஆண்டில், டிஸ்னி நிறுவனம் தயாரித்த “லயன் கிங்” திரைப்படத்தில் இடம்பெற்றது. உலகெங்கும் குழந்தைகள் அந்தப் பாடலைப் பாடினார். இப்போது அது “ஆ-விமா-வே..ஆ-விமா-வே” என்று உருமாறி இருந்தது. 1962 ஆம் ஆண்டு, தென் ஆஃப்ரிக்காவில் வறுமையில் வாழ்ந்து இறந்து போனான, பாடகன் “ஸோலமன் லின்டா”. ஸோலமனுக்கு இரண்டு மகள்கள், பத்துப் பேரக் குழந்தைகள். இரண்டு மகள்களும் வீட்டு வேலை செய்து வாழ்ந்து வந்தனர்.

லயன் கிங் வழக்கு

2004 ம் ஆண்டு, ஸோலமன் குடும்பம் , லயன் கிங் திரைப்படத்தைத் தயாரித்த டிஸ்னி நிறுவனத்தின் மீது தென் ஆஃப்ரிக்க நீதி மன்றத்தில் வழக்குத் தொடுத்தது. டிஸ்னி நிறுவனம், தங்கள் மீதான வழக்கை தென் ஆஃப்ரிக்க நீதிமன்றம் விசாரணை செய்ய முடியாதென்றும், வழக்கைத் தள்ளுபடி செய்யக் கோரியும் மனு தாக்கல் செய்தனர். நீதிமன்றம் டிஸ்னியின் மனுவைத் தள்ளுபடி செய்தது. இதன் பின்னர், 2006 ஆம் ஆண்டில் அந்தப் பாடலின் “பப்ளிஷிங்” உரிமை (நிர்வாக உரிமை) பெற்றிருந்த, ”அபிலீன் ம்யூசிக்” நிறுவனம், ஸோலமன் குடும்பத்தினருடன் பேச்சுவார்த்தை நடத்தியதால் ஒரு உடன்பாடு ஏற்பட்டது. அவர்களுக்கு ஸோலமனின் பாடலின் ராயல்டி பாக்கி கொடுக்கப் பட்டது. எதிர்காலத்திற்கான ராயல்டி தொகையும் உறுதி செய்யப் பட்டது. நீதிமன்ற விசாரணைக்கு

சக் பெர்ரி

முன்பாகவே, இந்த உடன்பாடு ஏற்பட்டது. *Disney Enterprises, Inc. v. S.G. Griesel* ஆனால், ஒரு பாடல் திரைப்படத்தில் இடம்பெறுவது பொதுவாக, இந்த அளவு சிக்கலாக இருக்காது . “லயன் கிங்” வெளியான சில மாதங்களில் வெளியானது “குவென்டின் டாரன்டினோ” இயக்கிய “பல்ப் ஃபிக்ஷன்” என்ற திரைப்படம். இந்தப் படத்தில் பயன் படுத்தப்பட்ட பாடலில் சட்டச் சிக்கல் எதுவும் இருக்கவில்லை.

பல்ப் ஃபிக்ஷன் திரைப்படம்

பல்ப் ஃபிக்ஷன் திரைப்படத்தின் ஒரு காட்சியில், வின்சென்ட் வேகா என்ற ஒரு அடியாளும், மியா வாலஸ் என்ற, அவன் முதலாளியின் மனைவியும், ஒரு உணவகத்தில் அமர்ந்திருப்பார்கள். அந்தக் காட்சியை ஐம்பதுகளின் அமெரிக்க உணவகம் ஒன்றைப் போலக் காட்டியிருப்பார் திரைப்படத்தின் இயக்குநர் டாரன்டினோ. வின்சென்ட் வேகா, மியா வாலஸ் இருவரும் அங்கு நடமாடுவார்கள். அந்தக் காட்சிக்கு டாரன்டினோவின் மனதில் இருந்தது - “சக் பெர்ரி” என்ற கலைஞனின் "யூ நெவர் கேன் டெல்" என்ற பாடல். அந்தப் பாடலை, கதையை உருவாகும்போதே முடிவு செய்திருந்தார் டாரன்டினோ.

வின்சென்ட் வேகாவும், மியா வாலஸூம் சக் பெர்ரியின் கிட்டார் இசைக்கு “ட்விஸ்ட்” நடனம் ஆடும் அந்தக் காட்சி, ரசிகர்களின் நினைவில் நிற்கும் காட்சியானது. அந்தப் படத்தின் பட்ஜெட் எட்டரை மில்லியன் டாலர்கள். ஒரு சிறிய பட்ஜெட் படம். ஆனால், அந்தப் பாடலின் உரிமையை நிர்வாகம் செய்துவந்தது “ஆர்க் மியூசிக் ” நிறுவனம், அதிகத் தொகை பேரம் பேசும் வழக்கம் கொண்டது. டாரன்டினோ அந்தப் பாடல்தான் வேண்டும் என்று பிடிவாதமாய் இருந்ததால், இறுதியில் வேறு வழியின்றி, மொத்த பட்ஜெட்டில் ஒரு பெரும் தொகை கொடுத்து, “ஆர்க் மியூசிக்” நிறுவனத்துடன் ஒப்பந்தம் செய்து கொள்ளப்பட்டது. பாடலைத் திரைப்படத்தில் பயன்படுத்தும் உரிமையுடன், இசைத் தொகுப்பாக வெளியிடும் உரிமையும் சேர்த்து ஒப்பந்தம் செய்து கொள்ளப்பட்டது. பல்ப் ஃபிக்ஷன் நடனக் காட்சிக்கு “சக் பெர்ரி” இன் பாடல் உயிர் கொடுத்தது போலவே, 2024 ஆம் ஆண்டில் வெளியான “மஞ்சுமல் பாய்ஸ்” மலையாளத் திரைப்படத்தின் சில காட்சிகளுக்கு ஒரு பாடல் உயிர் கொடுத்தது

மஞ்சுமல் பாய்ஸ்

இளையராஜாவின் இசையில் 1991 ஆம் ஆண்டில் வெளிவந்த குணா திரைப்படத்தில் இடம்பெற்ற ““கண்மணி அன்போடு” என்ற பாடலே, மஞ்சுமல் பாய்ஸ்க்கு உயிர் கொடுத்த பாடல். பெரும் வரவேற்பையும், வணிக வெற்றியையும் பெற்ற இந்தத் திரைப்படத்தின் தயாரிப்புக் குழு, தன்னிடம் முறையான

அனுமதி பெறவில்லை என்றும், அது காப்பிரைட் விதிமுறைகளுக்கு எதிரானது என்றும், இளையராஜா தரப்பு குற்றம் சாட்டியது. மேலும், “கண்மணி” பாடலை படத்தில் இருந்து நீக்குமாறும், மறுத்தால் நீதிமன்ற வழக்குத் தொடரப்படும் என்றும் இளையராஜா அனுப்பிய வழக்கறிஞர் நோட்டீஸ் சொன்னது.

மறுபுறம், குணா திரைப்படத்தின் ஆடியோ உரிமைகளை வைத்திருக்கும் ரெகார்ட் நிறுவனத்திடம் அனுமதி பெற்றே பாடல் பயன் படுத்தப்பட்டதாக தயாரிப்பாளர் தரப்பு தெரிவித்ததாக செய்திகள் வெளியாயின. பின்னர் இந்தப் பிரச்சினை நீதிமன்றம் வரை செல்லாமலே தீர்த்துக்கொள்ளப்பட்டது.

பல்ப் ஃபிக்‌ஷனில் இயல்பாக நடந்த ஒன்று மஞ்சுமல் பாய்ஸுக்கு சிக்கலானது ஏன் ?

ஒரு ஹாலிவுட் திரைப்படத்தில் ஒரு பாடலைப் பயன்படுத்த அவர்கள் மேற்கொள்ளும் வழிமுறைகள் வேறு, இந்தியாவின் வழிமுறைகள் வேறு. இப்படிச் சொல்வதானால், அமெரிக்கா போன்ற நாடுகளில் சட்டப் பிரச்சினைகள் எதுவும் வந்ததில்லை என்று பொருள் அல்ல. “லயன் கிங்” அதற்கு உதாரணம். என்றாலும், பிரச்சினைகளை நீதிமன்றங்கள் மூலம் தீர்த்துக் கொள்ளும் வழியைத் தருகின்றன அமெரிக்காவின் விதிமுறைகள். “நாம் ஏன் ஹாலிவுட்டைப் பார்க்க வேண்டும்? அவர்கள் வழக்கம் அவர்களுக்கு. நமது வழக்கம் நமக்கு. நாமும் ஹாலிவுட் போன்றே செயல்பட வேண்டும் என்பது கட்டாயமா என்ன ?”

நியாயமான கேள்வி. ஆனால், பிரச்சினை ஹாலிவுட் போன்று செயல்படுவதா இல்லையா என்பதல்ல. அது இன்னும் ஆழமானது. அதைப் புரிந்து கொள்ள, நாம் பிரிட்டிஷ் இந்தியாவின் தொடக்ககால கிராமஃபோன் ஒலிப்பதிவு நடந்த நாட்களுக்குச் செல்வோம்...

பாடல் யாருக்கு உரிமையானது?: புதிய இந்தியாவின் கேள்வி

1899 ஆம் ஆண்டு, லண்டனில், முதன் முதலாக “கிராமஃபோன் கம்பனி”க்காக, மூன்று இந்தியர்களின் பாடல்களைப் பதிவு செய்தார் “ஃப்ரெட் கெய்ஸ்பெர்க்”. இந்த இசைத்தட்டிற்கு, “ஓரியண்டல் இசை” என்று பெயரிடப்பட்டது மூன்று ஆண்டுகளுக்குப் பின்...

ஆபரா பாடகன் கரூஸோ, இத்தாலியின் மிலன் நகர் ஹோட்டல் அறை ஒன்றில் தனது முதல் இசைத்திட்டைப் பதிவு செய்த ஆறு மாதங்களில், கல்கத்தாவின் ஹோட்டல் அறை ஒன்றில் இந்தியாவின் முதல் இசைத்தட்டு பதிவு செய்யப்பட்டது. அன்றைய நாட்களில் ஹோட்டல் அறைகளையும் ஸ்டூடியோவாகப் பயன்படுத்துவது வழக்கம். 1902 ஆம் ஆண்டு, ஃப்ரெட் கெய்ஸ்பெர்க், கல்கத்தாவின் “கிரேட் ஈஸ்டன் ஹோட்ட”லில்,

சசிமுகி, பெனி பாலா என்ற இரண்டு இந்தியப் பெண்களின் பாடல்களைப் பதிவு செய்தார். அன்று தொடங்கி, பாரம்பரிய இந்திய இசை, கிராமப்புற இசை, என்று இசைத்தட்டுத் தொகுப்புகள் புதிது புதிதாக உருவாகின. கிராமஃபோன், இந்தியாவின் இசையைத் தேடித் தேடிக் கண்டடைந்து கொண்டிருந்தது. பின்னர் இசைத் தட்டுக்களைத் தயாரிக்கவும், விநியோகம் செய்யவும் தேவையான அமைப்புகளை மளமளவென்று உருவாகத் தொடங்கியது "கிராமஃபோன் கம்பனி ஆப் இந்தியா". இதுவே இன்றைய "சரிகமா லிமிடேட்". இந்தியாவின் மிகப் பழமையான ரெகார்ட் லேபிள் இதுவே. கல்கத்தாவில் முதல் இசைத்தட்டு உருவாகி முப்பது ஆண்டுகளுக்குப் பின் வெளிவந்த ஒரு திரைப்படம், தலைகீழாக மாறப் போகும் இந்திய இசைச் சந்தையை முன்னறிவித்தது. அதுவே இந்தியாவின் முதல் பேசும் படம் "ஆலம் ஆரா".

1931 ஆம் ஆண்டில் வெளிவந்த இந்த "ஆலம் ஆரா", ஏழு பாடல்களைக் கொண்டிருந்தது. அடுத்த வருடம் வெளிவந்த "இந்திரா சபா" என்ற திரைப்படம் 71 (சில குறிப்புகளின்படி 69 அல்லது 72) பாடல்கள் கொண்டிருந்தது. இது அமெரிக்க ரெகார்ட் லேபிள்களின் பத்து ஆல்பங்களுக்குச் சமம். இப்போது ரெகார்ட் லேபிள்கள் தங்கள் பார்வையை, முழுவதும் இந்தியத் திரைப்படப் பாடல்கள் நோக்கித் திருப்பி இருந்தன. திரைப்படப் பாடல்களின் உரிமை அவர்களுக்கு விருப்பமானதானது. அதற்கு இரண்டு காரணங்கள் இருந்தன.

முதல் காரணம்:

இந்தியாவில் திரைப்பட ஸ்டுடியோக்கள் உருவாகின. திரைப்படங்களில் வெளிவந்த பாடல்கள், இந்திய இசைச் சந்தையின் எண்பது சதவிகித இடத்தை பிடித்துக் கொண்டன.

இரண்டாவது காரணம்:

அமெரிக்கா போன்ற மேலை நாடுகளில் ரெகார்ட் லேபிள்கள் செய்தவந்த வேலைகளை, இந்தியாவில் திரைப்பட ஸ்டுடியோக்கள் செய்தன. கலைஞர்களைக் தேடித் கண்டுபிடித்தல், ஹிட் பாடல்களை வடிவமைத்தல், ரெகார்ட் செய்தல் போன்ற வேலைகள் அனைத்தையும் திரைப்பட ஸ்டுடியோக்கள் பார்த்துக் கொண்டன. இந்தியாவில் ரெகார்ட் லேபிள்கள் செய்ய வேண்டி இருந்தவை இரண்டு வேலைகள் மட்டுமே. ஒன்று, விநியோகத்தைக் கட்டுப்பாட்டில் வைத்துக் கொள்ளுதல். மற்றொன்று, சந்தையைக் கண்காணிப்பில் வைத்திருத்தல். இந்திய இசைத்துறையில் நாடித் துடிப்பை அன்று புரிந்துகொண்ட ரெகார்ட் லேபிள்கள், இன்றுவரை அந்த இரண்டு வேலைகளையும் வெற்றிகரமாகச் செய்து வருகின்றன. இந்தியாவில் அவர்களுக்கு வேலைகளும், பொறுப்புகளும் குறைவு. லாபம் அதிகம்.

இந்தியாவில் உருவான இசைத்துறை அமைப்புகள்

குவெண்டின் டேரண்டினோ

இப்போது இந்திய இசைத்துறையின் உரிமைகளைப் பாதுகாக்க தொழில் அமைப்புகள் உருவாகின. சங்கம் அமைப்பதில் முந்திக் கொண்டவர்கள் ரெகார்ட் லேபிள்கள். 1933 ஆம் ஆண்டு கல்கத்தாவில், "இந்தியன் போனோகிராஃப் இன்டஸ்டரி" (IPI) என்ற அமைப்பும், பின்னாட்களில் "இந்தியன் ம்யூசிக் இன்டஸ்டரி" (IMI) என்று மற்றொரு அமைப்பும் உருவாயின. 1945 ஆம் ஆண்டு , கல்கத்தாவில், திரைப்படத் தயாரிப்பாளர் மற்றும் ஸ்டூடியோகள் அமைப்பு உருவானது. "ஈஸ்ட் இன்டியன் மோஷன் பிக்சர் அசோசியேஷன் "(EIMPA) என்பது அதன் பெயர். ரெகார்ட் லேபிள்கள் மற்றும் திரைப்படத் தயாரிப்பாளர்கள் சங்கங்கள் இந்தியா காலனி ஆதிக்கத்தில் இருந்து விடுதலை பெறுவதற்கு முன்பே உருவாகி விட்டன. சங்கம் ஆரம்பிக்க நீண்ட நாட்கள் காத்திருந்தவர்கள் இசையமைப்பாளர்களும், கவிஞர்களும்தான். இவர்கள் 1969 ஆம் ஆண்டு, மும்பையில் "இன்டியன் பெர்பார்மன்ஸ் ரைட்ஸ் சொசைட்டி" (IPRS) என்று பெயரில் சங்கம் தொடங்கினர். இப்போது, புதிய இந்தியா ஒரு புதிய கேள்வியைச் சந்தித்தது. கவிஞர் எழுத, இசையமைப்பாளர் இசையமைக்க, திரைப்படப் பாடல்கள் உருவாகின்றன. இவற்றுக்குத் தயாரிப்பாளரே செலவு செய்கிறார். இப்போது, அந்தப் பாடல்கள் யாருக்குச் சொந்தம்? இந்தக் கேள்வி இசையமைப்பாளர்கள் மற்றும் திரைப் படத் தயாரிப்பாளர்கள் இடையே எழுந்தது. அதுவே ஒரு வழக்காகி, நீதிமன்றமும் சென்றது.

1974 , கல்கத்தா நீதி மன்றம்...

ஒப்பந்தங்கள் எதுவும் செய்து கொண்டிருக்கவில்லை என்றால், தயாரிப்பாளர்களுக்கே பாடல்களின் உரிமை சொந்தம் என்று தீர்ப்பளித்தது நீதிமன்றம். இந்தத் தீர்ப்பை எதிர்த்து, இசையமைப்பாளர்கள் உச்ச நீதிமன்றத்தில் மேல்முறையீடு செய்தனர்.

1977, உச்ச நீதி மன்றம்...

கல்கத்தா உயர் நீதிமன்றத் தீர்ப்பை உறுதிப்படுத்தியது உச்ச நீதிமன்றம். *Indian Performing Right Society Ltd. v. Eastern India*

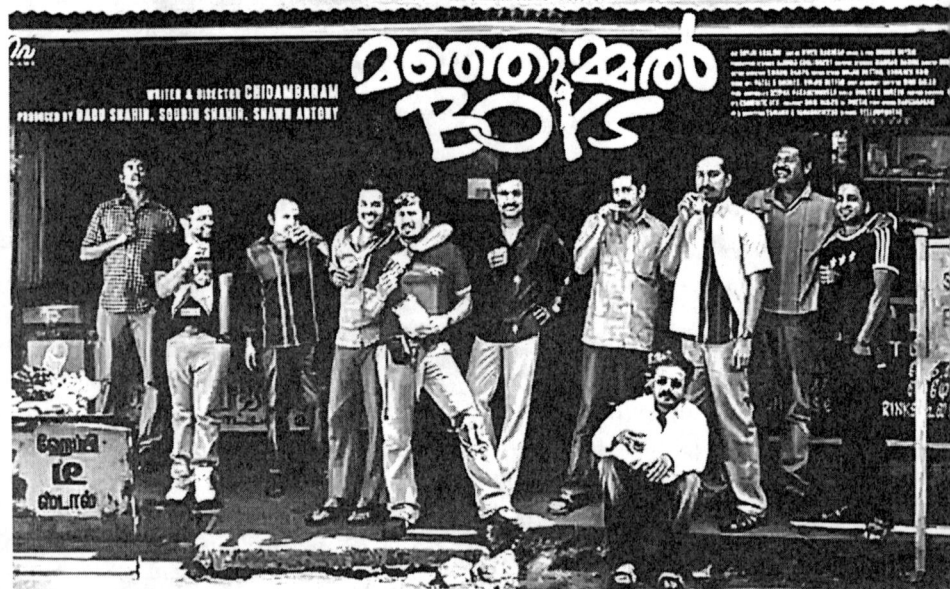

Motion Pictures Association 1977 இந்த உச்ச நீதிமன்றத் தீர்ப்பு மூலம், திரைப்படப் பாடல்களின் உரிமை தயாரிப்பாளர்களுடையது என்பது உறுதியானது. இசைக் கலைஞர்கள் பாடல்களை உருவாக்கினர். தயாரிப்பாளர்கள் அவற்றின் சொந்தக்காரர்கள் ஆகினர். தயாரிப்பாளர்களிடம் இருந்து அந்த உரிமையை விலை கொடுத்து வாங்கிக் கொண்டன ரெகார்ட் லேபிள்கள், அந்தப் பாடல்கள் தேய்ந்து அழியும் வரை வியாபாரம் செய்து லாபம் சம்பாதித்தன. இதன் பின் அவ்வப்போது பாடல்களின் உரிமை கோரி இசையமைப்பாளர்கள், கவிஞர்கள் தொடுத்த வழக்குகளின் தீர்ப்புகள், 1977 ஆண்டின் உச்ச நீதிமன்றத்தின் அடிப்படையிலேயே அமைந்தன. அவை வலியுறுத்திது இதுவே - "பாடல்கள் திரைப்படத் தயாரிப்பாளருக்கே உரிமையானவை". 2012 ஆம் ஆண்டு, புதிய காப்பிரைட் சட்டத்திருத்தம் ஒன்றை இந்திய நாடாளுமன்றம் நிறைவேற்றும் வரை, இந்த நிலையே நீடித்தது. அந்த சட்டத் திருத்தம் உருவாவதில் முக்கியப் பங்காற்றியவர் கவிஞர் "ஜாவேத் அக்தர்". அப்போது ராஜ்ய சபை உறுப்பினராக இருந்த அவர், புதிய திருத்தச் சட்டம் உருவாகப் பெருமுயற்சி எடுத்தார். அவரது அந்த முயற்சிக்கு, அவர் நடத்திய ஒரு நீதிமன்ற வழக்கே கூடக் காரணமாகி இருந்திருக்கலாம். ஜாவேத் அக்தர் பாடல் எழுதி வெளிவந்திருந்தது "பியார் கி துன்" என்ற திரைப்படம். அந்தப் படத்தின் பாடல்கள் மீது தனக்கு இருக்கும் உரிமையைக் கோரி, தயாரிப்பு நிறுவனம் "மாஜிக் மந்த்ரா விஷன்" மீது நீதிமன்ற வழக்குத் தொடுத்தார் ஜாவேத் அக்தர்.

2006, டெல்லி உயர் நீதி மன்றம்...

"ஜாவேத் அக்தர், தனது பாடல்களின் உரிமையை எங்களுக்கு எழுதிக் கொடுத்து விட்டார். இதோ பாருங்கள் ஒப்பந்தம்" என்று காட்டியது தயாரிப்பு நிறுவனம். "இது உங்கள் கையெழுத்து தானே...?" என்று கேட்டது நீதிமன்றம். "ஆம். ஆனால், சரியாகப் புரிந்து கொள்ளாமல் கையெழுத்துப் போட்டுவிட்டேன்", என்றார் கவிஞர் அக்தர். ஒப்பந்தத்தில் கையெழுத்துப் போட்டுவிட்டு, தயாரிப்பாளரை வழக்குப் போட்டு அலைக்கழித்தார் என்ற காரணத்திற்காக, ஒரு லட்ச ரூபாய் அபராதம் விதிக்கப்பட்டது ஜாவேத் அக்தருக்கு. *Javed Akhtar v. Magic Mantra Vision (2006)* அதே காலகட்டத்தில் ஜாவேத் அக்தருக்கு மற்றுமொரு அனுபவமும் ஏற்பட்டிருந்தது. "ஷாருக் கான்" நடிப்பில், 2007 ஆம் ஆண்டு வெளிவந்த திரைப்படம் "ஓம் சாந்தி ஓம்". இதன் இசையமைப்பாளராக முதலில் முடிவு செய்யப்பட்டவர் "ஏ ஆர் ரஹ்மான்". அந்தப் படத்தின் பாடல் உரிமையை வாங்கி இருந்தது "டீ சீரிஸ்". 'பியார் கி துன்' படத்தின் பாடல் உரிமையை ஜாவேத் அக்தர் எழுதிக் கொடுத்தது போல, தன் உரிமையை முழுமையாக விட்டுக் கொடுக்க ரஹ்மான் விரும்பவில்லை. ஆனால், டீ சீரிஸ் அதற்குச் சம்மதிக்கவில்லை. இறுதியில், ரஹ்மான் அந்தப் படத்திற்கு இசையமைக்க முடியாமல் போனது. அந்தத் திரைப் படத்திற்குப் பாடல்கள் எழுதியவரும் ஜாவேத் அக்தர்தான். "ஓம் சாந்தி ஓம்" திரைப்படத்தில் ரஹ்மான் பணியாற்ற வேண்டுமா, இல்லையா என்று முடிவு செய்யும் வல்லமையை டீ சீரிஸ் பெற்றது எப்படி? இந்தக் கேள்விக்கான பதிலை அறிந்து கொள்ள, நாம் 2012 ஆம் ஆண்டு காப்பிரைட் சட்டத் திருத்தம் உருவாகக் காரணமான சூழல், மற்றும் IPRS நிர்வாகத்தில் ஏற்பட்ட மாற்றங்கள் ஆகியவற்றைத் தெரிந்து கொள்ள வேண்டும். நாம் காணப்போகும் இந்தக் கதை, ஒரு ஆய்வுக் கட்டுரையின் அடிப்படையில் எழுதப்பட்டது. சட்ட நிபுணர் "டி பிரசாந்த் ரெட்டி", 2012 ஆம் ஆண்டு காப்பிரைட் சட்டத் திருத்தத்தின் பின்னணியை ஆராய்ந்து எழுதிய ஆய்வுக் கட்டுரையே அது. அவரது ஆய்வுக்கட்டுரை, தகவல் அறியும் உரிமைச் சட்டத்தின் (RTI Act) கீழ் பெறப்பட்ட தகவல்கள், நீதிமன்ற ஆவணங்கள், IPRS ன் நிதிநிலை அறிக்கைகள் மற்றும் பொதுக்குழு கூட்ட ஆவணங்கள் ஆகியவற்றை ஆராய்ந்து எழுதப்பட்ட கட்டுரை.ஆசிரியர் பிரசாந்த் ரெட்டி, மேலே சொல்லப்பட்ட ஆவணங்களின் அடிப்படையில் IPRS நிர்வாகத்தில் நடந்த மாற்றங்கள், ஒப்பந்தங்கள், தேர்தல்கள், வழக்குகள் என அனைத்தையும் விரிவாக ஆராய்ந்து இருக்கிறார். *Reddy, Prashant, The Background Score To The Copyright (Amendment) Act, 2012 (August 5 .(2012 ,17 NUJS Law Review 2012) 469)*, நாம் காணப்போகும் IPRS இன் இந்தக் கதை, ஒரு திரைப்படத்தை விடப் பரபரப்பானது.

18

IPRS தோன்றியது எப்படி?

மும்பை, 2009 ஆம் ஆண்டு ஜனவரி மாதம்... அந்த 83 வயது இசையமைப்பாளர், தன் முதிய விரல்களால் ஒரு கடிதத்தை எழுதிக் கொண்டிருந்தார். அது, இறுதியாக ஒரு முறை அவரது கோரிக்கைகளை வலியுறுத்தி, மத்திய அரசின் மனித வள மேம்பாட்டுத் துறைக்கு அனுப்புவதற்கான கடிதம். அவர்தான், "ஒரு வடக்கன் வீர கதா", "வைஷாலி" போன்ற மலையாளத் திரைப்படங்களுக்கும், மேலும் பல ஹிந்தித் திரைப்படங்களுக்கும் இசையமைத்தவர். "பாம்பே ரவி" என்று அறியப்பட்ட இசையமைப்பாளர் "ரவி சங்கர் ஷர்மா". மனைவியை இழந்தபின் தன் மகளுடன் வாழ்ந்து வந்த அவர், 'தனது பாடல்கள் மூலம் வரவேண்டிய ராயல்டி தொகை தனக்கு மறுக்கப்படுகிறது என்றும், ரெகார்ட் லேபிள்கள் தன்னைத் துன்புறுத்துகின்றன' என்றும் கூறி, அரசிடம் தனக்கு நிவாரணம் கோரி இருந்தார்.

மூன்று வருடங்களுக்குப் பின்...

தேசிய விருதுகள் பல வென்றிருந்த பத்மஸ்ரீ பாம்பே ரவி, தனக்கு பாடல்கள் மூலம் வரவேண்டிய ராயல்டிக்குக் காத்திருந்த படியே இறந்து போனார். எழுத்தாளர்களைத் துன்புறுத்தி வந்த பதினாறாம் நூற்றாண்டின் ஸ்டேஷனர்ஸ் கம்பனி, எல்லா காலங்களிலும் ஏதோ ஒரு வடிவத்தில் தொடர்ந்து வரவே செய்கிறது. அந்தக் காலகட்டத்தில் பாம்பே ரவி போன்ற இசையமைப்பாளர்களுக்கு வரவேண்டிய

ஜாவேத் அக்தர்

ராயல்டி ஏன் நிறுத்தப்பட்டது? ரெகார்ட் லேபிள்கள் மீது இசையமைப்பாளர் ரவி வைத்த குற்றச் சாட்டுகள் எதனால்? இவற்றை அறிய, நாம் IPRS அமைப்பின் தோற்றமும் வளர்ச்சியும் குறித்துத் சற்று விவரமாகத் தெரிந்து கொள்வது அவசியம்.

IPRS இன் தொடக்க கால சவால்கள்

1969 ஆம் ஆண்டில் மும்பையில், "இன்டியன் பெர்பார்மன்ஸ் ரைட்ஸ் சொசைட்டி" (IPRS) அமைப்பு தோன்றியது என்று பார்த்தோம். இது அடிப்படையில் ஒரு ராயல்டி அமைப்பு. அப்போது திரையிசைத் துறையில் பணிபுரியும் எவரும், நூறு ரூபாய் கொடுத்து உறுப்பினர் ஆகலாம். ஒரு படமோ, நூறு படங்களோ, ஒருவர் எத்தனை திரைப்படங்களில் பணியாற்றினார் என்பது கணக்கில்லை. அனைவருக்கும் ஒரே வகையான வாக்களிக்கும் உரிமை. திரைப்பாடல்கள் உரிமை குறித்த 1977 உச்ச நீதிமன்ற வழக்கைப் பார்த்தோம். அதன்படி, தயாரிப்பாளருக்கே பாடல்கள் சொந்தம் என்று முடிவானது என்றும் பார்த்தோம். இசையமைப்பாளர்கள் பாடல்களின் உரிமையை இழந்து நின்ற இந்த சூழ்நிலையில், 1990 களில் இந்திய ராயல்டி அமைப்பு IPRS, மேலும் புதிய சவால்களைச் சந்திக்கத் தொடங்கி இருந்தது. அதற்கு ரெகார்ட் லேபிள்கள் காரணம் ஆயின.

IPRS இல் ஊடுருவிய ரெகார்ட் லேபிள்கள்

இந்தியா அப்போதுதான் புதிய பொருளாதாரக் கொள்கையை அமலாக்கி இருந்தது. இதன் காரணமாக ரெகார்ட் லேபிள்கள் புதிய சந்தை வாய்ப்புக்களைக் காணத் தொடங்கின. அவற்றுள் முக்கியமானது, "மொபைல் ரிங்டோன்". அப்போது இந்தியா மொபைல் போன்களைப் பயன்படுத்தத் தொடங்கி இருந்தது. ரெகார்ட் லேபிள்களின் கவனம் இப்போது IPRS இன் பக்கம் திரும்பியது. IPRS உடன் ஒப்பந்தம் ஒன்றைச் செய்து கொள்ள முடிவு செய்தது. இந்த உடன்படிக்கை மூலம் ரிங்டோன் சந்தை வாய்ப்புகளைப் பயன்படுத்திக் கொள்ள முடியும் என்று கருதின ரெகார்ட் லேபிள்கள். 1993 இல் ராயல்டி அமைப்பு IPRS, ரெகார்ட் லேபிள் அமைப்பு PPL மற்றும் IMI ஆகியவை ஒரு புரிந்துணர்வு

உடன்படிக்கை செய்து கொண்டன. அதன்படி, IPRS தனது நிர்வாகக் குழுவிலிருந்து தயாரிப்பாளர்களை நீக்கி, அந்த இடங்களில் ரெகார்ட் லேபிள்களை நியமித்தது. ஆனால், அவர்கள் "பப்ளிஷர்" என்ற பெயரில் இணைத்துக் கொள்ளப்பட்டனர். சர்வதேச அளவில், ராயல்டி அமைப்புகளில் இசையமைப்பாளர்கள், பாடலாசிரியர்கள் இவர்களுடன், பப்ளிஷர்களும் இடம் பெறுவது வழக்கம். ஆனால், இந்திய திரை இசையைப் பொறுத்தவரை "பப்ளிஷர்" என்ற தனித்த தொழில் ஒன்று இருந்ததில்லை. எனவே, ரெகார்ட் லேபிள்களே "பப்ளிஷர்" என்ற பெயரில் இணைந்து கொண்டனர். இப்போதைக்கு இந்த அளவில் புரிந்து கொள்வோம். அடுத்து நாம் இதனை விரிவாகப் பார்க்க இருக்கிறோம். இசையமைப்பாளர்கள், பாடல் ஆசிரியர்கள் ஆகியோரின் கை ஓங்கி இருந்த IPRS இன் நிர்வாகக் குழு, இப்போது சரிபாதி அளவு ரெகார்ட் லேபிள்கள் உறுப்பினர்களைக் கொண்டதாக மாறியது. IPRS செய்து கொண்ட உடன்படிக்கையின்படி, ராயல்டி வருவாயில், %50 ரெகார்ட் லேபிள்களுக்கு. %30 இசையமைப்பாளருக்கு. %20 பாடல் ஆசிரியருக்கு. ரெகார்ட் லேபிள்கள் பெற்ற பங்கு "உரிமைத் தொகை" என்று அழைக்கப் பட்டது. அதாவது, சட்டபூர்வ ராயல்டி. ஆனால், இசையமைப்பாளர்கள் மற்றும் பாடல் ஆசிரியர்கள் பெற்ற பங்கு "ஊக்கத் தொகை" என்று அழைப்பப்பட்டது. ஆவணப்படி அது "சட்டபூர்வ ராயல்டி" அல்ல. இந்த உடன்பாட்டை IPRS ஏன் ஏற்றுக்கொண்டது? புதிய பொருளாதாராச் சூழலில் உருவாகி வந்த புதிய இசைச் சந்தையில், IPRS தனது நடவடிக்கைகளை விரிவுபடுத்த வேண்டியிருந்தது. அதற்கான பொருளாதாரத் தேவையும் இருந்தது. இது போன்ற காரணங்களால் அந்த உடன்பாடு எட்டப்பட்டு இருக்கலாம் என்று கருதப்படுகிறது.

மொபைல் ரிங்டோன் : தங்கச் சுரங்கம்

தொன்னூறுகளின் இறுதியில், இந்தியா மொபைல் போன்களால் நிறைந்தது. ஒவ்வொரு புதிய போனுக்கும் ஒரு ரிங்டோன் தேவைப்பட்டது. ஒவ்வொரு ரிங்டோனிலும் ராயல்டி வந்தது. சாதாரணாமாக இருந்த மொபைல் ரிங்டோன் சந்தை, வளம் கொழிக்கும் தங்கச் சுரங்கம் ஆக மாறும் என்று யாரும் எதிர்பாத்திருக்கவில்லை. அந்த நேரத்தில்தான், ரெகார்ட் லேபிள் அமைப்புகளுடன் செய்து கொண்ட உடன்படிக்கையின் உண்மையான விளைவுகளை IPRS உணரத் தொடங்கியது. IPRS இற்குக் கிடைத்துவந்த ரிங்டோன் ராயல்டி குறைந்து கொண்டே வந்து, பின் முற்றிலும் நின்று போனது. அதே நேரம் IPRS நிர்வாகத்தைத் தன் கட்டுப்பாட்டில் வைத்திருந்த ரெகார்ட் லேபிள் அமைப்பின் ரிங்டோன் வருவாய் பெருமளவு உயர்ந்திருந்தது. 2004 ஆம் ஆண்டில், 3.65 கோடிகளாக இருந்த

IPRS ரிங்டோன் ராயல்டி, அடுத்தடுத்த வருடங்களில் 38 லட்சமாகி, 10 லட்சமாகி, பின்னர் இல்லாமலே போனது. அதே நேரம் ரெகார்ட் லேபிள் அமைப்பின் ரிங்டோன் வருவாய் 7 கோடியில் இருந்து 165 கோடியானது. அதன் மொத்த ரிங்டோன் ராயல்டி வருவாய், 525 கோடிகள். சுமார் %2239 வளர்ச்சி.

சட்ட நாடகங்கள் (2008–2004)

ரெகார்ட் லேபிள்கள், *IPRS* ல் ஆதிக்கம் செலுத்தின. ஆனாலும் அவர்களுக்கு ஒரு அச்சுறுத்தல் இருந்தது. அது - ஜனநாயகம். இசையமைப்பாளர்கள், பாடல் ஆசிரியர்கள் ஒவ்வொருவருக்கும் வாக்களிக்கும் உரிமை இருந்தது. *IPRS* கலைஞர்கள், கவிஞர் ஜாவேத் அக்தரை நிர்வாகக் குழு உறுப்பினராகத் தேர்வு செய்தனர். அக்தர் பாடல்கள் எழுதும் கவிஞர் மட்டுமல்ல. கலைஞர்களின் உரிமை குறித்து சிந்தித்தும், பேசியும் வருபவர். மேலும், இரண்டு பப்ளிஷிங் நிறுவனங்கள், அக்தருடன் சேர்ந்துகொண்டு, “பப்ளிஷர்” பதவிக்குப் போட்டியிட்ட இரண்டு ரெகார்ட் லேபிள்களைத் தேர்தலில் தோற்கடிக்கவும் செய்தனர். அப்படித் தேர்தலில் தோற்கடிக்கப் பட்ட இரண்டு நிறுவனங்கள் எவை? சோனி மற்றும் யூனிவர்சல் ஆகியவை. உலகின் இசைச் சந்தையை கட்டியாளும் முதல் மூன்று நிறுவனங்களில் இரண்டு. இந்தத் தோல்விக்கு அக்தரும், அவரது ஆதரவாளர்களும் விலை கொடுக்காமல் இருக்க முடியுமா?

அந்த விலை - அலைக்கழிக்கும் நீதிமன்ற வழக்குகள்.

அக்தர் தேர்ந்து எடுக்கப்பட்டது முறைகேடானது என்றும், பொதுக்குழுக் கூட்டங்கள் நடத்தத் தடை விதிக்கக் கோரியும், சில பொதுக் குழு முடிவுகள் செல்லாதென்று அறிவிக்கக் கோரியும் எனப் பல்வேறு காரணங்கள் சொல்லி, மூன்று நீதிமன்ற வழக்குகளைத் தொடுத்தது “சரிகமா லிமிடெட்” *(SaReGaMa)*. வழக்கு தொடுக்கப்பட்ட நீதிமன்றம், *IPRS* இயங்கிவந்த மும்பயில் வெகு தொலைவில், கல்கத்தாவின் அருகில் இருந்த “பர்சாத்” நீதிமன்றம் . “பர்சாத்”, *RPG* என்ற ரெகார்ட் லேபிள் செல்வாக்குச் செலுத்தும் பகுதியாகும். இதன் காரணமாகவே, வழக்குத் தொடுக்க பர்சாத் நீதிமன்றம் தேர்ந்தெடுக்கப்பட்டு இருக்கலாம். நீதிமன்றங்களின் வழக்கத்திற்கு மாறாக, “சரிகமா” தொடுத்த முதல் வழக்கு 31 முறையும், இரண்டாம் வழக்கு 67 முறையும், மூன்றாம் வழக்கு 71 முறையும் ஒத்தி வைத்தது பர்சாத் நீதிமன்றம். மொத்தம் 169 ஒத்திவைப்புகள். இந்த வழக்கை எதிர்கொண்டவர்கள் ஜாவேத் அக்தர் மற்றும் தேர்தலில் அவர் பக்கம் நின்ற இரண்டு பப்ளிஷர்கள் உட்படப் பதிமூன்று பேர். இவர்கள் ஒவ்வொரு ஒத்திவைப்பிற்கும், மும்பையில் இருந்து நேரம், பொருள் இவற்றை விரயம் செய்து,1,600 கிலோ மீட்டர்கள் சென்று வந்தனர். இந்த அலைக்கழிப்பே அவர்களுக்கு ஒரு தண்டனை ஆனது. இந்த நேரத்தில்தான், ஏ ஆர் ரஹ்மான் “ஓம்

சாந்தி ஓம்" திரைப்படத்தில் பணியாற்ற வேண்டுமா, இல்லையா என்பதை முடிவு செய்யும் இடத்திற்கு வந்திருந்தது டீ சீரிஸ்.

பழி வாங்கப்பட்ட ஜாவேத் அக்தர் (2008)

ஜனவரி 2008...

கவிஞர் ஜாவேத் அக்தரும் அவரது ஆதரவாளர்களும் நீதிமன்ற வழக்குகளால் அலைக்கழிக்கப்பட்டுக் கொண்டு இருக்கும் போது IPRS, தனது 37 வது பொதுக் குழுவைக் கூட்டியது. அன்றைய IPRS உறுப்பினர்களின் எண்ணிக்கை 1,500. ஆனால், அந்தப் பொதுக் குழுக் கூட்டத்தில் கலந்து கொண்ட உறுப்பினர்களின் எண்ணிக்கை 7. அந்த 7 உறுப்பினர்களும் ரெகார்ட் லேபிள்களே. கூடிய சில மணி நேரங்களில், அவர்கள் IPRS இன் சட்டதிட்டங்களை மாற்றத் தொடங்கினர். முன்போல அனைவருக்கும் ஒரே வகை வாக்களிக்கும் உரிமை இல்லை. ஒவ்வொருவரும் தங்கள் வசம் எத்தனை பாடல்கள் உரிமம் வைத்திருக்கிறார்களோ, அதைப் பொறுத்தே வாக்களிக்கும் உரிமை கொடுக்கப்படும். இது ரெகார்ட் லேபிள்கள் IPRS இல் உருவாக்கிய முக்கியமான மாற்றம். அந்தக் கூட்டத்தின் முடிவில், இந்திய ராயல்டி அமைப்பு IPRS தொடங்கப்பட்டதன் நோக்கம், முற்றிலுமாகச் சிதைக்கப் பட்டிருந்தது. அடுத்து நடைபெற்றதுதான் பெரிய அதிர்ச்சியைக் கொடுத்தது. IPRS உறுப்பினர்களாக இருந்த இசையமைப்பாளர்கள், பாடலாசிரியர்கள் ஒவ்வொருவருக்கும் ஒரு கடிதம் அனுப்பப்பட்டது.

"உங்கள் பாடல்களின் உரிமை இனி ரெகார்ட் லேபிள்களையே சாரும் என்று ஒப்புக் கொண்டு இதில் கையெழுத்துப் போடவேண்டும். அப்படிச் செய்யத் தவறும் உறுப்பினர்கள் இதுவரை பெற்று வரும் "ஊக்கத் தொகை" நிறுத்தப் படும்" என்று சொன்னது அந்தக் கடிதம் அந்த "ஊக்கத் தொகை"யை நம்பி வாழ்ந்து வந்த 1,473 கலைஞர்கள், கேட்டபடி கையெழுத்துப் போட்டுக் கொடுத்தனர். கையெழுத்துப் போட மறுத்தவர்களில் இசையமைப்பாளர் "பாம்பே ரவி"யும் ஒருவர். அதன் காரணமாக, அவருக்கு வழங்கப்பட்டு வந்த "ஊக்கத் தொகை" நிறுத்தப்பட்டது. அது குறித்தே அவர் தனது கடைசிப் புகார்க் கடிதத்தை எழுதிக் கொண்டிருந்தார். இப்போது ரெகார்ட் லேபிள்கள், IPRS ஐ முற்றிலுமாகக் கைப்பற்றி இருந்தன. இதனை எளிதாகப் புரிந்து கொள்ள, பின்வரும் இரண்டு முக்கியக் கூட்டங்கள் உதவும்.

மும்பை, 30, 2009 செப்டம்பர்...

அந்த உயர்தர ஹோட்டல் அறை ஒன்றில் அந்த இரண்டு கூட்டங்களும் நடந்தன. ஒன்று, இந்திய ராயல்டி அமைப்பு IPRS இன் 39 வது வருடாந்திரப் பொதுக் குழுக் கூட்டம். மற்றொன்று, ரெகார்ட் லேபிள்களின் அமைப்பான PPL ன் 68 வது வருடாந்திரப் பொதுக் குழுக்கூட்டம். ஒரே அறையில், வெறும் இரண்டு மணி

நேர இடைவெளியில் நடைபெற்ற இந்தக் கூட்டங்களில் ஒன்று, திரையிசைக் கலைஞர்களின் நலனைப் பாதுகாக்கக் கூடிய கூட்டம். மற்றொன்று, ரெகார்ட் லேபிள்களின் நலனைப் பாதுகாக்கக் கூடிய கூட்டம். ஆனால், முதல் கூட்டத்தில் தென்பட்ட சில முகங்கள், இரண்டாவது கூட்டத்திலும் தென்பட்டன. அந்த முகங்களின் சொந்தக்காரர்கள் சில ரெகார்ட் லேபிள் நிர்வாகிகள். அவர்கள் இரண்டு கூட்டங்களிலும் கலந்து கொண்டார்கள். ஏனென்றால், அவர்கள் அந்த இரண்டு அமைப்புகளையும் நிர்வாகம் செய்து வந்தார்கள். அது ஒரே நாளில் நிகழ்ந்தது அல்ல. பல வருடங்களாக, சிறிது சிறிதாக எடுத்த முயற்சிகளின் விளைவாக, ரெகார்ட் லேபிள்கள் இசைக் கலைஞர்களின் ராயல்டி அமைப்பு IPRS ஐ, முழுவதுமாகத் தங்களது கட்டுப்பாட்டில் கொண்டு வந்திருந்தன.

மூன்று வருடங்களில், இசையமைப்பாளர் "பாம்பே ரவி", தான் அனுபவித்து வந்த "துன்புறுத்தல்"களில் இருந்து நிரந்தரமாக விடுதலை பெற்றிருந்தார்.

கலைஞர்களின் போராட்ட இயக்கம் (2012–2009)

சில நேரங்களில் அநீதிக்கு எதிரான போராட்டம் ஒன்று பிறப்பதற்கு, மனதை உலுக்கும் மரணம் ஒன்று தேவைப்பட்டுத் தொலைக்கிறது. இது வரலாற்றின் குரூரங்களில் ஒன்று. ராயல்டி வேண்டிக் காத்திருந்து, காத்திருந்து இறந்து போன "பாம்பே ரவி" என்ற கலைஞனின் அந்த இறுதிக் கடிதம், அன்றைய IPRS இன் புரையோடிப் போயிருந்த ஊழல், இந்தியக் காப்பிரைட் சட்டங்களின் போதாமை ஆகியவற்றுக்குச் சாட்சியாக, மனிதவள மேம்பாட்டுத்துறை அமைச்சகத்தின் கோப்புகளில் தூங்கிக் கொண்டிருந்தது. அப்போது நடைபெற்ற ஒரு முக்கியமான நிகழ்வு, இந்த நிலை மாற காரணமானது.

பாராளுமன்ற உறுப்பினரான ஜாவேத் அக்தர்

IPRS ன் நிர்வாகக் குழுவில் முடக்கி வைக்கப்பட்டு இருந்த ஜாவேத் அக்தர், பாராளுமன்றத்தின் ராஜ்ய சபை உறுப்பினராகத் தேர்ந்தெடுக்கப் பட்டார். அதைவிட முக்கியமாக, அன்றைய மனிதவள மேம்பாட்டுத்துறை அமைச்சர் "கபில் சிபல்" உடன் ஒரு புதிய உரையாடலை நடத்தக் கூடியவராகவும் இருந்தார். காப்பிரைட் சட்டங்களில் மாற்றங்களைக் கொண்டு வருவதில் மனிதவள மேம்பாட்டுத் துறையின் பங்கு அவசியம். திரைப்படத் தயாரிப்பு நிறுவனங்கள், கவிஞர் ஜாவேத் அக்தரைப் புறக்கணிக்கத் தொடங்கின.

ரெகார்ட் லேபிள்கள் சொல்ல விரும்பியது இதுவே : "எங்களை பகைத்துக் கொள்ளும் ஒருவர், இந்தியத் திரைத் துறையில் பணியாற்ற முடியாது." அக்தரின் முயற்சியின் காரணமாக, பாராளுமன்றம் ஒரு குழுவை அமைத்தது. இந்தக் குழு

விவாதங்களில், ஒருபுறம் அக்தரின் பின் திரை இசைக் கலைஞர்கள். மறுபுறம் ரெகார்ட் லேபிள் மற்றும் தயாரிப்பு நிறுவனங்கள். எதிரும் புதிருமாக விவாதங்கள் நடந்தன.

போனோகிராஃப் கண்டு பிடிக்கப்பட்ட காலத்தில் இருந்து பாடிவரும் அதே பழைய பல்லவியை ரெகார்ட் லேபிள்கள் பாடின. தங்கள் முதலீடு மற்றும் ரிஸ்க், விநியோகம், சந்தைப்படுத்தல் இவைகளில் தங்கள் பங்களிப்பு...' என்று அதே வரலாற்றுக் காரணங்கள். ஆனாலும், இந்தியாவில் கேட்டது போல முழுமையான உரிமை வேண்டும் என்று மேலை நாடுகளில் எப்போதேனும் கேட்டதாக நாம் கேள்விப் படவில்லை. அக்தர் தரப்பு 'லட்சக் கணக்கில் சம்பாதிக்கும் பாடல்களை உருவாக்கி பின் வறுமையில் இருந்து போகும் கலைஞர்களின் வாழ்க்கை அவலம், வறுபுறுத்தி எழுதி வாங்கப்படும் உரிமை...' என்று பேசியது.

இந்தியப் பாராளுமன்றம்

2012, மே மாதம்... கவிஞர் அக்தர் கலைஞர்களின் நிலை, சட்டத்திருத்தத்தின் தேவை இவற்றை, அரசியல்வாதிகள் புரிந்து கொள்ளும்படி எடுத்துரைத்தார். வழக்கம் போல் அல்லாமல், இந்த முறை ஆளும் கட்சி, எதிர் கட்சி இரண்டும் அக்தர் குரலைக் காது கொடுத்துக் கேட்டன. 2012 இந்திய காப்பிரைட் திருத்தச் சட்டம் பாராளுமன்றத்தில் நிறைவேறியது.

புதிய சட்டம், புதிய சவால்கள்

புதிய சட்டத் திருத்தம் பின்வரும் மாற்றங்களைச் செய்தது. இசைக் கலைஞர்களின் ராயல்டி உரிமையை, அவர்களே நினைத்தாலும் விட்டுக் கொடுக்க இயலாதது. மேலும், இன்று எழுதப்படும் ஒரு ஒப்பந்தம் எதிர்காலத்தில் உருவாகும் புதிய தொழில் நுட்பங்களுக்குப் பொருந்தாது. உதாரணமாக, டேப் கேஸட் காலத்தில் ஒரு ஒப்பந்தம் செய்து கொண்டால், அது புதிய சீடீ தொழில்நுட்பத்திற்குச் செல்லாது. புதிய தொழில்நுட்பங்களுக்குப் ஒரு புதிய ஒப்பந்தங்கள் செய்து கொள்ளப்பட வேண்டும். ராயல்டி வருவாயில் %50 ரெகார்ட் லேபிள்களுக்கும், %25 இசையமைப்பாளருக்கும், %25 பாடலாசிரியருக்கும் என்ற விகிதம் உறுதி செய்யப்பட்டது. மேலும் காப்பிரைட் அமைப்புகளில், இசைக் கலைஞர்கள் உறுப்பினர்களாக இருப்பதோடு மட்டுமல்லாமல் நிர்வாகத்திலும் சம பங்கு பெறறவர்களாக இருக்க வேண்டும் என்றும் சொன்னது புதிய சட்டத் திருத்தம். மறுபுறம், ராயல்டி கணக்கீடு துல்லியமாக வரையறுக்கப் படவில்லை என்பது புதிய சட்டத்திருத்தின் குறை என்று சுட்டிக் காட்டுகிறார் ஆசிரியர் பிரசாந்த் ரெட்டி.

இந்தச் சட்டத் திருத்தம், இசையின் உரிமையை வெறும் பொருளாதாரக் கண் கொண்டு மட்டும் பார்க்காமல், தார்மீக

அடிப்படையிலும் பார்க்கிறது என்று சொல்கிறார். "ஆங்கிலோ சாக்ஸன்" மரபுக்கு மாறாக, "பிரெஞ்சு சட்ட மரபு" இன் அடிப்படையில் அமைந்திருக்கிறது என்று பாராட்டுகிறார். "திரைப்படப் பாடல்கள் மீது இசையமைப்பாளருக்கும், பாடல் ஆசிரியருக்கும் உரிமை கிடையாது, அவை தயாரிப்பாளருக்கே உரியவை" என்று சொன்ன 1977 உச்ச நீதிமன்றத் தீர்ப்பை, இந்தப் புதிய சட்டத் திருத்தம் செல்லாததாக்கியது என்று புரிந்து கொள்ளலாம். புதிய வழக்குகளில் நீதிமன்றங்கள் புதிய தீர்ப்புகளைக் கொடுத்தன. உதாரணமாக, பின்வரும் வழக்கைச் சொல்லலாம்.

2024 வோடஃபோன் மற்றும் IPRS வழக்கு

"வோடஃபோன்" நிறுவனம் தனது செல்போன் காலர் ட்யூன் போன்ற சேவைகளில, IPRS அனுமதி இன்றி, திரைப் பாடல்களைப் பயன்படுத்தி வந்தது. IPRS வழக்குத் தொடுத்தது. இந்த வழக்கில் தீர்ப்பளித்த கல்கத்தா உயர்நீதிமன்றம், வோடஃபோன், IPRS இன் அனுமதி பெறாமல் பாடல்களைப் பயன்படுத்தத் தடை வித்தித்தது. மேலும், அதுவரை பயன்படுத்திய பாடல்களின் ராயல்டி தொகையை IPRS க்கு கொடுக்கவும் உத்தரவிட்டது. *Vodafone Idea Ltd. v. The Indian Performing Right Society Ltd.,(2024)*

இந்த வழக்கின் தீர்ப்பின்போது , "காப்பிரைட் என்பது வெறும் பொருளாதாரம் ஈட்டும் சொத்து அல்ல. அது ஒரு படைப்பாளியின் நீட்சி..." என்று ஆசிரியர் பிராசாந்த் ரெட்டி இந்த ஆய்வுக் கட்டுரையில் குறிப்பிடுவதைச் சுட்டிக்காட்டியது நீதிமன்றம். இந்த வெற்றி, 2012 திருத்தச் சட்டம் கொடுத்த வெற்றி.

புதிய சட்டம், பழைய வழிமுறை

IPRS இந்தியக் கம்பனி சட்ட விதிகள் படி உருவான அமைப்பு. ஆனால், 2012 சட்டத் திருத்தத்தம், IPRS தன்னை புதிய விதிமுறைகளின் கீழ் மறுபதிவு செய்து கொள்ள வேண்டும் என்று சொன்னது. நிர்வாகத்தில் வெளிப்படைத் தன்மையை ஏற்படுத்தும் நோக்கத்தில் உருவாக்கப் பட்டது இந்தச் சட்டத் திருத்தம்.

முதலில் மறு பதிவு செய்து கொள்ள விண்ணப்பித்த IPRS, மற்றும் ரெகார்ட் லேபிள் அமைப்பு PPL ஆகியவை இரண்ம், தங்கள் விண்ணப்பங்களை திரும்பப் பெற்றுக் கொண்டன. தொடர்ந்து பழைய சட்ட விதிகளின் கீழ் தொடர்ந்து செயல்பட முடிவு செய்தன. இது, IPRS வெளிப்படைத் தன்மை கொண்ட புதிய சட்டத்திற்கு உடன்படவில்லை என்பதைக் காட்டுகிறது. ராயல்டி முறைகேடுகள், போலி ஆவணங்கள், அமலாக்கத்துறை விசாரணை IPRS ராயல்டி முறைகேடுகள் குறித்த குற்றச்சாட்டுகள் எழுந்தன. விசாரணையில் IPRS தொடர்புடைய இருவர் போலி ஆவணங்கள் தயாரித்தது கண்டுபிடிக்கப் பட்டது. மேலும்,

ராயல்டி தொகை முறைகேடாகப் பயன்படுத்தப் பட்டதென்று குற்றம் சாட்டி, அமலாக்கத் துறை, IPRS மற்றும் PPL தொடர்புடைய சில ரெகார்ட் லேபிள் அலுவலகங்களில் தேடுதல் வேட்டை நடத்தியது. சில ஆவணங்களைக் கைப்பற்றவும் செய்தது. மறைந்த கலைஞர் "ஜெகதீத் சிங்" என்பவரின் மனைவி "சித்ரா சிங்" தொடர்ந்த வழக்கில், ஜெகஜீத் சிங்கின் பாடல்களையும் அவர் உருவப் படங்களையும் இசை நிகழ்ச்சி ஒன்றில் பயன்படுத்தியதும், அதற்கான ராயல்டி வழக்காமல் போனதையும் கண்டறிந்த நீதி மன்றம், சித்ரா சிங்கிற்கு ஐந்து லட்சம் ரூபாய் கொடுக்கும்படி IPRS க்கு உத்தரவிட்டது. எதிர்காலத்தில், அனுமதி இன்றி ஜெகஜீத் சிங்கின் பாடல்களைப் பயன்படுத்தக் கூடாதென்றும் குறிப்பிட்டது. *Chitra Singh v. Indian Performing Right Society & Ors., 2016*

அரசு நடவடிக்கை

புதிய சட்டப்படி தன்னை மறுபதிவு செய்து கொள்ளாமலே லைசன்ஸ் உரிமம் வழங்கி வந்தது IPRS. சட்ட விதிமுறைகளை மீறி செயல்படுவது குறித்த கவலை ஏதும் IPRS நிர்வாகத்திற்கு இருக்கவில்லை.அரசுக்குப் புகார்கள் சென்றன. அரசும் இதனை விசாரிக்க நீதிபதி ஒருவரை நியமித்தது. அரசின் இந்த விசாரணையை எதிர்த்து, நீதிமன்ற வழக்குத் தொடுத்தது IPRS. நீதிமன்றம், IPRS விசாரணையில் இருந்து தப்ப விரும்புவதாக சொல்லிக் கண்டித்தது . அரசு விசாரணைக்கு IPRS கட்டுப்பட வேண்டும் என்றும் தீர்ப்பளித்தது. *Indian Performing Right Society Ltd. v. Union of India, 2015.* தனது நற்பெயர், நம்பகத் தன்மை இழந்த IPRS அரசின் விசாரணையையும் சந்தித்த செய்தி உலக அளவில் பரவியது. ராயல்டி அமைப்புகளின் என்ற சர்வதேசக் கூட்டமைப்பு CISAC, IPRS தனது அமைப்பில் இருந்து நீக்கியது.

மீண்டும் நம்பிக்கை: மீண்டும் ஜாவேத் அக்தர்

2017 ஆம் ஆண்டு, இசைக் கலைஞர்கள் ஒன்று சேர்ந்து ஜாவேத் அக்தர் IPRS தலைமைப் பதவிக்குத் தேர்ந்தெடுத்தனர்.

புதிய இலக்குகள் உருவாகின.

IPRS முறையாக மறு பதிவு செய்யப்பட்டது. அமைப்புச் சட்டத்தில் மாற்றங்கள் செய்யப்பட்டன. வெளிப்படைத் தன்மை உருவானது, லைசன்ஸ் வழங்கும் முறை திருத்தி அமைக்கப்பட்டது, கலைஞர்களுக்கு ராயல்டி வழங்கும் முறைகள் மேம்படுத்தப்பட்டன.

மீண்டும் ஏற்றுக் கொண்ட CISAC

IPRS ஐ நீக்கி வைத்திருந்த சர்வதேச அமைப்பு CISAC, அக்தரின் தலைமைக்கு மாறி இருந்த IPRS க்கு, தேவையான ஆலோசனைகளை வழங்கியது. கண்காணித்தும் வந்தது. சர்வதேச அளவில்

ஏற்புடைய வகையில் IPRS ன் நடைமுறைகள் மேம்படுத்தப்பட்டன. நிர்வாகம் சீரடைந்து, சர்வதேச அமைப்புகளுடன் ஒத்திசைவு உருவானது. CISAC மீண்டும் IPRS ஐத் தங்களுடன் இணைத்துக் கொண்டது. இன்று தனது கறை படிந்த வரலாற்றில் இருந்து IPRS மீண்டு வந்திருந்தாலும் கூட, ஒரு திறன்பட்ட அமைப்பாகவும், விமர்சனங்கள் மற்றும் குற்றச் சாட்டுகளுக்கு அப்பாற்பட்ட அமைப்பாகவும் மாறுவதற்கான பயணத்தில் இருக்கிறது IPRS. ஆனால் அப்போது இளையராஜா IPRS ஐ விட்டு வெளியேறியிருந்தார்.

IPRS இன் இன்றைய சவால்கள்

ராயல்டி கணக்கீடுகள், ராயல்டி வழங்குவதில் காலதாமதம், டிஜிட்டல் தளங்களில் இருந்து ராயல்டி பெறுவதில் உள்ள போதாமைகள், பாடல் ஒளிபரப்பு மற்றும் ஒலிபரப்பு குறித்து சரியான தகவல்கள் பெற இயலாத நிலை, இசைத் துறையினரின் காப்பிரைட் சட்டங்கள் குறித்த விழிப்புணர்வு இன்மை என்று, IPRS இன்று சந்திக்கும் சவால்கள் அதிகம். இன்று ஜாவேத் அக்தர் தலைமையில் இருக்கும் IPRS சந்திக்கவிருக்கும் சவால்கள் என்ன? கலைஞர்களின் உரிமையைப் பாதுகாக்கும் நோக்கத்துடன் உருவான இந்த அமைப்பு, இனியாவது அந்த இலக்கை எட்டுமா? ரெகார்ட் லேபிள்களை, "பப்ளிஷர்" (பதிப்பாளர்) என்ற பெயரில் நிவாகத்தில் வைத்திருக்கும் IPRS ல், வெளிப்படையான நிர்வாகம் சாத்தியமா? ரெகார்ட் லேபிள்கள் அவற்றிடம் உரிமை உள்ள பாடல்களின் பப்ளிஷர் ஆக இருப்பதில் என்ன பிரச்சினை? எவ்வளவு பெரிய பிரச்சினை? இதனை நாம் ஒரு கதையின் மூலம் புரிந்து கொள்ளலாம். இரண்டு கிராமங்கள் பற்றிய கதை. ஒரு பயணியின் குறிப்புகள் சொல்லும் கதை. வரலாறு பயணிகளின் குறிப்புகளால் அறியப்படுவது உலக வழக்கம்.

பின்குறிப்பு:

நாம் பார்த்த IPRS வரலாறு, சட்டத்துறை ஆய்வறிஞர் பிரசாந்த் ரெட்டியின் ஆய்வுக் கட்டுரையில் கொடுக்கப்பட்ட இருக்கும் தகவல்களின் அடிப்படையில், எளிதில் புரிந்து கொள்ளுமாறு கொடுக்கப் பட்டுள்ளது. குறிப்பான தகவல்கள் தேவைப்படுவோர், பின்வரும் பட்டியலைப் பயன்படுத்திக் கொள்ளலாம். ஒவ்வொரு பகுதியும் ஒரு தலைப்பின் கீழ் அமைக்கப் பட்டு இருக்கிறது. ஒவ்வொரு பகுதியின் இறுதியிலும் கட்டுரையின் பக்கம் எது எனவும் குறிப்பிடப் பட்டுள்ளது.

ஆய்வுக்கட்டுரை :

Reddy, Prashant, The Background Score To The Copyright (Amendment) Act, 2012 (August 5 .(2012 ,17 NUJS Law Review 2012) 469)

கட்டுரையில் ஆசிரியர் குறிப்பிடும் தகவல்கள்:

கடைசிக் கடிதம் - பாம்பே ரவியின் இறுதிப் போராட்டம்

[காட்சி: இசையமைப்பாளர் பாம்பே ரவி தனது கடைசி கடிதத்தை எழுதுகிறார்]

கடிதம் பற்றிய விவரங்கள்:

- தேதி: *ஜனவரி 2009 24*

- பெறுநர்: மனிதவள மேம்பாட்டுத் துறை அமைச்சகத்தின் இணைச் செயலாளர்

- முக்கியப் புகார்: ரெகார்ட் லேபிள்களால் முறையான துன்புறுத்தல்

- சூழல்: காலம் கடந்த பாடல்களைப் படைத்து தேசிய விருது பெற்றவர், ராயல்டி கிடைக்காமலேயே இறந்து போனார்

- குறிப்பிடத்தக்க படைப்புகள்: *"பயார் கியா தோ டர்னா கியா" (1963), "நீல் கமல்" (1968)*

- விருதுகள்: தேசிய விருது, கேரள மாநில விருது

மேற்கோள்: *NUJS சட்ட இதழ், தொகுதி 5, பக்கம் 508 2012)) Citation: NUJS Law Review, Vol. 5, p. 2012) 508)*

சட்ட நாடகங்கள் (2008-2004)

[காட்சி: நீதிமன்றத்தில் முடிவில்லாத வழக்குகள்]

சட்ட போராட்டம்:

- நீதிமன்றம்: பராசட் மாவட்ட நீதிமன்றம், கொல்கத்தா
- IPRS அலுவலகத்தில் இருந்து தூரம்: 1,662 கிலோ மீட்டர்
- வழக்குத் தாக்கல்: சரிகமா நிறுவனம் (RPG குழுமத்தின் மதிப்பு: 2.84$ பில்லியன்)

வழக்கு ஒத்திவைப்புகள்:

- முதல் வழக்கு: 31 முறை
- இரண்டாவது வழக்கு: 67 முறை
- மூன்றாவது வழக்கு: 71 முறை
- மொத்தம்: 169 ஒத்திவைப்புகள்

(சட்டப்படி அனுமதிக்கப்பட்டது:
வழக்குக்கு 3 ஒத்திவைப்புகள் மட்டுமே)

மேற்கோள்: NUJS சட்ட இதழ், தொகுதி 5, பக்கங்கள் 2012) 499-498) Citation: NUJS Law Review, Vol. 5, pp. 2012) 499-498)

பழி வாங்கப்பட்ட ஜாவேத் அக்தர் (2008)

[காட்சி: 1,500 உறுப்பினர்களின் அமைப்பை 7 லேபிள்கள் கைப்பற்றிய நாள்]

37வது பொதுக்குழு: தேதி: ஜனவரி 2008 ,5
கலந்து கொண்ட லேபிள்கள்:

- சரிகமா இந்தியா லிமிடெட்
- டிப்ஸ் இண்டஸ்ட்ரீஸ் லிமிடெட்
- யுனிவர்சல் மியூசிக் இந்தியா லிமிடெட்
- வீனஸ் ரெகார்ட்ஸ் அண்ட் டேப்ஸ் லிமிடெட்
- சோனி மியூசிக் எண்டர்டெயின்மெண்ட் லிமிடெட்
- வர்ஜின் இந்தியா லிமிடெட்
- குருனால் மியூசிக் லிமிடெட்

முக்கிய மாற்றங்கள்:

- IPRS அமைப்பு விதிகள் முற்றிலும் மாற்றியமைக்கப்பட்டன

- வாக்குரிமை உறுப்பினர் எண்ணிக்கையில் இருந்து பாடல்களின் உரிமைக்கு மாற்றப்பட்டது

மேற்கோள்: NUJS சட்ட இதழ், தொகுதி 5, பக்கங்கள் -495 499 (2012) Citation: NUJS Law Review, Vol. 5, pp. 2012) 499-495)

[காட்சி: கலைஞர்கள் தங்கள் உரிமைகளைத் துறக்க நிர்பந்திக்கப்பட்ட தருணம்]

எண்களில்:

- மொத்த உறுப்பினர்கள்: 1,500

- கையெழுத்திட்டவர்கள்: 1,473

- மறுத்தவர்கள்: ராயல்டி இழப்பு

கட்டாய ஒப்புதல்:

- பாடல்களின் முழு உரிமை லேபிள்களுக்கு

- 1993 உடன்படிக்கையை ஏற்றல்

- புதிய விதிகளுக்குக் கட்டுப்படுதல்

- ராயல்டி "ஊக்கத்தொகை" என ஏற்றல்

மேற்கோள்: NUJS சட்ட இதழ், தொகுதி 5, பக்கம் 504 (2012)

Citation: NUJS Law Review, Vol. 5, p. 2012) 504)

ஒரே அறை , இரண்டு பொதுக் குழுக்கள் - அதிகார மாற்றம்

[காட்சி: மும்பை ஹோட்டலில் இரண்டு கூட்டங்களில் ஒரே நிர்வாகிகள்]

பொதுக்குழுக் கூட்டங்கள்:

- தேதி: செப்டம்பர் 2009 ,30

- இரண்டு முக்கிய கூட்டங்கள்:

* IPRS இன் 39 வது பொதுக்குழு - கலைஞர்களின் உரிமைக்கான அமைப்பு

* PPL இன் 68 வது பொதுக்குழு - ரெகார்ட் லேபிள்களின் அமைப்பு

- இடைவெளி: இரண்டு மணி நேரம்

- இடம்: மும்பையின் ஒரே ஹோட்டல்

வருவாய் மாற்றம்:

IPRS (கலைஞர்களின் அமைப்பு):

- ரிங்டோன் வருவாய் ₹3.65 கோடியில் இருந்து பூஜ்யம் ஆனது

PPL (லேபிள்களின் அமைப்பு):

- ₹7.06 கோடியில் இருந்து ₹165.18 கோடிகள் ஆனது

- மொத்த வசூல் (2011-2004): ₹525.80 கோடிகள்

மேற்கோள்: NUJS சட்ட இதழ், தொகுதி 5, பக்கங்கள 507 505 (2012) Citation: NUJS Law Review, Vol. 5, pp. 2012) 507-505)

19

ஒரு பயணியின் குறிப்பு

தொடக்க காலங்களில், வரலாற்று ஆய்வாளர்கள் பயணம் செப்பவர்களாகவே இருந்தனர். மார்கோ போலோ, பாஹியான் போன்றவர்களின் பயணக்குறிப்புகளின் வரலாற்று முக்கியத்துவத்தை நாம் அறிவோம். ஆனால், "ஹெரோடோடஸ்" என்பவரே நமக்குத் தெரிந்த முதல் பயணக் கட்டுரை ஆசிரியர். இவரே "வராலற்றின் தந்தை" என அறியப்படுபவர். நமது இந்த அத்தியாயத்தில் முக்கியமான பாத்திரம் இது போன்ற ஒரு "கற்பனைப்" பயணியே. " அன்று அந்தப் பயணி மேலூர் கிராமத்தில் நுழைந்தபோது விடியத் தொடங்கி இருந்தது. புதிய இடங்களுக்குப் பயணம் செய்வதும், தான் பார்த்தவற்றைக் குறிப்புகளாக எழுதி வைத்துக் கொள்வதும் அவன் வழக்கம். மேலூரில் ஒரு விவசாயிகள் சங்கம் இருந்தது. அந்தச் சங்கத்தில் இரண்டு வகை உறுப்பினர்கள் இருந்தனர். ஒன்று, விவசாயிகள். மற்றொன்று, ஆலோசகர்கள்.

ஆலோசகர்கள், விவசாயிகளுக்கு அறிவியல் அடிப்படையில் புதிய விவசாய உத்திகளை அறிமுகம் செய்தனர். பூச்சிகள் தாக்குவதில் இருந்து பயிர்களைக் காத்தல், மண் பரிசோதனைகள் செய்தல், வியாபாரிகள் மற்றும் இடைத்தரகர்கள் இடம் விளைபொருட்களுக்கு விலை பேசுதல், தானியக் கிடங்கை நிர்வாகம் செய்தல், விளைபொருள்களின் தரம் மற்றும் புதிய சந்தை வாய்ப்புகள் பற்றி விவசாயிகளுக்கு ஆலோசனை

கொடுத்தல் என முக்கியமான பணிகளைச் செய்தனர்.

மேலூர் வியாபாரிகள்

மேலூர் வியாபாரிகள், விவசாயச் சங்கத்திடம் இருந்து தானியங்களைக் கொள்முதல் செய்து விற்பனை செய்தனர். இவர்களுடன் பேரம் பேசுவது, கணக்கு வழக்குப் பார்ப்பது ஆகியவை விவசாயச் சங்க ஆலோசகர்களின் வேலை. ஆலோசகர்கள் லாபத்தில் ஒரு பங்கைப் பெற்றுக் கொண்டனர்.சங்கம் மாதம் தோறும் கணக்குப் பார்த்து ஆலோசகர்கள், விவசாயிகள் இவர்களுக்கான பங்கைப் பிரித்துக் கொடுத்தது. வரும் லாபத்தில் ஒரு பகுதியை சங்கத்தின் நிர்வாகச் செலவிற்கு எடுத்துக் கொண்டது. சங்கம் விவசாயிகள் உருவாக்கியது. எனவே சங்கத்திற்கு லாப நோக்கம் கிடையாது. நமது பயணி, இவை அனைத்தையும் குறிப்பெடுத்துக் கொண்டான்.

ஹெரோடோடஸ்

சில நாட்களில் மேலூரில் இருந்து மக்களிடம் இருந்து விடைபெற்றுக் கொண்டு புறப்பட்ட பயணி, அடுத்து இருந்த கீழூரை அடைந்தான். கீழூரும், மேலூரைப் போலவே விவசாயக் கிராமம்தான். ஆனால் இந்த ஊரின் நடை முறை முற்றிலும் வேறாக இருந்தது. கீழூரில் விவசாயச் சங்கம் இல்லை. விவசாயிகள் தனித்தனியே வியாபாரிகளிடம் விலைபேசி விற்றனர். விவசாயிகளிடையே போட்டி இருந்தது. இதனைப் பயன்படுத்திக் கொண்ட வியாபாரிகள், அடித்துப் பேரம்பேசினர். இதனைக் கண்ட நமது பயணி, கீழூர் மக்களிடம் மேலூர் சங்கம் பற்றிச் சொன்னான், சங்கம் அமைக்கும் பொருட்டு, தனது குறிப்புகளை அவர்களிடம் கொடுக்கவும் முடிவு செய்தான். அன்று காலை, கிராமத் தலைவர் முன் கீழூர் விவசாயிகள் கூடி இருந்தனர். பயணி பேசத் தொடங்கினான்." நீங்கள் ஒவ்வொருவரும் தனித்தனியே வியாபாரிகளுடன் பேரம்பேசுகிறீர்கள். உங்களில் பெரிய விவசாயி, சிறு விவசாயி என்று பலவிதமான விவசாயிகள் இருக்கிறீர்கள். நீங்கள் உங்களுக்கென்று ஒரு சங்கம் அமைத்துக் கொள்வது நல்லது." "சங்கத்தின் மூலம் தானியங்களை விற்பனை செய்யுங்கள். சிறு விவசாயி ஒருவர் கூட பலன் பெற அந்தச் சங்கம் உதவும். உங்கள் பேர வலிமை அதிகரிக்கும். இதன் பலன்களை நீங்கள் நாளடைவில் தெரிந்து கொள்வீர்கள்...." சந்தேகங்கள்,

விளக்கங்கள் என்று கூட்டம் மாலை வரை நீடித்தது. இறுதியில் சங்கம் அமைக்க முடிவு செய்தனர் கீழூர் விவசாயிகள். பயணி கீழூர்த் தலைவரிடம் தனது குறிப்புகளைக் கொடுத்தான். "இது நான் மேலூர் விவசாய சங்கத்தை நேரில் பார்த்து எழுதிய குறிப்புகள். இதில் சங்கம் கட்டவும், வியாபாரம் செய்யவும் வழிமுறைகள் தெளிவாக எழுதப் பட்டுள்ளது. நான் விடிந்ததும், இந்த ஊரை விட்டுப் புறப்படுகிறேன். இந்தக் குறிப்புகளை வைத்து உங்களுக்கென்று ஒரு சங்கம் கட்டுங்கள்" என்று சொன்னான்.

கீழூர்ச் சங்கம்

கீழூர்ச் சங்கம் உருவாகத் தொடங்கியது. சங்கத்தின் சட்டம், அமைப்பு ஆகியவை பயணி கொடுத்திருந்த குறிப்புகளின் அடிப்படையில் அமைந்தன. வேலைகள் முடிந்தன. சங்கம் செயல்படத் தயாராகிக் கொண்டிருந்த அதே நேரத்தில், கீழூரில் வேறு ஒரு சங்கத்தின் கூட்டம் நடந்து கொண்டிருந்தது. அது கீழூர் வியாபாரிகள் சங்கத்தின் கூட்டம். வியாபாரிகள் கூட்டத்தில் பல முகங்கள் கவலை கொண்டிருந்தன. "விவசாயிகள் இப்போது, மேலூர் போல புதிய சங்கம் ஒன்றை உருவாக்கி வருகிறார்கள்" "நமக்கு இனி நல்ல விலை கிடைக்குமா என்பது சந்தேகம்." "யார் அவர்களுக்கு அந்த யோசனையைச் சொன்னது?"

பல குரல்கள். அவர்களிடையே இருந்த, அனுபவம் கொண்ட ஒரு முதிய வியாபாரி, "பொறுமையாக இருங்கள். முதலில் என்ன நடக்கிறது என்று பார்ப்போம். என்ன செய்ய வேண்டும் என்று நான் உங்களுக்குச் சரியான நேரத்தில் சொல்கிறேன். இப்போது நம் வேலைகளைப் பார்க்கலாம்", என்று சொல்லிக் கூட்டத்தை முடித்து வைத்தார்.

படிக்க மறந்த பக்கம்

கீழூர் விவசாயிகள் சங்கம்...

"ஒரு முறை குறிப்புகளைப் படித்து எல்லாவற்றையும் சரி பார்க்கலாம்" என்று சொன்ன தலைவர், ஒரு இளைஞனிடம் குறிப்புகளைக் கொடுத்து உரத்த குரலில் படிக்கச் சொன்னார். அவன் ஒவ்வொரு பக்கமாகப் படிக்கப் படிக்க "சரி...இது முடிந்தது... அடுத்து..." என்று சிலர் சொல்லிக் கொண்டே போனார்கள். "ஆலோசகர்கள்" என்று தலைப்பைப் படித்துவிட்டு, மேலூர் சங்கத்தின் ஆலோசகர்கள் பற்றியும் அவர்களது மண் பரிசோதனை, பூச்சி கொல்லி மருந்துகள் பற்றி விரிவாகப் படிக்கத் தொடங்கினான் அந்த இளைஞன். மேலூரைப் போல, விவசாயிகளுக்கு ஆலோசனை சொல்ல விவசாயக் கல்வி கொண்டவர்கள் கீழூரில் இருக்கவில்லை. இதனை உணர்ந்த தலைவர், "நீ விளக்கமாக ஒவ்வொன்றையும் படிக்க வேண்டாம். படித்தவர்கள் ஆலோசனை சொல்லி விவசாயம் செய்தால் வெள்ளாமை வீடு வந்து சேராது" என்றார். கூட்டத்தில் சிரிப்பொலி

எழுந்தது. மேலும், படித்துக் கொண்டிருந்த இளைஞனிடம் "இந்தப் பக்கத்தை விட்டுவிடு. அவர்கள் உருப்படியாக என்ன செய்கிறார்கள் என்று மட்டும் படி. " என்றார். அடுத்த பக்கத்தைப் புரட்டிய இளைஞன், "ஆலோசகர்கள், கணக்கு எழுதும்...." என்று படிக்க ஆரம்பித்தான்.

"இது! இதுதான் நான் சொன்னது. கணக்கு வழக்குப் பார்ப்பது, ரசீது கொடுப்பது என்ற உருப்படியான விஷயங்களை மட்டும் விளக்கமாகப் படி" என்றார். மேலூர்ச் சங்க ஆலோசகர்களின் நிர்வாக உத்திகள் பற்றி இளைஞன் தொடர்ந்து விரிவாகப் படித்தான். சிலர் குறிப்புகள் எடுத்துக் கொண்டனர். "விளைச்சலுக்கு சரியான விலை கிடைக்க வேண்டும். அதற்கு என்ன செய்ய வேண்டுமோ அதை மட்டும் நாம் செய்யப் போகிறோம்." என்று சொன்ன தலைவர், அந்த இளைஞனிடம் "நாளை காலை வியாபாரிகள் சங்கத் தலைவரை வரச் சொல்லித் தகவல் அனுப்பு" என்று கூறி கூட்டத்தை முடித்து வைத்தார்.

புதிய ஆலோசகர்கள்

மறுநாள் காலை வந்திருந்த வியாபாரிகள் சங்கத் தலைவரிடம், "இனி நீங்கள் சங்கத்தின் மூலமே கொள்முதல் செய்ய வேண்டும்." என்றார் விவசாயிகள் சங்கத் தலைவர். வியாபாரிகள் சங்கத் தலைவர், மெதுவாக "நானும் அந்தக் குறிப்புகளைப் படித்தேன். அதன்படி, கணக்கு எழுதவும், ரசீது கொடுக்கவும் ஒருவர் தேவை. எங்கள் சங்கத்தில் இருந்து ஒருவர் அந்தப் பணிகளை உங்களுக்காகச் செய்து கொடுப்பார்" என்று சொன்னார். "ஆம். நீங்கள்தான் செய்ய வேண்டும். அது எங்கள் வேலை இல்லைய !" என்றபடி சிரித்தார் விவசாயச் சங்கத் தலைவர். மாலை... "ரசீது கொடுக்கும் வேலையை அவர்கள் தலையில் கட்டியாகிவிட்டது" என்றார் விவசாய சங்கத் தலைவர். அனைவரும் சிரித்தனர். அதேநேரம், வியாபாரிகள் கூட்டத்தில், தலைவர் அந்த முதிய வியாபாரியைப் பார்த்து, "நீங்கள் சொன்னபடியே பேசினேன். ஆலோசகர் பதவியை நமக்கே கொடுத்து விட்டார்கள் " என்றார். அனைவரும் சிரித்தனர்.

புதிய சங்கம்

இப்போது, ஆலோசகர்களாக மாறி இருந்த வியாபாரிகளே, கொள்முதல் செய்யும் வியாபாரிகளிடம் பேரம் பேசினர். ஆலோசகர்களாக இருந்த வியாபாரிகள் லாபத்தில் ஆலோசகர்களின் பங்கைத் தாங்கள் எடுத்துக் கொண்டு மீதமுள்ள பங்கை விவசாயிகள் கணக்கில் எழுதினர். சில ஆலோசகர்கள், விவசாயச் சங்கத்திலும் வியாபாரிகள் சங்கத்திலும் இரண்டிலும் செயல்பட்டு, முக்கிய முடிவுகளை எடுத்தனர். விவசாயிகளுக்கு தேவையான உதவிகளைச் செய்து, விவசாயச் சங்க விதிகளில் மாற்றம் கொண்டு வரும்படி செய்தனர். மேலும்

அதிக வியாபாரிகளை ஆலோசகர்கள் பதவியில் அமர்த்தினர். விவசாயிகள் சங்கத்தில் வியாபாரிகளின் எண்ணிக்கை பெருகி, அவர்கள் பலம் அதிகரித்தது. விவசாயிகளில் லாபம் குறைந்து கொண்டே வந்து ஒரு கட்டத்தில் இல்லாமல் போனது. IPRS இன் ரிங்டோன் ராயல்டி வருமானத்தைப் போலவே. விவசாயிகள் சங்கம் ஒன்றில் வியாபாரிகள் ஏன் ஆலோசகர்களாக இருக்க முடியாது? விவசாயிகள் படிக்காமல் விட்டுப் போன அந்தப் பக்கத்தில் அப்படி என்னதான் சொல்லி இருக்கிறது? இதை சட்டத்தின் பார்வையில் புரிந்து கொள்ள, ஒரு பாடல் பிறப்பதில் இருந்து உருவாக்கம் உரிமைகளைப் பார்ப்போம்.

ஒரு பாடலின் கதை: ஒரு ஜோடிக் காகிதங்கள்

அந்த அமைதியான அறையில், அந்த இசையமைப்பாளன் ஒரு பியானோவின் முன் அமர்ந்திருந்தான். அவன் மனதில் தோன்றியிருந்த ஒரு மெலடியை அவன் விரல்கள் பியானோ கட்டைகளில் தேடிக் கொண்டு இருந்தன. தன் மனதில் ஒலித்துக் கொண்டிருந்த இசையைக் கவனமாகக் கேட்டு ஒரு காகிதத்தில் இசைக் குறிப்புகளாக எழுதி முடித்தான். மறுபுறம், நகரின் வேறு ஒரு பகுதியில் ஒரு கவிஞன் தன் உணர்வுகளை வார்த்தைகளில் வடிக்க, ஒரு பாடல் பிறந்தது. காகிதத்தில் பதிவானது. அந்தக் காகிதம் இசையமைப்பாளனிடம் வந்து சேர்ந்தது. இப்போது பியானோ மேல் ஜோடியாக வைக்கப்பட்டிருந்தன அந்த இரண்டு காகிதங்கள் - ஒன்று இசைக் குறிப்புகள் கொண்டது, மற்றொன்று கவிதை வரிகளைக் கொண்டது. அவை இரண்டும் ஒரு திரைப்படப் பாடலின் இரு கண்கள். இந்திய காப்பிரைட் சட்டமும் அவற்றை அப்படித்தான் பார்க்கிறது. இந்தியக் காப்பிரைட் சட்டம், அந்த இசைக் குறிப்புகளை, ஒரு “இசைப் படைப்பு” (*’musical work’*) என்று வரையறை செய்கிறது. கவிதை வரிகளை, ஒரு “இலக்கிய படைப்பு” *’literary work’* என்று வரையறை செய்கிறது. அந்தப் பாடல் ஸ்டுடியோவில் இன்னும் பதிவாகவில்லை. ஆனால், இப்போதே அந்த ஜோடிக் காகிதங்கள் முழுமையான படைப்புகள். யாரேனும் அந்த இசைக்குறிப்புகளை அனுமதி இன்றி பயன்படுத்தினால், அந்தக் காகிதங்களே நீதிமன்றத்தில் சாட்சியாக நிற்கும்.இப்போது நாம் ஒரு அடிப்படையான விஷயத்தைப் புரிந்து கொண்டிருக்கிறோம். ஒரு பாடலின் முதல் மற்றும் அடிப்படை உரிமைகள், அந்த ஜோடிக் காகிதங்களில் பிறக்கின்றன. இதுவே இந்தியக் காப்பிரைட் சட்டத்தின் பார்வை. காபிரைட் அலுவலகத்தில் பதிவு செய்வது கூட கட்டாயம் இல்லை.

உற்ற நண்பன்

இசையமைப்பாளனின் அறைக்குள் நுழைந்தான் அந்த நண்பன். அவன் பியானோ மேல் வைக்கப்பட்டு இருந்த அந்த ஜோடிக் காகிதங்களை எடுத்தது, விரித்துப் பார்த்தான். கண்களை மூடிப்

புன்னகைத்தான். இசையமைப்பாளனைப் பார்த்து, "அருமையான பாடல். இதனை என் மனதால் கேட்க முடிகிறது " என்றான். "நீ இசைக் குறிப்புகளை எழுதிக்கொண்டிரு. வேண்டிய நான் ஏற்பாடுகளை நான் செய்கிறேன்" என்று சொல்லிச் சென்றான். அவன் ஒலிப்பதிவுகளை ஏற்பாடு செய்வான். சில நேரங்களில், " பாடல் வரிகள் இல்லாமல் கிடார் மட்டும் கொண்டு பதிவு செய்து வைத்துக் கொள்வோம். அது நமக்குப் பயன்படும்" என்று ஆலோசனைகள் சொல்வான்.

"இந்த இறுதிப் பகுதியை மட்டும் தனியாக எடுத்து வைத்துக் கொண்டால் விளம்பரங்களுக்குப் பொருத்தமான பின்னணி இசையாக இருக்கும். நீ என்ன நினைக்கிறாய்?" என்று புதிய வியாபரா வாய்ப்புகளை யோசிப்பான். அவன் அந்தப் பாடலின் பயணத்தில் ஒரு வழித்துணை.

மூன்றாம் உரிமை :பாடல் பதிவு

பாடல் பதிவு நாள் வந்தது. இசையமைப்பாளன் அந்த ஸ்டுடியோவில் இருந்தான். பொறியியல் நிபுணர்கள் பாடல் பரபரப்பாக வேலை செய்து கொண்டிருந்தனர். பாடல் பதிவு செய்யப்பட்டுச் சரிபார்க்கப்பட்டது . தொழில் நுட்பங்கள் கொண்டு ஒலி மெருகேற்றம் செய்யப்பட்டது. பாடல் ஒரு CD யில், ஒரு பென் ட்ரைவில் அல்லது கம்ப்யூட்டரில் ஒரு கோப்பாகச் (file) சேமிக்கப்பட்டது. இந்தியக் காப்பிரைட் சட்டம் இதனை ஒரு "ஒலிப்பதிவு" ('sound recording') என்று வரையறை செய்கிறது. இப்போது சட்டப்படி பாடலின் மூன்றாவது உரிமை ஒன்று பிறந்திருக்கிறது. மூன்றாவதாகப் பிறந்த இந்த ஒலிப்பதிவு படைப்பின் உரிமையாளர் யார்? தயாரிப்பாளரே அதன் உரிமையாளர். ஏன்? அவரே ஸ்டுடியோவிற்குக் கட்டணம் செலுத்தியிருக்கிறார், பணி செய்த பொறியியல் வல்லுனர்களுக்குச் சம்பளம் கொடுத்திருக்கிறார். இசையமைப்பாளனுக்கும், கவிஞனுக்கும் கூட அவரே சம்பளம் கொடுத்து இருக்கிறார். இதனால் அந்தப் பாடலின் ஒலி வடிவத்திற்கு அவர் உரிமையாளர் ஆகிறார். இப்போதுதான் பாடல் பதிவாகி, புதிய பிறவி எடுத்து விட்டதே, அந்த ஜோடிக் காகிதங்கள் உரிமை என்னவாகும்? அதற்கு வேலையில்லையே என்று கேட்கிறீர்களா? அந்த ஜோடிக் காகிதங்களின் உரிமை என்றைக்கும் வாழும். ஒலிவடிவின் உரிமை தயாரிப்பாளரிடம் இருக்கும் அதே நேரத்தில், அந்த ஜோடிக் காகிதங்களின் உரிமையும் இசையமைப்பாளனிடமும் கவிஞனிடமும் இருக்கும். "தயாரிப்பாளருக்கே பாடல் உரிமை" என்று சொன்னது 1977 உச்ச நீதிமன்றத் தீர்ப்பு. அது "ஒலிப்பதிவு" உரிமை ஒன்றே பாடலின் உரிமை என்று கருதியது. ஆனால், 2012 காப்பிரைட் சட்டத் திருத்தம், பாடலின் உரிமையை மூன்றாகப் பிரித்து அவரவர் கைகளில் கொடுத்திருக்கிறது. எனவே ஜோடிக் காகிதங்களின் உரிமை மிகவும் முக்கியமானது. சரியாகச் சொல்ல வேண்டும் என்றால், ஒலிபதிவின் உரிமையை விட முக்கியமானது.

எப்படி? காலை குளிக்கும்போது முணுமுணுக்கும் பாடல், கண்களை மூடி பாடும்போது மலரும் புன்னகை, இவை அந்த ஜோடிக் காகிதங்களுக்கான மரியாதை.

உயர்தர ஆடியோ சிஸ்டத்தில், கிடார் கம்பிகளில் விரல் உரசும் ஒலி துல்லியமாகக் கேட்கும்போதும் , கிடார் கலைஞனே உங்கள் அருகில் அமர்ந்து வாசிப்பது போன்ற உணர்வு தோன்றும் போதும், இது ஒலிப்பதிவிற்கான மரியாதை. புதிய தொழில்நுட்பம் ஒன்று பிறக்கும்போது, பழைய ஒலிப்பதிவிற்குக் கிடைத்து வந்த மரியாதை குறையத் தொடங்கும். “டேப் கேஸட்” ஒலிப்பதிவு , கிராமஃபோன் ஒலிப்பதிவைவிடத் துல்லியமாக இருந்தது. “சீடீ” வந்த பின் டேப் கேஸட்கள் கிராமஃபோன்கள் போன்றே பழையதாகின. “ஒலிப்பதிவு” உரிமையின் மதிப்பு, புதிய தொழில்நுட்பத்திற்கு ஏற்ப தேய்ந்து போகும். ஆனால், அந்தப் பாடல்களின் இசை, கவிதை, அல்லது அந்த ஜோடிக் காகிதங்களின் உரிமையின் மதிப்பு, தொழில் நுட்பத்தால் மாறுவதில்லை. இதனை நன்றாகப் புரிந்து கொள்ள நாம் மீண்டும் நமது இசையமைப்பாளனிடம் செல்வோம்.

ஜோடிக் காகிதங்கள் : என்றும் இளமையானவை

"இந்தப் பாடலுக்கு இன்னொரு உருவம் கொடுப்போம்" இசையமைப்பாளனிடம் உற்ற நண்பன் சொன்னான். “இந்த முறை ஒரு இளம் பாடகி. ஒரே ஒரு கிடார் மட்டும் போதும். பாடகி மெதுவாகப் பாடட்டும், பாடல் கொடுக்கும் உணர்வை இன்னும் ஆழமாக்குவோம்” இப்போது வேறு ஒரு சிறிய ஸ்டூடியோ. ஒரே ஒரு இளம் பொறியாளன். பாடல் பதிவை முடித்து ஒலிபதிவை உருவாக்கினான். இது புதிய ஒளிப்பதிவு. புதிய காப்பிரைட் உரிமை. இந்த முறை இதன் உரிமையாளர் வேறு ஒருவராக இருக்கலாம். இப்போது, மூன்றாவது பதிவு. பாடகி இல்லை. பாடல் வரிகளுக்குப் பதில் “சாக்ஸஃபோன்” மெலடி. ஜோடிக் காகிதங்களில் ஒன்று மவுனம் ஆனது. (பாடல்வரிகள் இல்லை) இது மூன்றாவது ஒலிப்பதிவு. மூன்றாவது சட்ட உரிமை. மூன்று ஒலிப்பதிவுகள் . மூன்று உரிமையாளர்கள். ஆனால் ஒரே ஜோடிக் காகிதங்கள். இசை அமைப்பாளனுடன் இருக்கும் இந்த “உற்ற நண்பன்” யார்? அவன் இசைக் கலைஞர்களின் உரிமைகளை நிர்வாகம் செய்யும் கூட்டாளி. பாடல்களுக்கு புதிய வாய்ப்புகளைத் தேடுபவன். அதன் மூலம் கிடைக்கும் வருமானத்தில், தானும் ஒரு பங்கை பெறுபவன். இவன் இசைத்தட்டுகள் விற்பதில்லை. (அது ரெகார்ட் லேபிள்களின் வேலை). மேலை நாடுகளில் இவனை "பப்ளிஷர்" என்று அழைக்கிறார்கள். இசைக் கலைஞர்களுடன் செய்து கொள்ளும் ஒப்பந்தம் இவனுக்குக் கொடுக்கும் நிர்வாக உரிமை, "பப்ளிஷிங் உரிமை” என்று அழைக்கப்படும்.

- நாம் "எட் ஷீரன்" என்ற பாடகரின் ஸ்பாட்டிஃபைபை ராயல்டி பங்கீட்டில் பார்த்த, பாடல் உரிமைகளை நிர்வாகம் செய்த "சோனி/ ஏ டீவி" (Sony / ATV) ஒரு பப்ளிஷிங் நிறுவனம். ரெகார்ட் லேபிள் அல்ல.
- நாம் பார்த்த, சுயபப்ளிஷிங் கலைஞன் "பென்னட்", தானே தனது கிராமி விருது வென்ற பாடல் உரிமைகளை நிர்வாகம் செய்தான். அவன் பாடலுக்கு அவனே "பப்ளிஷர்"
- "லயன் கிங்" திரைப்படத்தில் இடம்பெற்ற பாடல் உரிமையை டிஸ்னி நிறுவனத்திற்குக் கொடுத்த "ஆபிலீன் ம்யூசிக்" , ஒரு "பப்ளிஷிங்" நிறுவனம். ரெகார்ட் லேபிள் அல்ல.
- "பல்ப் ஃபிக்ஷன்" திரைப்படத்தில் பயன்பட்ட பாடலுக்குப் பெருந்தொகை பேரம் பேசிய "ஆர்க் ம்யூசிக்", ஒரு "பப்ளிஷிங்" நிறுவனம். ரெகார்ட் லேபிள் அல்ல.
- "மஞ்சுமல் பாய்ஸ்" திரைப்படத்திற்கு, இளையராஜாவின் பாடல் அனுமதியைக் கொடுத்தவை ரெகார்ட் லேபிள்கள். IPRS பதிவுகளின்படி, இந்த ரெகார்ட் லேபில்களே "பப்ளிஷிங்" நிறுவனங்களாகவும் செயல்படுகிறன்றன.

இந்தியாவில், இந்தப் பப்ளிஷர்களின் வேலையைத் தாங்களே செய்வதாகச் சொல்லி, "பப்ளிஷிங் உரிமை"யைப் பெற்றுக் கொள்பவர்கள் ரெகார்ட் லேபிள்கள். கீழூர் வியாபாரிகள், விவசாயிகளின் ஆலோசகர் ஆனது போல. சரி. இப்படி ரெகார்ட் லேபில்களே "பப்ளிஷிங்" உரிமை வைத்திருப்பதால் என்ன சிக்கல்? அதை நாம் "மஞ்சுமல் பாய்ஸ்" திரைப்படச் சர்ச்சை மூலம் புரிந்து கொள்ள முயற்சி செய்வோம்.

குறிப்பு:

இனி வரும் பகுதிகளில் நாம், "ஜோடிக் காகித" உரிமை என்று குறிப்பிட்டால், அது "பப்ளிஷிங்" உரிமை என்று பொருள் கொள்ளவும். அது போலவே, "மாஸ்டர் உரிமை", "ஆடியோ ரைட்ஸ்" என்ற இரண்டும் ஒலிப்பதிவு உரிமையையே குறிக்கும். இந்த இரண்டு பெயர்களும் நீண்ட வரலாற்றுப் பாரம்பரியம் கொண்டவை. இதனை புரிந்து கொள்வது நமக்குப் பயனளிக்கும்.

"மாஸ்டர்" மற்றும் "பப்ளிஷிங்" உரிமைகள்

இசைத்தட்டுக்கள் பயன்படுத்தப்பட்ட காலத்தில், முதலில் ஒரு "மெழுகு" தடவப்பட்ட தட்டில் பாடல் பதிவு செய்யப்படும். இது "மாஸ்டர்' தட்டு" (Master Disc) என்று அழைக்கப்பட்டது. மாஸ்டர் தட்டிலிருந்து உருவாக்கப்படும் உலோகத்தட்டு "மதர் தட்டு" (Mother Disc) என்று அழைக்கப்படும்.

எளிதில் சேதமாகும் தன்மை கொண்ட 'மாஸ்டர்' மெழுகுத் தட்டு பத்திரப் படுத்தப்படும். உலோக "மதர்" தட்டில் இருந்து ஆயிரக் கணக்கான "ஷெல்லாக்" தட்டுக்கள் பிரதி எடுக்கப்படும். இந்த "மாஸ்டர்" மெழுகுத்தட்டின் உரிமை யாரிடம் உள்ளதோ, அவர்கள் மட்டுமே இசைத்தட்டுப் பிரதிகளை உருவாக்க முடியும். அவர்கள் "மாஸ்டர் உரிமை" கொண்டவர்கள் என்று அழைக்கப்பட்டனர்.

பின்னாட்களில் டேப் சுருள்கள் பயன்படுத்தப்பட்டபோது, "மாஸ்டர் டேப்" என்றே அழைக்கப்பட்டது. இன்றுவரை, "மாஸ்டர் உரிமை" என்ற பெயரே சர்வதேச அளவில் ரெகார்ட் லேபிள்கள் பெற்றிருக்கும் ஒலிப்பதிவு உரிமையைக் குறிக்கப் பயன்படுத்தப் படுகிறது.

ஆனால், இசைத்தட்டு ஒலிப்பதிவு உருவாகும் முன்பே, இசைக் குறிப்புகளை அச்சடித்து விற்பனை செய்தனர் பதிப்பாளர்கள் என்று பார்த்தோம். இசைக் கலைஞர்களுடன் அதற்கான ஒப்பந்தம் செய்து கொண்ட "பப்ளிஷர்" மட்டும் அந்தப் பதிப்புகளை வெளியிட முடியும்.

மேலும், "டின் பான் ஆலி" பதிப்பாளர்களே முதன் முதலில் ஒப்பந்தங்களை உருவாக்குவதில் முன்னோடிகளாக இருந்தனர் என்றும் பார்த்தோம். இதனால், உரிமை சார்ந்த ஒப்பந்தங்களை உருவாக்குவது, அவற்றை நிர்வாகம் செய்வது என்ற மரபில் வந்தவர்கள் என்ற அடிப்படையிலேயே இந்த "பப்ளிஷர்" களை நாம் இசைக் கலைஞனின் "உற்ற நண்பன்" என்று சொல்கிறோம்.

20

கோடம்பாக்கத்தின் உற்ற நண்பன் யார்? தயாரிப்பாளரின் உரிமை எது?

குவெண்டின் டாரன்டினோவின் “பல்ப் ஃபிக்‌ஷன்” திரைப்படத்தில் பயன்படுத்த, சக் பெர்ரியின் பாடலை டாரன்டினோ குழுவினர் கேட்டவுடன், “ஆர்க் மியூசிக்” நிறுவனம் பெரும் தொகை கேட்டுப் பேரம் செய்தது என்று பார்த்தோம். அப்படிப் பெற்ற தொகையில், இசைக் கலைஞன் “சக் பெர்ரி” இன் பங்கு அவருக்குக் கொடுக்கப் பட்டது. ஆர்க் மியூசிக்கின் வேலை, சக் பெர்ரியின் பாடல் உரிமைகளை நிர்வாகம் செய்வது. கிடைத்த விலைக்கு விற்பது அல்ல. மாறாக, சக் பெர்ரியின் பாடலைத் தகுதியான திரைப்படத்தில் இடம் பெறச் செய்வதும், அதற்குத் தகுதியான தொகையை பேரம் பேசிப் பெறுவதும் அவர்கள் பணி. ஆக, “ஆர்க் ம்யூசிக்” நிறுவனத்தின் வருவாய், “சக் பெர்ரி” இன் பாடல்களின் சந்தை மதிப்பைப் பொறுத்தது. எது “சக் பெர்ரி”க்கு லாபமோ, அதுவே “ஆர்க் ம்யூசிக்”க்கும் லாபம். இருவரின் நோக்கமும் ஒன்றே. ஆனால் மஞ்சுமல் பாய்ஸ் விவகாரத்தில் பப்ளிஷராகச் செயல்பட்ட ரெகார்ட் நிறுவங்கள், இளையராஜாவிற்கு அவரது பங்கைக் கொடுத்தனவா? இளையராஜாவுடன் ஒத்த நோக்கம் கொண்டவையாக இருந்தனவா? மஞ்சுமல் பாய்ஸ் என்று இல்லாமல், பல திரைப் படங்களிலும் இளையராஜாவின் பாடல்கள் இடம்பெற்று இருக்கின்றன. அந்தப் படங்களின் தயாரிப்பாளர்கள் ரெகார்ட் லேபிள்களிடம் அனுமதி பெற்று பாடலைப் பயன் படுத்துகிறார்கள். இதனால், இளையராஜாவின் உரிமை மீறப்படுகிறதா?

இளையராஜாவின் அனுமதி தேவையா?

ஒரு தயாரிப்பாளர். ஒரு ரெகார்ட் லேபிளிடம் தொகை கொடுத்து, இளையராஜாவின் பாடலைத் தனது திரைப் படத்தில் பயன்படுத்த அனுமதி பெறுகிறார். சிலரின் வாதம் இது: "பாடலின் உரிமை தயாரிப்பாளருடையது. அதனை தயாரிப்பாளர் ரெகார்ட் லேபிளிடம் விற்று விட்டார். எனவே பாடலின் உரிமை இப்போது ரெகார்ட் லேபிள் வசம் இருக்கிறது. இளையராஜாவின் அனுமதி தேவை இல்லை." மஞ்சுமல் பாய்ஸ் திரைப்பட விவகாரத்தில், மே 2024 ,24 தேதி வெளியான இந்தியா டுடே இணையப் பதிப்பின் கட்டுரையில் இருந்து நாம் பின்வரும் தகவல்களை அறிகிறோம் மஞ்சுமல் பாய்ஸ் தயாரிப்பாளர் "தி நியூஸ் மினிட்" க்கு அளித்த பேட்டியில் பின்வருமாறு சொல்கிறார்.

"நாங்கள் இரண்டு ரெகார்ட் நிறுவனங்கள் இடம் இருந்து அனுமதி பெற்றோம். ஒன்று பிரமிட் ஆடியோ. மற்றொன்று ஸ்ரீதேவி சவுண்ட்ஸ். ஒரு நிறுவனம் பாடலின் தெலுங்கு உரிமையையும், மற்றொரு நிறுவனம் பிற மொழிகளின் உரிமையையும் வைத்திருந்தன" இப்போது, தெலுங்கு ஒலிப்பதிவுக்கு ஒரு உரிமையாளரும், மற்ற மொழிகளின் ஒலிபதிவிற்கு வேறு ஒரு உரிமையாளரும் இருப்பதை நாம் அறிந்து கொள்கிறோம். இந்த இரண்டு ஒலிப்பதிவு உரிமைகளும் பிறந்தது ஒரு "ஜோடிக் காகித"த்தின் உரிமையில் இருந்து. இந்த இரண்டு நிறுவனங்களும் பெற்று இருந்த உரிமைகள், வேறு வேறு ஒலிப்பதிவுப் பிரதிகளின் உரிமை. பாடலின் உரிமை அல்ல.

திரைப்படத்தில் பாடலைப் பயன்படுத்த ஒலிப்பதிவு உரிமை மட்டும் போதாதா? போதாது. ரெகார்ட் நிறுவனங்கள் கொடுக்கும் அனுமதி, அந்தப் பாடல்களை அப்படியே இசைத்தட்டாகவோ, சீடீ ஆகவோ விற்பனை செய்யப் பயன்படலாமே ஒழிய, ஒரு திரைப்படக் காட்சியில் பயன்படுத்தப் பயன்படாது. ஏன் ? தயாரிப்பாளர் இடம் இருந்து ரெகார்ட் லேபிள்கள் பெறுவது, "ஆடியோ ரைட்ஸ்" என்று நாமும், "மாஸ்டர் ரைட்ஸ்" என்று அமெரிக்கர்களும் அழைக்கும் உரிமை. ஒரு பாடலின் ஒலிப்பதிவின் உரிமை. திரைப்படத்தில் பயன்படுத்த இந்த உரிமை மட்டும் போதாது. ஒரு திரைக்காட்சிக்கு ஒரு பாடலைப் பயன்படுத்த, "சின்க்ரோனைசேஷன் லைசன்ஸ்" *(Synchronization License)*' என்ற அனுமதி தேவை. ஏன் இந்தப் புதிய அனுமதி தேவை?

சின்க்ரோனைசேஷன் லைசன்ஸ்

மஞ்சுமல் பாய்ஸ் திரைப் படத்தின் காட்சிக்கு, "கண்மணி" பாடல் புதிய பொருளைக் கொடுக்கும். ஒரு பாடலை ஒரு காட்சியுடன் இணைக்கும் போது, அது முற்றிலும் புதிய படைப்பு ஆகிறது. இது "மதிப்பு கூட்டப்பட்ட" *(Value Added)* பயன்பாடு என்று புரிந்து கொள்ளலாம். இதற்கு தயாரிப்பாளர்களிடம் இருந்து ரெகார்ட் லேபிள்கள் பெற்ற "ஒலிப்பதிவு" உரிமை

மட்டும் போதாது. , "சின்க்ரோனைசேஷன் லைசன்ஸ்" தேவை. இந்த லைசன்ஸ் அனுமதியை, இசைக் கலைஞன் "பென்னட்" போன்று, தானே தனது உரிமைகளை நிர்வாகம் செய்யும் கலைஞனிடம் இருந்தோ அல்லது அந்த உரிமைகளை, கலைஞனின் சார்பில் நிர்வாகம் செய்யும் "பப்ளிஷர்" ஒருவரிடம் இருந்தோ மட்டுமே பெறமுடியும். இது ஜோடிக் காகிதங்கள் உருவாக்கும் மற்றொரு உரிமை.

2012 காப்பிரைட் திருத்தச் சட்டம் இதனை மிகவும் தெளிவாகச் சொல்கிறது. இந்த உரிமைகளைப் பிரித்துத் தனித்தனியே வரையறை செய்கிறது. ஆனால், நடைமுறைக் குழப்பங்கள் ஏன் ஏற்படுகின்றன? திருத்தச் சட்டத்தின் போதாமை ஒரு முக்கியமான காரணம்.

2012 சட்டத்திருத்தம் தெளிவாக வரையறை செய்யாமல் விட்டது என்ன ?

2012 காப்பிரைட் திருத்தச் சட்டம், அமலுக்கு வந்த 2012 ஆம் ஆண்டிற்கு முன் வெளிவந்த திரைப்படப் பாடல்கள் குறித்து எதுவும் சொல்லவில்லை. இளையராஜா குறித்த ஒரு வழக்கில் சென்னை நீதிமன்றம் "2012 ஆண்டிற்குப் பின் வெளிவந்த பாடல்களின் மீது அவருக்கு உரிமை உண்டு" என்று சொன்னது.

மறுபுறம், 2025 இல் வெளிவந்த டெல்லி உயர்நீதி மன்றத்தீர்ப்பு, "இளையராஜாவின் "என் இனிய பொன் நிலாவே" பாடலை "அகத்தியா" திரைப்படத்தில் மறு உருவாக்கம் செய்ய அவரது அனுமதி தேவையில்லை என்றும், "சரிகமா லிமிடெட்" நிறுவனத்தின் அனுமதியே தேவை என்று குறிப்பிட்டது. இது பழைய 1977 ஆம் ஆண்டின் உச்ச நீதி மன்றத் தீர்ப்பை அடிப்படையாகக் கொண்டது. இதனால், வழக்குகளின் தீர்ப்புகள், 2012 ஆம் ஆண்டிற்கு முன், 2012 ஆம் ஆண்டிற்குப் பின் என்று பாடல்களைப் பிரிக்கின்றன. திரைப்பாடல் உரிமைகளில், ரெகார்ட் லேபிள்கள் கை ஓங்கியும், இசைக் கலைஞர்கள் கை தளர்ந்தும் இருந்த சமநிலையற்ற சூழலைச் சீர்படுத்தும் நோக்கத்தில் உருவானதே 2012 காப்பிரைட் சட்டத் திருத்தத்தம். ஆனால், சில நேரங்களில் வழக்குகள் செல்லும் பாதை, இந்த நோக்கத்திற்கு எதிராக அமைகின்றன என்று குறிப்பிடுகிறார், காபிரைட்டை சட்டங்கள் குறித்து எழுதிவரும் "தனிஷா கோஸ்வாமி" என்ற சட்ட நிபுணர்.

இந்த, "2012 க்கு முன், 2012" பின் என்ற சூழ்நிலை காரணமாக, பின் தேதியிட்ட ஒப்பந்தங்கள் மூலம் ஒரு இசையமைப்பாளரின் உரிமை பறிபோகலாம். இது போன்ற வழிமுறைகள் கடைப்பிடிக்கப் பட்டன என்ற குற்றச்சாட்டுகளும் எழுந்தது என்று நாம் அறிகிறோம். ஒரு அமைப்பை முழுவதுமாகப் புரிந்து கொள்ளாததும், கோரிக்கைகள் எழும்போது அப்போதைக்குத்

தேவையானவற்றை மட்டும் கொண்டு சட்டங்களை உருவாக்குவதாலும் ஏற்படும் குழப்பங்கள் இவை.

இவை தொடர்ந்து வைக்கப்படும் கோரிக்கைகள், இசைக் கலைஞர்கள் எடுக்கும் முயற்சிகள் மூலம் மட்டுமே தீர்க்கப்படும் என்று கருதுகிறார் ஆய்வுக்கட்டுரை ஆசிரியர் பிரசாந்த் ரெட்டி.

“ 2012 காப்பிரைட் சட்டதிருத்தத்தின் உண்மையான வெற்றி, கலைஞர்கள் தங்கள் உரிமைகளுக்காக, காப்பிரைட் அலுவலகத்திலும், நீதிமன்றங்களிலும் போராடுவதன் மூலமே கிடைக்கும்” என்று சொல்லியே தனது கட்டுரையை முடிக்கிறார். சரி. இப்போது நாம் பார்த்த நமது இசையமைப்பாளன் ஒரே பாடலை மூன்று முறை பதிவு செய்து, மூன்று ஒலிப்பதிவு உரிமைகள் உருவானது என்று பார்த்தோம். உண்மையிலேயே ஜோடிக் காகிதங்கள் ஒரு புதிய ஒலிப்பதிவு உரிமையை படைக்குமா? உதாரணத்திற்கென்று இல்லாமல், நடை முறையில் அப்படி நடக்க முடியுமா? நடந்திருக்கிறது.

பப்ளிஷிங் உரிமையால் வெற்றி பெற்ற டெய்லர் ஸ்விஃப்ட்

2019 ஆம் ஆண்டில், அமெரிக்கப் பாடகி “டெய்லர் ஸ்விஃப்ட்” சந்தித்த பிரச்சினை எந்த ஒரு கலைஞனின் இதயத்தையும் உடைக்கக் கூடியது. அவர் உருவாக்கியிருந்த ஆறு ஆல்பங்களின் உரிமையை இழந்திருந்தார். ரெகார்ட் லேபிள்கள் இடையே சில நேரங்களில் பாடல்களின் ஒலிப்பதிவு உரிமை (“மாஸ்டர் உரிமை”) கை மாறும். அவை விற்கப்படலாம். அப்படி ஒன்று நடந்தது டெய்லர் ஸ்விப்டிற்கு. அவர் வாழ்வில் முக்கியமான, பெயர் பெற்றுக் கொடுத்த பாடல்கள் அவை. அந்தப் பாடல்களின் ஒலிப்பதிவை வேறு ஒருவரின் அனுமதி இல்லாமல் டெய்லர் ஸ்விஃப்ட்டே கூடப் பயன்படுத்த முடியாது. அந்தச் சூழலில் அவருக்குக் கை கொடுத்தது அவர் தன்வசம் வைத்திருந்த ஜோடிக் காகித உரிமை – “பப்ளிஷிங் உரிமை” அந்தப் பாடல்களைச் சில சிறு மாற்றங்களுடன் மீண்டும் பதிவு செய்தார் டெய்லர் ஸ்விஃப்ட். புதிய ரெக்கார்டிங். புதிய ஒளிப்பதிவு உரிமை. சமூக வலைத் தளத்தில் தன் ரசிகர்களிடம் இந்தப் புதிய பாடல்களை அறிமுகம் செய்தார். அவை விற்பனையில் முதலிடம் பிடித்தன. அவரிடம் இருந்து ரெகார்ட் லேபிள்கள் கைப்பற்றி இருந்த பழைய ஒலிப்பதிவு உரிமைகள் செல்லாக் காசுகளாகின.

டெய்லர் ஸ்விஃப்ட் மட்டுமல்ல. பல கலைஞர்களும் “பப்ளிஷிங் உரிமை” யின் முக்கியத்துவத்தை உணர்ந்து பலன் பெற்று இருக்கிறார்கள். பப்ளிஷிங் உரிமை ஒரு சொத்து. ஒரு கட்டத்தில், உலகப் புகழ் பெற்ற பீட்டில்ஸ் இசைக்குழு தனது பாடல்களின் பப்ளிஷிங் உரிமையையே இழந்திருந்தது. இளம் வயதில் அறியாமல் போட்ட கையெழுத்தால் ஏற்பட்ட விளைவு. அந்த உரிமை கைகள் மாறிமாறிச் சென்று ஒரு கட்டத்தில் “மைக்கேல் ஜாக்சன்”

கைகளை அடைந்தது. மைக்கேல் ஜாக்சனுக்குப் பொருளாதார நெருக்கடி உருவான போது, தன்வசம் இருந்த பப்ளிஷிங் உரிமைகளை அடமானம் வைத்தார். அடமானம் வைத்த பாடல்களில் பீட்டில்ஸ் இசைக்குழுவின் பாடல்கள் முக்கியமானவை. பிறருக்குக் கோடிக்கணக்கில் சம்பாதித்துக் கொடுத்துக் கொண்டிருந்தன பீட்டில்ஸ் பாடல்களின் பப்ளிஷிங் உரிமை. பீட்டில்ஸ் குழு அதை வேடிக்கை பார்க்க மட்டுமே முடிந்தது. இறுதியாக, மைக்கேல் ஜாக்ஸனிடம் இருந்து அதனை வாங்கி இருந்தது "சோனி மியூசிக்". அவர்களிடம் இருந்து, தங்கள் பாடல்களின் பப்ளிஷிங் உரிமையை , பீட்டல்ஸ் குழுவின் கலைஞன் "பால் மெகாட்னி" 2017 ஆம் ஆண்டில்தான் மீட்க முடிந்தது. அந்த வெற்றியைப் பார்ப்பதற்கு, பீட்டல்ஸ் குழுவின் முக்கியக் கலைஞன் "ஜான் லெனன்" உயிரோடு இருக்கவில்லை.

சரி. உண்மையில், ஒரு பாடல் ஒலிப்பதிவு செய்யப்படாமல் கூட ஜோடிக் காகித உரிமை உயிர்வாழும் என்றும் நாம் பார்த்தோம். அதையும் நடைமுறையில் ஒரு உதாரணம் மூலம் உறுதிப்படுத்திக் கொள்வோம். அது, நமக்கு நன்கு அறிமுகமான ஒரு பாடல்தான். - "ஹாப்பி பர்த் டே டூ யூ

"ஹாப்பி பர்த் டே" : ஒலிப்பதிவே செய்யப்படாத பாடலுக்கு எது உரிமை?

பிறந்த நாள் கொண்டா ட்டங்களில் நாம் பாடும் "ஹாப்பி பர்த் டே டூ யூ .." என்ற பாடல் பல திரைப்படங்களிலும், தொலைகாட்சி நிகழ்ச்சிகளிலும் இடம்பெறுவதை நாம் பார்த்திருப்போம். இந்தப் பாடலின் ஒலிப்பதிவு அல்லது சவுண்ட் ரெக்கார்டிங் உரிமை என்று ஒன்று கிடையாது. இந்தப் பாடலை யாரும் பதிவு செய்து புகழ் பெறச் செய்யவில்லை. ஆனாலும், இந்தப் பாடலு க்கென்று ஒரு ஜோடிக் காகித உரிமை இருந்தது. அதனைத் தன்வசம் வைத்திருந்தது "வார்னர்/ சாப்பெல்" (*Warner /Chappell*) என்ற பப்ளிஷிங் நிறுவனம் ஒரு திரைப்படத்தில் வரும் பாத்திரங்கள் "ஹாப்பி பர்த் டே" பாடலை ஏதோ ஒரு காட்சியில் பாடவேண்டும் என்றால், "வார்னர்/ சாப்பெல்" நிறுவனத்திடம் அனுமதி பெறவேண்டும். இந்தப் பாடலின் பப்ளிஷிங் உரிமை மூலம் வார்னர்/சாப்பெல் நிறுவனம் ஆண்டுக்கு இரண்டு மில்லியன் டாலர்கள் சம்பாதித்து வந்தது.

2013 ஆம் ஆண்டு "ஜெனிஃபார் நெல்சன்" என்ற பெண் இயக்குநர், தனது ஆவணப் படத்திற்கு "ஹாப்பி பர்த் டே " பாடலைப் பயன்படுத்த, 1,500 டாலர்கள் கொடுத்து அனுமதி பெற்றார். ஒரு ஆவணப் படத்திற்கு இந்தத் தொகை அதிகம் என்று கருதியதாலோ அல்லது, ஏதோ சந்தேகம் எழுந்ததாலோ என்னவோ, அவர் "வார்னர்/சாப்பெல்" நிறுவனம் மீது நீதிமன்ற வழக்குத் தொடுத்தார். *Marya v. Warner/Chappell Music, Inc., 131 F. Supp. 3d 975 (C.D. Cal. 2015)*

இத்தகைய முக்கியத்துவம் கொண்ட பப்ளிஷிங் உரிமையை நமது தயாரிப்பாளர்கள், ரெகார்ட் லேபிள்களுக்கு “ஆடியோ ரைட்ஸ்” உடன் இலவசமாகக் கொடுத்து விடுகிறார்கள். ஒரு வேளை தயாரிப்பாளர்கள், பப்ளிஷிங் உரிமையைத் தாங்களே வைத்துக் கொள்வது என்று முடிவெடுத்தால்...? தாங்களே இசைக் கலைஞனின் உற்ற நண்பனாக மாறி, தாங்களே பப்ளிஷிங் உரிமையை நிர்வாகம் செய்வது என்று முடிவெடுத்தால்?

தயாரிப்பாளர்கள் : புதிய பப்ளிஷர்கள்

இப்போது நாம் புதிய தீர்வு ஒன்றின் சாத்தியங்கள் குறித்துச் சிந்திப்போம். இது ஒரு சிந்தனை வழிப் பரிசோதனை போன்றது - *Thought Experiment.* அறிவியல் ஆட்களே செய்கிறார்கள். நாம் செய்வதில் தவறில்லை.. தங்கள் திரைப்படப் பாடல்களின் “பப்ளிஷிங் உரிமை”யைத் தாங்களே வைத்துக் கொள்வது என்று தயாரிப்பாளர் சங்கம் முடிவெடுக்கிறது. “மாஸ்டரை ரைட்ஸ்” எனப்படும் “ஆடியோ ரைட்ஸ்” ஐ மட்டும் ரெகார்ட் லேபிள்களுக்கு விற்பனை செய்வது என்று முடிவெடுக்கிறது.

இது எப்படி சாத்தியம்?

பப்ளிஷிங் நிறுவனம் ஒன்றைத் தகுந்த நிபுணர்கள் உதவியுடன் தயாரிப்பாளர் சங்கமே உருவாக்கலாம். அல்லது, ஏற்கனவே பப்ளிஷிங் துறையில் இருப்பவர்களுடன் இணைந்து செயல்படலாம். ஏதோ ஒரு வகையில், *IPRS* இல் தங்களை பப்ளிஷர் என்று பதிவு செய்து கொள்ளலாம். மனம் இருந்தால் மார்க்கம் உண்டு.

ஏன் தயாரிப்பாளர்கள் இதற்கு சரியானவர்கள்?

அவர்களுக்கு சினிமா தொழில் நன்றாகத் தெரியும். பாடல்களை எப்படி மறு உருவாக்கம் செய்யலாம் என்று தெரியும். மொழி மாற்றம், டப்பிங் என்று எல்லாவற்றையும் கையாண்ட அனுபவம் கொண்டவர்கள். நீண்ட அனுபவம், பாரம்பரியம் கொண்ட, இந்திய சினிமா ரசிகனின் நாடிபிடித்துப் பார்க்கும் அனுபவம் கொண்ட தயாரிப்பாளர்களை தங்களிடம் கொண்டிருப்பவர்கள். பல மொழிகளில் திரைப்படம் தயாரித்தவர்கள். இது ஒன்று புரட்சிகரமான யோசனை அல்ல. எளிய தர்க்கம் நமக்குச் சொல்லும் யோசனை. 80 களின் ஹிட் பாடல்கள்

டேலர் ஸ்விஃப்ட்

திடீரென்று இன்ஸ்டாகிராம் ரீல்களில் ட்ரெண்டிங் ஆகின்றன. ராயல்டி பெறுவது யார்? பெரும்பாலும் ரெகார்ட் லேபிள்களாக இருக்கும். காரணம், அவர்கள் பப்ளிஷிங் உரிமையை வைத்திருப்பதால். இன்று தமிழில் ஹிட் ஆகும் பாடல், நாளை தெலுங்கிற்கும், ஹிந்திக்கும் போகும். ஒரு ஒரிய மொழி வெப்சீரிஸ்க்கு ஒரு தமிழ் பாடல் தேவைப்படலாம். உலகம் சுருக்கி வருகிறது. ஒரு கொரிய மொழி ஓடீடீ (OTT) படம் ஒரு தமிழ்ப் பாடலைப் பயன்படுத்தலாம். "யூட்யூப்" க்ரியேட்டர்கள், வீடியோ கேம்கள் இவற்றுக்குப் பின்னணி இசை தேவை. விளம்பரங்களுக்குப் பொருத்தமான பாடல்கள், பின்னணி இசை தேவை. பப்ளிஷிங் உரிமையின் வியாபார வாய்ப்புகளைச் சொல்லிக் கொண்டே போகலாம். இந்தியாவில் பப்ளிஷிங் துறையின் வாய்ப்புகளை "எர்ன்ஸ்ட் அன் யங்" நிறுவனம் (EY) நடத்திய ஆய்வு ஒன்று நமக்குப் புள்ளி விவரங்களுடன் சொல்கிறது.

இந்திய பப்ளிஷிங் துறை: வாய்ப்புகளும் சவால்களும்

EY (Ernst & Young) நிறுவனம் IPRS உடன் இணைந்து நடத்திய ஆய்வில் கிடைக்கும் விவரங்கள்:

20-2019 ல் 340 கோடிகளாக இந்தியாவின் பப்ளிஷிங் துறை வருவாய் 884 23-2022 கோடிகளாக வளர்ச்சி பெற்றுள்ளது இந்த வருவாய் 2027 ல் சுமார் 1700 கோடிகளாக இருக்கும் என்று கணிக்கப்படுகிறது. வாய்ப்புகளைக் குறிவைத்து சோனி ம்யூசிக் மற்றும் யூனிவர்சல் ஆகிய ரெகார்ட் லேபிள்கள், இந்தியாவில்

தங்கள் பப்ளிஷிங் பிரிவை தொடங்கிவிட்டன. இது வளர்ந்து வரும் பப்ளிஷிங் துறையிலும் ரெகார்ட் லேபிள்களின் ஆதிக்கம் உருவாகக் காரணம் ஆகலாம். 2012 காப்பிரைட் சட்டதிருத்தம் குறித்த கட்டுரையில் ஆசிரியர் பிரசாந்த் ரெட்டி சில முக்கியமான விஷயங்களைக் குறிப்பிடுகிறார். “இந்திய வரலாற்றில் பல்வேறு சமூகப் பொருளாதார மற்றும் அரசியல் காரணங்கள் காரணமாக நடைமுறைப்படுத்தப்படுவதில் தோல்வி அடைந்த, நல்ல நோக்கங்கள் கொண்ட சட்டங்கள் பல. தொழிலாளர் ஒழிப்புச் சட்டம் மற்றும் குறைந்த பட்சத் கூலிச்சட்டம் போன்றவை அவற்றில் சில.” என்று நல்ல நோக்கம் கொண்ட சட்டங்கள் நடைமுறை ஆவதில் இருக்கும் சிக்கல்களை குறிப்பிடுகிறார். இந்தியாவில் பப்ளிஷிங் துறை வளர்ந்து வந்தாலும் கூட, முக்கிய மாற்றங்கள் திரைத்துறையில் இருந்தே தொடங்க வேண்டும். ஆய்வுக்கட்டுரை ஆசிரியர் பிரசாந்த் ரெட்டி, “இசையமைப்பாளர்களுக்கு, கவிஞர்களும் தன்னிச்சையாகச் சிந்திக்கக் கூடியவர்கள் என்பதால், அவர்கள் அமைப்பாய் ஒன்று திரள்வது எளிதல்ல” என்று தனது கட்டுரையில் குறிப்பிடுகிறார். மாற்றத்திற்கான குரல் முதலில் இசைக் கலைஞர்கள் இடம் இருந்தே பிறக்க வேண்டும். இதையே வரலாறு நமக்குச் சொல்கிறது.

ஒரு தயாரிப்பாளர் சங்கம் பப்ளிஷிங் நிறுவனமாகச் செயல்படுவது எளிதாக இருக்க முடியாது. பின்வரும் விஷயங்களில் சவால்கள் உருவாகலாம் .

- இசையமைப்பாளர்கள், தயாரிப்பாளர்கள் அனைவரும் மாஸ்டர் மற்றும் பப்ளிஷிங் ரைட்ஸ் குறித்துப் புரிந்து கொண்டு ஒரு அமைப்பாக ஒன்று கூடுவது
- பப்ளிஷிங் நிர்வாகத்தைக் கற்றுக்கொண்டு திறம்பட செய்வது அல்லது ஒரு பப்ளிஷிங் நிறுவனத்துடன் சரியான முறையில் இயங்குவது
- நீண்டகாலமாக கடைப்பிடக்கப்படும் நடைமுறையில் மாற்றங்களை ஏற்படுத்துவது
- தற்போதைய அமைப்பில் பலன் அடைந்து வரும் லேபிள் நிறுவங்களின் எதிர்ப்பை சமாளிப்பது
- நீண்ட கால நன்மைகளைக் கருத்தில் கொண்டு தற்காலத்தில் ஏற்படும் சிறு இழப்புகளை தயாரிப்பாளர்கள் ஏற்றுக்கொள்வது
- புதிய அமைப்பு உருவாக்கும் சட்டக் கேள்விகளுக்கு விடை கண்டறிவது
- நீதிமன்றச் சவால்களை சந்தித்து வெற்றி பெறுவது

- தேவையான சட்ட வரையறைகளை உருவாக்க அரசியல் தளத்தில் பணிசெய்வது

பெரும் சவால் எது? :IPRS க்கு மாற்று அமைப்பு

தயாரிப்பாளர்களோ, அல்லது மொத்த திரைத்துறையோ, ரெகார்ட் லேபிள்களின் கட்டுப்பாட்டில் இருக்கும் IPRS இல் மாற்றங்கள் எதையும் கொண்டுவருவது சாத்தியமா? மிகப் பெரிய சவால். நாம் அமெரிக்க ரேடியோ நிலையங்கள், எதேச்சதிகாரமாகச் செயல்பட்ட ASCAP அமைப்பைப் புறக்கணித்து, புதிய ராயல்டி அமைப்பு BMI ஒன்றைத் தொடங்கிய வரலாற்றைப் பார்த்தோம். IPRS ஐப் புறக்கணித்து, அதே போன்ற அமைப்பு ஒன்றை திரைத்துறையினரே முன்னின்று உருவாக்குவதும் கூட எதிர்காலத்தில் ஒரு தீர்வாக அமையலாம். சில நேரங்களில், ஒன்றைத் திருத்தி எழுதுவதை விட, புதிதாக எழுதுவது எளிதானதாக இருக்கும். இதையும் ஒரு "சிந்தனை வழிப் பரிசோதனை" என்றே கருதுங்கள். இத்தகைய அமைப்பு ஒன்றை பதிவு செய்வதன் சாத்தியங்களைக் கூட, சட்ட நிபுணர்களிடம் ஆலோசிக்கலாம். எளிதான காரியம் அல்ல. ஊர் கூடித் தேரிழுப்பது போன்றது. ஆனாலும், சிறந்த தீர்வாக அமையக் கூடிய வாய்ப்புக் கொண்டது. எதிர்காலத்தில் எதுவும் நடக்கலாம் இன்று சில இசையமைப்பாளர்கள் தாங்களே ஒரு ரெகார்ட் லேபிள்கள் தொடங்குவதை நாம் அங்கொன்றும் இங்கொன்றுமாகப் பார்க்க முடிகிறது. ரெகார்ட் நிறுவனம் தொடங்குவது ஒரு வகையில் தீர்வு போன்று தோன்றினாலும், அது முழுமையான தீர்வு அல்ல. அது, பழுது அடைந்திருக்கும் ஒரு துறையில், அதன் பழுதை ஏற்றுக் கொண்டு பலன் பெற முயற்சி செய்வது போன்றது. உண்மையில் இசை கலைஞர்கள் தங்கள் பப்ளிஷிங் உரிமையைப் பாதுகாக்கவே செயல்பட வேண்டும். தங்கள் பாடல்களின் பப்ளிஷிங் உரிமைகளை இழந்திருந்த பீட்டல்ஸ் குழுவின் "பால் மெகாட்னி", ஒரு பப்ளிஷிங் அமைப்பைத் தொடங்கி பல இசைக் கலைஞர்களின் பாடல்களின் பப்ளிஷிங் உரிமையை நிர்வாகம் செய்தார். அவரே பப்ளிஷிங் தொழில் லாபகரமானது என்பதை மைக்கேல் ஜாக்சனுக்குக் கற்றுக் கொடுத்தார். புகழ்பெற்ற ஜாஸ் இசைக்கலைஞர் "ட்யூக் எல்லிங்டன்", தனது பப்ளிஷிங் உரிமைகளைப் பராமரிக்க "டெம்போ ம்யூசிக்" என்ற பெயரில் ஒரு பப்ளிஷிங் நிறுவனத்தைத் தொடங்கினார். நாம் "ட்யூக் எல்லிங்டன்" உருவாக்கிய ஒரு பாடலின் உரிமை குறித்த சர்ச்சை ஒன்றைப் பற்றிப் பேசாமல் இந்தப் புத்தகம் முழுமை பெறாது.

சாக்ஸஃபோன் கலைஞன் ஹார்ட்விக்

"ட்யூக் எல்லிங்டன்", ஜாஸ் இசை வரலாற்றில் தவிர்க்கப்பட முடியாத கலைஞன். எல்லிங்டனின் குழுவில் இருந்த

சாக்ஸஃபோன் கலைஞன் “ஹார்ட்விக்”. எல்லிங்டன் உருவாக்கிய “சோஃபிஸ்டிகேடட் லேடி” என்ற புகழ் பெற்ற பாடலின் உயிர்நாடியாக இருந்தது “ஹார்ட்விக்” இசைத்த சாக்ஸஃபோன். அந்த சாக்ஸஃபோன் மெலடி, ஹார்ட்விக் தானே உருவாக்கியது. எல்லிங்டன் உருவாக்கியது அல்ல. ஆனால், ஹார்டுவிகின் பெயர், படைப்பாளிகள் வரிசையில் சேர்க்கப்பவில்லை. அதற்கு பதிலாக, எல்லிங்டனின் “பப்ளிஷர்” ஆக இருந்த “இர்விங் மில்ஸ்” பெயர் சேர்க்கப்பட்டது. அந்தப் பாடலுக்கு, ஹார்ட்விக் பெற்றுக்கொண்டது வெறும் 15 டாலர்கள் என்று குறிப்புகள் சொல்கின்றன. எல்லிங்டன், சாக்ஸஃபோன் கலைஞன் ஹார்ட்விக்கிற்கு அநீதி இழைக்கப்படும்போது அதனைக் கண்டும் காணாமலும் இருந்தார். அல்லது அவரும் உடன்பட்டார். மேலும், அமைப்பு அடிப்படையில் “உற்ற நண்பன்” என்று கருதும் ஒரு பப்ளிஷர், ஹார்ட்விக்கிற்கு அநீதி இழைக்கப்பட முக்கியக் காரணமாக இருந்தார். இப்போது நாம் கோடம்பாக்கத்துக்கு வருவோம்.

பாடகர்களுக்கு ராயல்டி உண்டா?

“ஹார்ட்விக்” போன்றதொரு சாக்ஸஃபோன் கலைஞன் ஒரு இசையமைப்பாளரிடன் பணியாற்றும்போது, தனது படைப்புத் திறன் மூலம் ஒரு இசைக்கு உயிர்கொடுத்தால், அவர்கள் பாடல் உரிமையில் பங்கு பெறுவதுடன், ராயல்டி பெறுவதுமே நியாயம். மறுபுறம், அந்தக் கலைஞன், இசையமைப்பாளரின் இசைக் குறிப்புகளை மட்டும் அடிப்படையாகக் கொண்டு பணி செய்யும்போது, அவர் பாடலுக்கு “உயிர் கொடுப்பது” போன்று ஒரு ரசிகனுக்குத் தோன்றினாலும் கூட, அவருக்கு ராயல்டி உரியது அல்ல. சம்பளம் மட்டுமே உரியது. மேலை நாடுகள் இந்தனை எவ்வாறு கையாள்கின்றன? அவர்கள் கையாளும் சொற்களை, மொழிமாற்றம் செய்யாமல் அப்படியே பயன்படுத்துவோம். அவர்கள் “கம்போஸர்” (Composer) மற்றும் “ஸாங் ரைட்டர்” (Song writer) என்று இரண்டு விதமாக கலைஞர்களைப் பிரிக்கிறார்கள். பீட்டல்ஸ் குழுவில் இருந்த ஒவ்வொரு கலைஞனும் “ஸாங் ரைட்டர்”. பாடலின் உரிமை, ராயல்டி ஆகியவை அவர்களுக்குள் பகிர்ந்து கொள்ளப்படும். “ஹான்ஸ் ஸிம்மர்” போன்ற “கம்போஸர்” ஒவ்வொரு இசைத் துளியையும், தானே படைப்பவர். அவரிடம் பணியாற்றும் கலைஞர்கள் “படைப்பாளிகள்” அல்ல. உதாரணமாக, இளையராஜாவின் “வேலியன்ட்” சிம்ஃபனி, அவரது கற்பனையில் உருவான படைப்பு. அதை இசைத்த “ராயல் ஃபில்ஹார்மானிக் “ இசைக் குழுவின் ஒவ்வொரு கலைஞரும், உலகின் திறமையான கலைஞர்கள் வரிசையில் வருபவர்கள். இருந்த போதிலும், அவர்களுக்கு உரியது சம்பளம் மட்டுமே. ராயல்டி அல்ல.

இதனை இந்தியா எப்படிக் கையாள்கிறது?

ISAMRA (முன்பு ISRA என்று அழைக்கப்பட்ட) என்ற அமைப்பு பாடகி லதா மங்கேஷ்கரின் முயற்சியால் உருவானது. இது பாடகர்கள் மற்றும் இசைக் கலைஞர்களின் அமைப்பு. 2012 இல் உருவாக்கப்பட்ட இந்த அமைப்பு IPRS போன்று தங்கள் உறுப்பினர்களின் பாடல்களைப் பயன்படுத்த உரிமம் வழங்குகிறது. ராயல்டி பெறுகிறது. ஆனால், படைப்பில் பங்களிப்பு செய்யும் பாடகர் மற்றும் இசைக் கலைஞர்களை மட்டும், அந்ததந்தப் பாடலின் படைப்பாளிகளில் ஒருவராக, IPRS இல் பதிவு செய்து கொள்வதே சரியான வழிமுறையாக இருக்கும். IPRS , ISAMRA தவிர ரெகார்ட் லேபிள்களின் PPL போன்ற அமைப்புகளும் தங்கள் பங்கிற்கு லைசன்ஸ் வழங்குகின்றன. இது, சரியாக லைசன்ஸ் பெற்று இசையைப் பயன்படுத்த விரும்பும் ஒருவருக்கு சுமையைக் கொடுக்கும். சரியாக வரி செலுத்த விரும்பும் குடிமகன் ஒருவன் மீது பல வரிகளைச் சுமத்துவது போன்றது இது. ஆக, இசையமைப்பாளர்களின் உரிமையை ரெகார்ட் லேபிள்கள் பறித்துக் கொள்கின்றன என்று குற்றம் சாட்டுவது மட்டுமே இந்தப் புத்தகத்தின் நோக்கம் அல்ல. உரிமைகள் பறிப்பு எந்த மட்டத்திலும் நடக்கலாம். அடிப்படை நோக்கத்தைத் தெளிவாகப் புரிந்து கொள்ளாமல் உருவாக்கப்படும் சட்டங்களும், அமைப்புகளும், புதிய பிரச்சினைகளை உருவாக்கக் கூடியவை என்பதே நாம் அறிய வேண்டியது. ஆனால் நடைமுறைச் சவால்களைத் தவிர்த்துவிட்டு புதிய எதிர்காலத்தை உருவாக்க முடியாது. சவால்களை மீறி, கலைஞர்கள் தங்கள் உரிமைக்காகக் குரல் கொடுக்க வேண்டும். இது காலத்தின் கட்டாயம். இரண்டு காரணங்களுக்காக இளையராஜாவின் சட்டப் போராட்டங்கள் கவனம் பெறுகின்றன. ஒன்று, இசைத் துறையில் எட்டியிருக்கும் உச்சம், அவரது வழக்குகளை எளிய மனிதன் கவனிக்கக் காரணமாகிறது. இது, பல வருடங்களாக கவனிக்கப் படாமல் விடப்பட்ட சில பிரச்சினைகளை வெளிச்சம் போட்டுக் காட்டுகிறது. மற்றொன்று, அவரது சட்டப் போராட்டம், படைப்புரிமை குறித்த சில அடிப்படையான கேள்விகளை எளிய ரசிகனின் முன் வைக்கிறது.

இந்த வகையில், இளையராஜா முக்கியத்துவம் பெறுகிறார்.

21

இளையராஜாவின் வழக்குகள் ஏன் முக்கியமானவை?

2017 ஆம் ஆண்டு. அமெரிக்காவின் அடலான்டா நகரம். "வுட்ரஃப் ஆர்ட் சென்டர்". நூற்றுக்கணக்கான இசை ரசிகர்கள் கூடியிருந்தனர். அட்லான்டாவில் வசிக்கும் தங்கள் மகனைப் பார்ப்பதற்குச் சென்னையில் இருந்து வந்திருந்த பெற்றோர், அமெரிக்காவில் பிறந்து வளர்ந்து வந்த தங்கள் பேத்தியின் பேச்சை ரசித்துக் கொண்டிருந்த அந்தத் தம்பதிகள், எட்டு மணி நேரம் பயணம் செய்து மியாமியில் இருந்து வந்திருந்த நான்கு இளைஞர்கள் என்று பல்வேறு தலைமுறையினர் அங்கு கூடியிருந்தனர்.. அவர்கள் அனைவரும் இளையராஜாவின் இசையில் கரைந்து போகக் காத்திருந்தனர். விளக்குகள் மங்கலாயின. வெள்ளை சட்டை அணிந்திருந்த அவர் கவலையுடன் கூடிய முகத்தோற்றத்துடன் மேடையேறினார். தனது தொண்டையை செருமிக்கொண்டு மைக் அருகே வந்தார்.

“இசை ரசிகர்களே, நான் உங்களுக்கு ஒரு வருத்தமான செய்தி வைத்திருக்கிறேன். இன்றைய இசை நிகழ்ச்சி தொடர்பாக எங்களுக்கு ஒரு வக்கீல் நோட்டீஸ் வந்திருக்கிறது” என்றார். அவர் குரல் அந்த அமைதியான அரங்கில் எதிரொலித்தது. “இன்றைக்கு நாம் இந்த நிகழ்ச்சியில் இசைஞானி இளையராஜா அவர்களின் பாடல்களை திட்டமிட்டபடி பாட இயலாது” ரசிகர்கள் மத்தியில் திகைப்பும் பெருமூச்சுக்களும் எழுந்தன. குழப்பமும் ஏமாற்றமும் அரங்கில் பரவியது. “இருந்த போதிலும்,..” இப்போது மேடையில் இருந்த அந்த நபரின் குரல், அரங்கில்

நிலவிய குழப்பத்தின் காரணமாக தெளிவின்றிக் கேட்டது. "இன்று இந்த நிகழ்ச்சி திட்டமிட்டபடி நடைபெறும். இளையராஜா தவிர்த்த வேறு இசையமைப்பாளர்களின் பாடல்கள் நிகழ்ச்சியில் இடம் பெறும்". ஏமாற்றம் கொண்ட ரசிகர்களில், "தேநீரும் இளையராஜா இசையும்", "தொலைதூரப் பயணத்தில் துணையாகும் ராஜாவின் பாடல்கள்", "வாழ்வின் துன்பமான நாட்களின் துணை, ராஜாவின் இசை" என்ற வகையில் சமூக வலைத்தளங்களில் பதிவு செய்யும் தீவிர ரசிகர்களும் அடங்குவர்.

SPB 50 இசை நிகழ்ச்சி

அது SPB50 என்று பெயரிடப்பட்ட சுற்றுப்பயண இசை நிகழ்ச்சி. அந்த நிகழ்ச்சியில் தன்னிடம் முன் அனுமதி பெறாமல் தனது பாடல்களைப் பாடுவது கூடாதென வலியுறுத்தி இளையராஜா நோட்டீஸ் அனுப்பினார் என்று செய்திகள் சொல்லின. "இந்தப் பாடல்கள் எனக்கே சொந்தம். நானே வைத்துக் கொள்வேன்" என்று சொன்னதாக ரசிகர்கள் பலரும் எடுத்துக் கொண்டார்கள். பொதுவெளியில் விமர்சங்கள் எழுந்தன. "பல நூறு பாடல்களுக்குத் தனது குரல் மூலம் வளம் சேர்த்த SPB ஐ தனது பாடல்களைப் பாடக்கூடாது என்று அவர் எப்படிச் சொல்லலாம்?", இது பலரின் ஆதங்கம்.

"எங்கள் தொழில் அவரது பாடல்கள் இல்லாமல் நசிவடைந்து விடும்" என்று இசைக்குழுக்கள் கவலை தெரிவித்தனர். "அவரது பாடல். அவர் ராயல்டி கேட்கிறார். இதில் என்ன தவறு?"

"உங்கள் பாராட்டை வைத்துக் கொண்டு அவர் வண்டிக்கு பெட்ரோல் நிரப்ப முடியுமா?" மறுப்பக்கம் வேறு பார்வை. "பாடல்களுக்கு அவர் சம்பளம் வாங்கிவிட்டார். தயாரிப்பாளருக்கே பாடல்கள் சொந்தம்"

"இளையராஜா பேராசைக்காரர்" எல்லோரும் என்ன நடக்கிறது எனபதைப் புரிந்து கொள்ள விரும்பினர். யூட்யூப் வீடியோக்களில் ஒவ்வொருவரும் தீர்ப்புச் சொல்ல விரும்பினர். "அவர் மிகச் சிறந்த கலைஞர் என்பதில் மாற்றுக் கருத்து இருக்க முடியாது. அதே நேரம்...." என்று தொடங்கும் ஒரு நூறு விமர்சங்கள் வெளிவந்தன. சமூக வலைத்தள விசாரணைகளில், அவரது ரசிகர்களே அவருக்கு வழக்கறிஞர்கள் ஆனார்கள்.

மரியாதையின் முரண்

இளையராஜாவின் பாடல்கள் பல திரைப்படங்களில் பயன்படுத்தப் பட்டு திரைப்படக் காட்சிக்கு உயிர் கொடுத்திருக்கின்றன.

மஞ்சுமல் பாய்ஸில் 'கண்மணி அன்போடு' பாடல், அந்தத் திரைப்படத்தின் ஒரு அங்கமாகவே ஆனது. கொடைக்கானல்

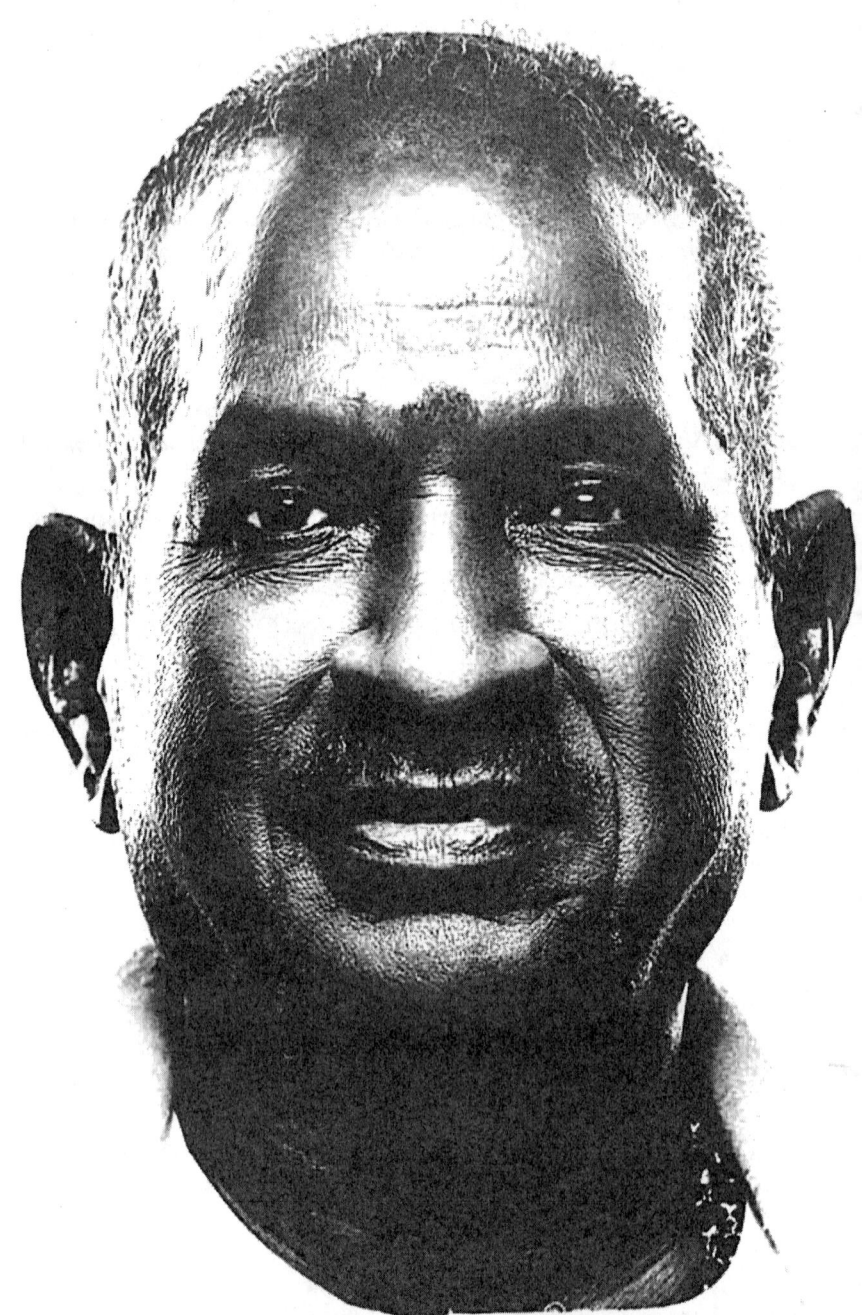

மலைக் குகைகளின் உள்ளே பார்வையாளனை அழைத்துச் சென்றது. குணா திரைப்படத்தை பார்த்திருந்த ரசிகன் ஒருவனுக்குப் புதிய பொருளைக் கொடுத்தது. இளையராஜாவின் பாடல்களைத் தங்கள் திரைப்படங்களில் பயன்படுத்திய திரைக்கலைஞர்கள் ஒவ்வொருவரும் அவரின் ரசிகர்கள். அவரது பாடல்களை மதித்த திரைக்கலைஞர்கள்.

ஊடக விவாதங்கள்

ஒரு மருத்துவமனையின் அவசர சிக்கிச்சைப் பிரிவு. மருத்துவர்கள் ஒரு மரணத்திற்கு எதிராகப் போராடிக் கொண்டு இருக்கிறார்கள். வெளிய காத்துக் உறவினர்களின் கேள்வி "அவர் பிழைத்துக் கொள்வாரா?"

மருத்துவரிடம் இதற்கு பதில் இருக்காது. மருத்துவரைப் பொறுத்த வரை, உறவினர்களின் இந்தக் கேள்விக்கு எந்த முக்கியத்துவமும் இருக்காது. அப்படி இருந்தாலும், அதைச் சொல்ல அவருக்கு அவகாசம் இருக்காது.

நமது நீதிமன்றகளும் இப்படித்தான்.

"இளையராஜா ராயல்டி கேட்பது சரியா?" என்ற சாமானிய மனிதனின் அவசரமான கேள்வி ஒரு நீதி மன்றத்திற்கு எந்த முக்கியத்துவமும் இல்லாதது. ஏனென்றால், அதை விடப் பெரிய கேள்விகள் அதன் முன் இருக்கும். சட்டத்தின் நுட்பத்திற்கு, ஒரு எளிய மனிதனின் ஆர்வத்திற்கு இடையே உள்ள இடைவெளியை நிரப்ப ஊடகங்கள் வருகின்றன. ஆய்வுகள், விவாதங்கள், தீர்ப்புகள். சில நேரங்களில் சட்டம், படைப்புரிமை போன்ற ஆய்வுகள். சில நேரங்களில் இளையராஜாவின் உலகில் அரசியல், ஆன்மீகம், இசை என்று சுவாரசியமான கோணங்களில் அலசல்.

இன்று நீதிமன்றங்களில் நடந்து வரும், இளையராஜா ரெகார்ட் லேபிள்கள் தொடர்பான ஒவ்வொரு வழக்கையும் நாம் இங்கு விவாதிக்கப் போவதில்லை. இந்தப் புத்தகத்தை முதல் அத்தியாயத்தில் இருந்து படித்துவரும் ஒருவருக்கு அந்த வழக்குகள் பற்றிப் புதிதாகச் சொல்வதற்கு எதுவுமில்லை. வரலாற்றுப் பார்வையில், இது போன்ற விவாதங்கள், ஒரு பாடலின் ஒலிப்பதிவு போன்றே, குறுகிய வாழ்நாள் கொண்டவை. இந்தச் சமூக விவாதங்களைக் கடந்து, ஒரு பாடலின் ஜோடிக் காகிதங்கள் போன்று, காலத்தைக் கடந்தும் முக்கியத்துவம் பெறும் சில விஷயங்களை நாம் பார்க்கலாம்.

இளையராஜா ராயல்டி கோருவது குறித்த விமர்சனங்கள் நம் காதுகளுக்கு வரும் அதே நேரத்தில், சில தயாரிப்பாளர்களும், இயக்குநர்களும் இளையராஜாவுடன் தங்களுக்கு ஏற்பட்ட அனுபவங்களையும், சம்பளம் எதிர்பார்க்காமல் அவர் இசை

அமைத்துக் கொடுத்த திரைப்படங்களையும் பற்றிப் பேசுவதையும் நாம் காண்கிறோம். சங்கிலி முருகன், பி வாசு, பிரதாப் போத்தன், வேலு பிரபாகரன் போன்றவர்களில் தொடங்கி, 2024ல் வெளிவந்த 'வட்டார வழக்கு' என்ற சுயாதீனத் திரைப்படத்தின் (independent film) இயக்குநர் கண்ணுசாமி ராமசந்திரன் வரை. ஒவ்வொருவரும் ஒவ்வொரு அனுபவத்தைச் சொல்கிறார்கள்.

வழக்குகளுக்கு இளையராஜா கொடுக்கும் விலை என்ன?

இளையராஜா ஒவ்வொரு நோட்டீஸ் அனுப்பும்போதும், அது ஏற்படுத்தக் கூடிய விலை என்ன? அவரது பல வருட உழைப்பினால் உருவாகி வந்திருக்கும் பொதுப் பிம்பம் உடைந்து போகலாம். ஒரு வகையில் பார்த்தால், இளையராஜாவின் பாடல்களை ஒருவர் அனுமதி இல்லாமல் பயன்படுத்தும் போது, அதைக் கடந்து போவதே அவருக்கு மிகவும் வசதியானது என்றே தோன்றுகிறது. அவரது சட்ட நடவடிக்கைகள் சில நேரங்களில் கடுமையான விமர்சங்களைப் பெறுவதை நாம் பார்க்கிறோம். ஆனால், இளையராஜாவின் சட்டப் போராட்டம், ஒரு பாடலின் மீது இசைக் கலைஞன் ஒருவனுக்கு இருக்கும் சட்டப்படியான மற்றும் தார்மீக உரிமைகள் பற்றிய புதிய கேள்விகளை, தமிழ்த் திரை ரசிகன் ஒருவனிடம் உருவாக்க ஆரம்பித்துள்ளன. அவன் அவற்றுக்கான விடைகளைத் தேடும் தேவையை உருவாக்குகின்றன.

" 2012 காப்பிரைட் சட்டதிருத்தத்தின் உண்மையான வெற்றி, கலைஞர்கள் தங்கள் உரிமைகளுக்காக, காப்பிரைட் அலுவலகத்திலும், நீதிமன்றங்களிலும் போராடுவதன் மூலமே கிடைக்கும்" என்று சொல்லியே தனது ஆய்வுக் கட்டுரையை கட்டுரையை முடிக்கிறார் ஆசிரியர் பிராசந்த் ரெட்டி. இந்த வகையில், இளையராஜா முக்கியத்துவம் பெறுகிறார்.

AI : இளையராஜாவின் குரல், இன்று ஏன் முக்கியமானது ?

"மைனர் ஸ்கேல் கார்ட்ஸ் மட்டும் யூஸ் பண்ணு, தெரியும் இல்லையா? ஏ மைனர், ஈ மைனர், எப், ஜீ. அவ்வளவுதான் சிம்பிள். 45 வது செகன்டில் டென்சன் பில்டப் ஆகணும், இந்த இடத்தில் வயலின் செக்சன். அனுபல்லவியில் எனர்ஜி வேணும். அங்க கொஞ்சம் பியானோ ட்ரை பண்ணி பார். ஹீரோ சோகமான மூட்ல இருக்கற பாட்டு. சோகம் அளவா இருக்கணும், ரொம்ப தூக்கலா இருக்கக் கூடாது. அதுதான் ஹிட் ஆகும்"

இசையின் இலக்கணம், தொழிநுட்பம் பற்றிய அடிப்படை அறிவு இருந்தால் இன்று ஒருவர் பாடல் ஒன்றை உருவாக்க முடியும். அது ஹிட் ஆவதும் கூட சாத்தியம். ஆனால், இந்த பாடல்களில் உயிர் இருக்காது. உயிரெல்லாம் தேவையில்லை என்றே வைத்துக் கொள்வோம். ஆனாலும் ஒரு பிரச்சினை உள்ளது. ஒவ்வொரு பாடலுக்கும் ஒரு டெம்ப்ளட்டை தயார் செய்ய வேண்டும். பாடல்கள் ஒன்று போல இருக்கக் கூடாது.

என்ன செய்யலாம்?

டெம்ப்ளட் பயன்படுத்தி பாடல்களை உற்பத்தி செய்வது மனித மூளைக்கு சலிப்பான வேலை. கற்பனை செய்து கவிதை எழுதுவதும், கற்பனை செய்து இசையமைப்பதுமே கலையுணர்வு கொண்ட ஒரு மனிதனுக்கு இயல்பான பணிகள். டெம்பிளேட் பாடல்களை உற்பத்தி செய்வதற்கு இயந்திரங்கள்தான் சரி. இருபத்து நான்கு மணிநேரம் ஒளிபரப்பு செய்யும் ஒரு தொலைகாட்சி. ஆவணப்படங்கள், வன விலங்குகள், அண்டார்டிகா கடல் பயணங்கள் என்று நாள் முழுவதும் நிகழ்ச்சி. அவற்றுக்கு இசை வேண்டும். கலை, உயிர், ஆன்மா இவையெல்லாம் தேவையில்லை. இசை மட்டும் போதுமானது. இப்போது ஸ்டாக் ம்யூசிக் லைப்ரரி யில் இருந்து பயன்படுத்துகிறோம். ஆனால் இசை உற்பத்தியாகும் வேகம் போதாது. அது மட்டுமல்லாமல், ராயல்டி கொடுக்க வேண்டி இருக்கிறது. என்ன செய்யலாம்? *AI* நுண் அறிவு தொழில் நுட்பம் உங்களுக்கு இசையை, பாடல்களை உருவாக்கித்தரும். டெம்பிளேட் நீங்கள் கொடுக்க வேண்டியதில்லை. டெம்பிளேட் செய்வதில் உங்களை விடக் கில்லாடி. நீங்கள் என்ன மாதிரியான பாடல் வேண்டும் என்று சொன்னால் மட்டும் போதும். ஸ்கெல், ராகம் இவை தேவையில்லை. "இளையராஜா சோகப் பாடல் போல ஒன்று வேண்டும் " என்று சொன்னால் போதுமானது. "90 களில் வெளிவந்த இளையராஜாவின் சோக பாடல்கள்" என்று குறிப்பாகச் சொன்னால் இன்னமும் நல்லது. இது எப்படி இளையராஜாவின் சோக பாடல் போன்று ஒன்றைப் படைக்கும்?

"இளையராஜாவின் சோக பாடல்" என்று நீங்கள் எதைக் கருதுகிறீர்களா, அதை வரையறை செய்து ஒரு டெம்ப்ளட் ஆக்கிக் கொள்ளும். இந்த ராகம், இந்த வேகம், என்று. இளையராஜாவின் உத்திகளைப் படித்து வகைப்படுத்தி வகைப்படுத்தி வைத்துக் கொள்ளும். ஜோசியம் சொல்லும் கிளி போல உங்களுக்கு ஒரு பாடலைச் செய்து எடுத்துக் கொடுக்கும்.

AI இதனை எப்படிச் செய்கிறது?

கற்றுக் கொள்கிறது. அதனை ட்ரைனிங் என்று சொல்கிறார்கள். பாடல்களைக் கேட்டுக் கேட்டு, அதில் ஒரு பொதுவான போக்கைப் (*pattern*) புரிந்து கொள்ளும். இளையராஜா பட்டைக் கேட்டுக் கேட்டு, அதே போல ஒரு பாடலை உருவாக்கும். அது ஒரு இளையராஜா பாடலின் அப்பட்டமான காப்பியாக இருக்காது. குறைந்தபட்சம், அப்படி காபி அடிப்பதை *AI* தொழில்நுட்பம் தனது இலக்காக வைத்துக் கொள்ளவில்லை என்று சொல்லலாம். அது "கற்றுக்கொள்ளவே" முயற்சி செய்கிறது. தவறிப் போய், இளையராஜாவின் சோகப் பாடலைப் படித்தது, அது சரியாக ஜீரணம் ஆகமல் அப்படியே வெளிப்பட்டு விட்டால் அவர் வேறு நோட்டீஸ் அனுப்பி விடுவார். வாழ்க்கை

சிக்கல் ஆகிவருகிறது. AI மாடல்கள் கதைகள், கவிதைகள் படிக்கின்றன. பாடல்கள் கேட்கின்றன. கவிதைகள் எழுதுகின்றன. இசை அமைக்கின்றன. சில நேரங்களில் ஒரு சிறு குழந்தை போல, படித்ததை அப்படியே ஒப்பித்து விடுகிறது அல்காரிதக் கோளாறுகளின் காரணமாக. எழுத்தாளர்கள் நீதி மன்றம் செல்கிறார்கள். வழக்குகள் நடைபெறுகின்றன. AI நிறுவங்களின் வாதங்கள், அச்சு இயந்திரம் கண்டுபிடித்த காலத்தில் பைரஸி பதிப்பாளர்கள் சொன்ன வாதங்களை ஒத்து இருக்கின்றன. புதிய சட்ட வரையறைகள் தேவைப்படுகின்றன. சரி, இளையராஜாவின் பாடல்களைக் கற்றுக்கொண்டு இசை அமைக்கும் ஒரு AI இளையராஜவிடம் அனுமதி பெறவேண்டுமா? பப்ளிஷிங் உரிமை தேவையா? ராயல்டி கொடுக்க வேண்டுமா? இதையெல்லாம் முடிவு செய்ய வேண்டி இருக்கிறது. எதிர்காலம் சட்டத்திற்கு நிறைய சவால்களை வைத்திருக்கிறது. துறுதுறுவென்று இருக்கும் இந்த AI என்ற சுட்டிக் குழந்தை, தறுதலை ஆகிவிடாதவாறு வளரப்பது எப்படி என்று கவலைப்படுபவர்கள் AI Ethics பற்றிப் பேசி வருகிறார்கள்.

எதற்கும் இருக்கட்டும் என்று உலகின் பெரும் லேபிள் நிறுவனங்கள் AI இசை ஆராய்ச்சியில் துண்டு போட்டு இடத்தைப் பதிவு செய்து வைத்திருக்கிறார்கள். "நீங்கள் இசையைப் படைப்பதால் தானே கலை, படைப்பு, உரிமை என்றெல்லாம் பேசுகிறீர்கள்? எங்களுக்கு ஆண்டவன் இருக்கறான் " என்று சொல்லி நம்பிக்கையோடு AI மேல் கண்வைத்தபடிக் காத்திருக்கின்றன ரெகார்ட் நிறுவனங்கள். இதனை இத்துடன் நிறுத்திக் கொள்வோம். (AI ஒரு இசை அமைத்தால், ஒரு கவிதை எழுதினால் அதற்கு காப்பிரைட் உண்டா? ஆர்வமிருந்தால் விடையைத் தேடிப்பாருங்கள். வழக்குகள் உள்ளனவா என்றும் பாருங்கள்)

AI : புதிய எதிர்காலம், புதிய சவால்கள்

எதிர் காலத்தில் எந்தப் படைப்பு யாருடையது கண்டறிவது கடினமாகலாம். . AI உருவாக்கும் இசை சந்தையை நிரப்பலாம். மறுபுறம், இசைக் கலைஞர்களின் படைப்புகள் அதிக மதிப்பு பெறும். தொழிற்சாலையில் தாயாரான பொருட்கள் நிறைந்திருக்கும் ஒரு சந்தையில் கிடைக்கும் கைவினைப் பொருள் போல. "சார், நம்ம ம்யூசிக் ஆர்ட்டிஸ்ட் கம்போஸ் பண்ணியது. நோ AI. %100 ஆர்கானிக். கேட்டுப் பாருங்கள். ஹியூமன் டச் உங்களுக்கே தெரியும்" என்று ஒரு ம்யூசிக் சூப்பர்வைசர் மார்க்கெட் செய்யலாம். 'ஹ்யுமன் டச்' என்பதே விளம்பர வாசகம் ஆகலாம். AI மாடல்கள் தாங்கள் கற்றுக் கொள்வதற்கு நிறைய படிக்கின்றன. பாடல் கேட்கின்றன. அவற்றின் பசிக்குத் தீனி போட கடல் அளவு டேட்டா தேவைப்படுகிறது. இணையத்தில் கிடைப்பதை எல்லாம் எடுத்துப் (web scraping)

படிக்கின்றன. யாரிடமும் அனுமதி கேட்பதில்லை. புதிய வழக்குகள் நீதிமன்றம் செல்கின்றன. "எனது நாவலைப் படித்து அதை பத்து பேருக்கு எழுதிக் கொடுத்து விட்டது" என்று குற்றம் சாட்டப்படுகிறது. எதை மனிதன் எழுதினான? எதை AI எழுதியது என்று கண்டுபிடித்துச் சொல்லவும், AI யே பயன்படுத்தப் படுகிறது. இந்த வகை AI மாடல்கள் முக்கியத்துவம் பெற்று வருகின்றன. "ஸார், எங்கள் AI கண்டதையும் படிக்காது. நாங்கள் அனுமதி வாங்கி, தரம் பார்த்துக் கொடுப்பதை மட்டுமே படிக்கும். அதை மட்டுமே கற்றுக்கொள்ளும். நம்பிக்கை, நாணயம், பாதுகாப்பு!" என்று புதிய AI மாடல்கள் மார்க்கெட்டில் வரத் தொடங்கி இருக்கின்றன. இன்னும் காலம் ஆகும் தெளிவு பிறக்க. ஆனால் சவால்கள் நிச்சயம். அந்த சவால்களை எதிர்கொள்ளத் தேவையான அமைப்புகளை உருவாக்குவது, கலைஞர்களுக்குக் காலத்தின் கட்டாயம். இளையராஜா ராயல்டி கேட்பது சரியா என்ற கேள்விகளைக் கடந்து நிறைய கற்றுக்கொள்ள வேண்டிய தேவை இன்றைய இளம் படைப்பாளிகளுக்கு உள்ளது. நாளை நீங்கள் பயன்படுத்தும் ஒரு AI பாடலைக் கேட்டும் ஒருவர் " அது என்னுடைய பாடலின் காப்பி" என்று அமெரிக்காவில் இருந்து நோட்டீஸ் அனுப்பலாம்.

இளையராஜாவின் சட்டப் போராட்டங்கள் : காலங்களைக் கடந்து

எப்படிக் கவிஞர் ஜாவேத் அக்தரைத் தவிர்த்துவிட்டு, 2012 காப்பிரைட் சட்டத்திருத்தம் பற்றிப் பேச முடியாதோ, அது போலவே, இன்று இளையராஜாவைத் தவிர்த்துவிட்டு, பாடல்களின் சட்டபூர்வ உரிமை குறித்துப் பேச முடியாது. 2012 சட்டத் திருத்தத்தின் போது அக்தர் ராஜ்ய சபை உறுப்பினராக இருந்தார். அந்தப் பதவி அன்றைய சட்ட மாற்றங்களுக்கு உதவியது. இந்தப் புத்தகத்தை எழுதிக்கொண்டிருக்கும் நேரத்தில் இளையராஜாவும் கூட, ராஜ்யசபை உறுப்பினராக இருக்கிறார். நாம் கொண்டாடும் படைப்புகளின் உரிமை குறித்து நாம் புரிந்து வைத்திருக்கும், அல்லது புரிந்து கொள்ளாமல் விட்டிருக்கும் அடிப்படைகள், நமது சட்டம் மற்றும் அமைப்புகளின் போதாமைகள் இவற்றை, இளையராஜாவின் நோட்டீஸ்கள், வழக்குகள் ஆகியவை காட்டுகின்றன. உலகமயமாக்கல் காரணமாக, உலகம் வெகுவாகச் சுருங்கி வந்திருக்கும் இந்த நாளில், கதை, திரைக்கதை போலவே, இசை குறித்த உரிமைகள் மற்றும் சட்ட அடிப்படைகளையும் நமது திரைத் துறை புரிந்து கொள்வதும், சரியான அமைப்புகளை உருவாக்குவதும் இன்றைய உடனடித்தேவை. மேலும் AI போன்ற தொழில் நுட்பங்கள் எது உண்மை, எது பொய் என்ற கேள்விகளை எழுப்பி வரும் நேரத்தில், இளையராஜாவின் சட்டப் போராட்டம் நம் கவனத்தில் முக்கியத்துவம் பெறுகிறது. இந்திய திரையிசை வரலாற்றின் மைல்கல் என இளையராஜாவின் சட்டப் போராட்டங்கள் ஒருவேளை எதிர்காலத்தில் கருதப்படலாம்.

தார்மீக உரிமை : சட்டங்களுக்கு அப்பால்...

1981 ம் ஆண்டின் டிசம்பர் மாதம், கிறிஸ்துமஸ் காலம்... கனடாவின் டொரண்டோ நகரின் புகழ் பெற்ற வணிக வளாகம், ஈடன் சென்டர். அந்த வளாகத்தினுள் பறந்து செல்வது போல இருந்த பறவைகள் சிற்பம், மைக்கேல் ஸ்னோ என்ற சிற்பியின் படைப்பு. கிறிஸ்துமஸ் அலங்காரங்கள் செய்துவந்த பணியாளர்கள், அந்தப் பறவைக் கூட்டத்தின் ஒவ்வொரு பறவையின் கழுத்திலும், சிவப்பு நிற ரிப்பன்கள் கட்டி அழகு படுத்தினர். "நான் உருவாக்கிய பறவைகள் கழுத்தில் கட்டிய ரிப்பன்களை அகற்றுங்கள். அதை நான் விரும்பவில்லை" என்றான் சிற்பி. "நீ அந்தப் பறவைகளைக் கூலிக்கு வடிவமைத்த சிற்பி. அந்தப் பறவைகள் எங்கள் சொந்தம். நாங்கள் ரிப்பன் கட்டுவோம், கட்டாமல் விடுவோம். உனக்கு அதைக் கேட்க உரிமையில்லை" என்றது நிர்வாகம். கனடாவின் காப்பிரைட் சட்டத்தின் அடிப்படையில் தனது "தார்மீக உரிமை" மீறப்படுவதாகக் கூறி வழக்குத் தொடுத்தான் சிற்பி. 1982, கனடாவின் அன்டாரியோ நீதிமன்றம்... "பறவைகள் கழுத்தில் கட்டப்பட்ட சிவப்பு ரிப்பன்கள், சிற்பியின் 'தார்மீக உரிமை' மீறும் செயல்" என்று கூறி, ரிப்பன்களை நீக்க உத்தரவிட்டது நீதி மன்றம். Snow v. The Eaton Centre Ltd., [70 [1982 C.P.R. (2d) 105 (Ont. H.C.) ரிப்பன்கள் நீக்கப்பட்ட பறவைகள் சுதந்திரமாகப் பறந்தன இந்தத் தீர்ப்பு பிரெஞ்சு மரபில் இருந்து பிறந்த "தார்மீக உரிமை" ஒரு கலைஞனின் படைப்பை, பொருளாதாரக் காரணிகளைத் தாண்டி எடுத்துச் செல்கிறது. ஒரு சிற்பி வடிக்கும் சிற்பத்தை விலை கொடுத்து வாங்க முடியுமா என்ற கேள்வியை ஆழமாக்குகிறது, 'தார்மீக உரிமை' என்ற கோட்பாடு. அறுபத்து நான்காயிரம் ஆண்டுகளுக்கு முன், சுண்ணாம்புப் பாறை ஒன்றில் தன் கை அச்சைப் பதித்தான் ஒரு நியாண்டர்தால் மனிதன். ஸ்பெயினில் இருக்கும் அந்தக் குகை ஓவியத்தில் அவன் தன் பெயரை எழுதி வைக்கவில்லை. "நான் இங்கே வாழ்ந்தேன்" என்பது மட்டுமே அவன் நமக்குச் சொல்ல விரும்பிய செய்தி. ஆனால், கிமு 2650 கால எகிப்தில் பிரமிட் ஒன்றைக் கட்டிய இம்ஹோடெப் தன் பெயரைப் பொறித்து வைத்தான். இன்னும் ஒரு படி மேலே சென்றாள் சுமேரியாவின் என்ஹெடுவானா. "என்ஹெடுவானா ஆகிய நான் இயற்றிய இந்தப் பாடல்களை உங்களுக் கென்று கொடுக்கிறேன். இவை காலத்தால் அழியாதவையாக இருக்கும்" என்று எழுதி வைத்தாள். "எனது எழுத்துக்களை எரித்துவிடு" என்று நண்பனிடம் சொன்னான் மரணப் படுக்கையில் இருந்த எழுத்தாளன் காஃப்கா. தான் எழுதிய ஆயிரத்து எண்ணூறு கவிதைகளில் ஒரு பத்தைத் தவிர மற்ற அனைத்தையும் வேறு யாரும் படிக்க வேண்டாம் என்று பத்திரப் படுத்தினாள் எமிலி டிக்கின்சன். பறவைகளின் ரிப்பன்களை நீக்கச் சொன்ன மைக்கேல் ஸ்னோவைப் போலவே, காஃப்கா மற்றும் எமிலி டிக்கின்சனுக்கும் துணை நிற்கின்றன

‘தார்மீக உரிமை’க் கோட்பாடுகள். படைப்பை வெளியிட, சொந்தம் கொண்டாட, அதன் மாண்பைப் பாதுகாக்க மற்றும் தன் படைப்பைத் திரும்பப் பெற்ற என்று, நான்கு உரிமைகளைக் கொடுக்கிறது ‘தார்மீக உரிமை’ என்ற சட்டம். புதிய தொழில்நுட்பங்கள் கரும்புக் காட்டிற்குள் யானை ஒன்றைப் போல நுழைபவை. அதுவரை இருந்துவந்த அனைத்தையும் கலைத்துப் போடுபவை. அச்சு இயந்திரம், போனோகிராஃப், ஆளில்லாத பியானோ, ரேடியோ என ஒவ்வொன்றும் இதையே செய்தன. ஆனாலும், சட்டம் புதிய வரையறைகள் மூலம் அவற்றை எதிர் கொண்டது. படைப்பாளியின் ‘தார்மீக உரிமை’ என்ற ஒன்றைக் கோட்பாட்டை மட்டும் இறுக்கப் பற்றிக் கொண்டால் போதும். அது புயல் சூழ்ந்த கடலில் நிற்கும் படகு ஒன்றின் நங்கூரம் போன்றது. செயற்கை நுண்ணறிவுத் தொழில் நுட்பம் கவிதைகள் எழுதுகின்றது. எது மனிதனின் படைப்பு, எது இயந்திரத்தின் படைப்பு என்ற கேள்விகள் நம்மை சூழத் தொடங்கி இருக்கும் இந்தக் காலகட்டத்தில், ‘தார்மீக உரிமை’ ஒன்றே நாம் கரையேற உதவும் கலங்கரை விளக்கமாக இருக்க முடியும். இந்த நெருக்கடியான சூஅழலில், “இது எனது படைப்பு. எனது உரிமை” என்று சொல்லும் ஒரு கலைஞனின் குரலை நாம் காது கொடுத்துக் கேட்பது அவசியம். அப்படிக் கேட்பது அவனது தார்மீக உரிமை. எந்த வழக்காக இருந்தாலும் சரி, இளையராஜா அனுப்பும் வழக்கறிஞர் கடிதங்களில் அவரது “தார்மீக உரிமை” குறிப்பிடப் படுவதை நாம் செய்திகள் மூலம் தெரிந்து கொள்கிறோம். அதுவே அவர் தன் கைகளில் பற்றிக் கொண்டு இருக்கும் ஒளிவிளக்கு. சட்ட வரையறைகள் இல்லாத இருட்டறையில், ‘தார்மீக உரிமை’ ஒன்றே ஒரு கலைஞனுக்கு வழி காட்டும் விளக்கு. அந்த விளக்கின் ஒளி அவனுக்கானது மட்டுமல்ல. அடுத்த முறை நீங்கள் ஒரு பாடலைக் கேட்கும்போதோ, ஒரு காப்பிரைட் வழக்கு பற்றித் தெரிந்து கொள்ளும்போதோ, இளையராஜாவின் வழக்கறிஞர் கடிதம் ஒன்றைப் பற்றிய செய்தியைப் படிக்கும்போதோ, அவற்றின் மேல் உங்கள் பார்வை சிறிதளவேனும் மாறியிருந்தால்...

அதுவே இந்தப் புத்தகத்தின் வெற்றி.